ஓர் ஆட்டக்கலைஞனின் பயணம்

ஓர் ஆட்டக்கலைஞனின் பயணம்

பெ. சென்றாயப்பெருமாள் (பி. 1981)

மதுரை மாவட்டம், பேரையூர் வட்டம் மேற்கு மலைத் தொடர்ச்சி அடிவாரத்தின் இயற்கை கொஞ்சும் பசுமைகளில் அமைந்த சூலப்புரம் எனும் கிராமத்தில் உருமிக் கலைஞரான தாத்தா கந்தனின் மகன் பெருமாள் (பெண் வேடக் கலைஞர், நாதஸ்வரக் கலைஞர்) மாரியம்மாள் தம்பதியாரின் மகன் சிறு வயதிலே தாயையும் தந்தையும் இழந்தார். மூத்த அண்ணன் மகாலிங்கம் ராஜபார்ட் கலைஞர், இரண்டாவது அண்ணன் பிலாவடி கோமாளி வேடக் கலைஞர், மூன்றாவது அண்ணன் பாண்டி பெண்வேடக் கலைஞர் இரண்டு அக்காமார்கள் சுந்தரம்மாள் – பொன்னுச்சாமி, வள்ளியம்மாள் – ராமர், மனைவி அழகேஸ்வரி மதினிமார்கள் – வேலம்மாள், பாண்டிச்செல்வி, சித்ரா.

முகவரி: 2/53, கிழக்குத் தெரு, 625535

பெ. சென்றாயப்பெருமாள்

ஓர் ஆட்டக்கலைஞனின் பயணம்

காலச்சுவடு பதிப்பகம்

அன்பார்ந்த வாசகருக்கு,

வணக்கம்.

காலச்சுவடு நூலை வாங்கியமைக்கு நன்றி.

நூலின் உள்ளடக்கம், உருவாக்கம், அட்டைப்படம் இன்ன பிற அம்சங்கள் பற்றிய உங்கள் கருத்துகளையும் ஆலோசனைகளையும் காலச்சுவடு வரவேற்கிறது. தகவல், எழுத்து, வாக்கியப் பிழைகள் தென்பட்டால் கட்டாயம் தெரிவித்து உதவுங்கள். நூல் தயாரிப்பில் கடும் குறைபாடு இருப்பின் மாற்றுப் பிரதி உங்களுக்குக் கிடைக்கக் காலச்சுவடு ஏற்பாடு செய்யும்.

மின்னஞ்சல்: publisher@kalachuvadu.com

காலச்சுவடு நாகர்கோவில் தலைமையகத்துக்கும் கடிதம் அனுப்பலாம்.

தங்கள்
எஸ்.ஆர். சுந்தரம் (கண்ணன்)
பதிப்பாளர் – நிர்வாக இயக்குநர்

ஓர் ஆட்டக்கலைஞனின் பயணம் • அனுபவப் பதிவுகள் • ஆசிரியர்: பெ. சென்றாயப்பெருமாள் • © பெ. சென்றாயப்பெருமாள் • முதல் பதிப்பு: டிசம்பர் 2019, இரண்டாம் பதிப்பு: ஜூலை 2023 • வெளியீடு: காலச்சுவடு பப்ளிகேஷன்ஸ் (பி) லிட்., 669 கே.பி. சாலை, நாகர்கோவில் 629001

காலச்சுவடு பதிப்பக வெளியீடு: 958

oor aaTTakkalaiñanin payaNam • Experience • Author: P. Senrayaperumal • © P. Senrayaperumal • Language: Tamil • First Edition: December 2019, Second Edition: July 2023 • Size: Demy 1x8 • Paper: 18.6 kg maplitho • Pages: 168

Published by Kalachuvadu Publications Pvt. Ltd., 669 K.P. Road, Nagercoil 629001, India • Phone: 91-4652-278525 • e-mail: publications @kalachuvadu.com • Printed at Clicto Print, Jaleel Towers, 42 KB Dasan Road, Teynampet Chennai 600018

ISBN: 978-93-89820-23-2

07/2023/S.No. 958, kcp 4582, 18.6 (2) 1k

பொருளடக்கம்

நன்றியுரை

இந்நூல் உருவாக்கத்திற்கு ஊக்கமளித்த மாண்புமிகு துணைவேந்தர் பேராசிரியர் கி. பாஸ்கரன், பேரா. அருணன், எழுத்தாளர் எழில் இளங்கோவன், முனைவர் சீனிவாச ராகவன், பேரா. சுப. வீரபாண்டியன், முனைவர் வெங்கடேசன், எனது கல்விக் குரு பேரா. சேதுராமன், பேரா. முத்தையா, மேலும் எனது வாழ்வில் மிகவும் நேசிக்கும் பேரா. பேசில், பேரா. சதாசிவம், என் ரத்தத்தோடு ரத்தமாக இருக்கும் கிராமியக் கலைஞர்களுக்கும், இறுதியாக எனது தாய் தந்தையரைப்போல வழி நடத்திக் கொண்டிருக்கும் உடன்பிறப்புகளான மகாலிங்கம், பிலாவடி, பாண்டி, செல்லத்துரை ஆகியோருக்கும் என் நன்றியைக் காணிக்கையாக்குகின்றேன்.

இந்நூலின் அட்டைப் படத்தினை அழகாக்கித் தந்த ஓவியர் கவிமணி அவர்களுக்கும் என் நன்றிகள்.

பெ. சென்றாயப்பெருமாள்

வாழ்த்துரை

பேராசிரியர் சென்றாய பெருமாள் நீண்ட காலமாக என் தொடர்பில் இருந்துவருகிறவர். அவரின் ஒவ்வொரு நிலையையும் நான் பக்கத்தில் இருந்து பார்த்துவந்திருக்கிறேன். அடிப்படை வசதியில்லாத கிராமத்தில் ஒடுக்கப்பட்ட சமூகத்தில் பிறந்து கூத்துக்கட்டி வயிற்றைக் கழுவுவதற்கே வாய்ப்பில்லாத சூழலில் முனைவர்பட்டம்வரை படித்து, ஏன் முதுமுனைவர் ஆய்வுகள்கூடச் செய்து, இன்று பல்கலைக்கழகப் பேராசிரியராக உயர்ந்திருக்கிறாரென்றால் அது மாபெரும் அதிசயம் என்றே சொல்வேன். ஏனெனில் அவருக்கு முன்னால் பெருமலையென நின்ற தடைகளை அவர் எப்படியெல்லாம் கடந்தார் என்பதை நன்கு அறிவேன். அத்தகைய வாழ்வு பதிவுசெய்யப் பெறவேண்டும், இலக்கியமாக வேண்டுமென்பது எனது நீண்ட நாள் ஆசை. அது இன்று நிறைவேறியிருக்கிறது.

அந்தவகையில் சென்றாய பெருமாள் இன்று தம்மை ஒரு எழுத்தாளராகவும் வளர்த்துக் கொண்டிருப்பதைப் பார்க்கும்போது வியப்பாக இருக்கிறது. அவர் தன் அனுபவங்களைச் சொல்லியிருக்கிற வடிவம் தமிழுக்குப் பழையது என்றாலும் அவற்றில் வெளிப்பட்டிருக்கும் அவரது அடக்கிவைக்கப்பட்ட ஆசைகள், எதிர்பார்ப்புகள், கோபங்கள் அனைத்தும் அதனதன் போக்கில் வெளிப்பட்டிருக்கின்றன. சம்பவக் கோவைகளில் படிந்திருக்கும் உண்மையின் கவிச்சி, வாசகனைச் சில நிமிடங்கள் உறையவைக்கின்றன. சொற்களுக்குள் நிரம்பியிருக்கும் பொருளில் தனிமையின்

கேவலும் நிராகரிப்பின் சோகமும் வாழ்க்கைத் தேடலின் தவிப்பும் கவிந்திருக்கின்றன.

தமிழகத்தின் மழைமறைவுப் பிரதேசம் என்று குறிப்பிடக் கூடிய அளவுக்கு வறட்சியான பிரதேசம் மதுரை மாவட்டத் தின் மேற்குத் தொடர்ச்சி மலைப்பகுதி. அதில் விளையும் பயிர்கள் அனைத்தும் வறட்சித் தாங்கிகள். அப்பகுதி மக்களும் அவைபோலவே. முகங்களில் ஈரக் களையே இருக்காது. அத்தகை யோர் இப்படைப்பில் பெருவாரியாகப் பதிவாகியிருக்கிறார்கள். அம்மக்களைப் பற்றியும் அவர்களின் வேளாண்மை, திருவிழா, சடங்குமுறைகளைப் பற்றியும் விவரித்திருக்கும் பாங்கு நயமானது; என்றாலும் அதிலும் புதுமை காட்டியிருக்கலாம்.

ஆட்டக் களம், ஆடும் முறை, அதற்காக எடுக்க வேண்டிய சிரத்தை, ஆட்டத்திற்கான பயணம், பயண அனுபவங்கள் பற்றிய விவரணைகள் வலியை ஏற்படுத்துகின்றன. அவை ஓர் ஆட்டக்காரரின் உள்மன உலகைப் புலப்படுத்துகின்றன. தம் வாழ்வைக் கதைபோல் விரித்திருக்கும் ஆசிரியர், சுயகதை தாண்டிய கதையாளராகவும் தம்மை உருவாக்கிக்கொள்ள வேண்டும்; உருவாக்கிக்கொள்வார் என்ற நம்பிக்கை இருக்கிறது; வாழ்த்துகள்!

சூலபுரம் ஒரு ராஜா ராணி ஆட்டக்கார – பேராசிரியரின் பிறப்பிடம் மட்டுமல்ல மாறாக தலித், அருந்ததிய பதிப்பக வரலாற்றிலும் முத்திரை பதித்து ஒரு பதிப்பாளரையும் பிரசவித் திருக்கிறது. வாழ்த்துக்கள்!

கருமாத்தூர் – 625 514
மதுரை மாவட்டம்.

அருள்தந்தை முனைவர்
சி.பேசில் சேவியர், சே.ச.
முதல்வர்
அருள் ஆனந்தர் கல்லூரி (தன்னாட்சி)

என்னுரை

பயண வழிக்குறிப்புகள் என்றதும் நமக்கு முதலில் நினைவுக்கு வருவதே யுவான் சுவாங், போன்றவர்களின் இந்தியாவின் வரலாற்று குறிப்புகளே. தமிழகத்தில் ராஜா ராணி தட்டக் கலைகள், கலைஞர்கள், நிகழ்த்தும் இடங்கள், எதிர்கொள்கின்ற பிரச்சனைகள், கலைஞர்களின் தனிநபரின் உரிமைகள், சமூக தளத்திலும் பண்பாட்டுத் தளத்திலும் அவர்களுடைய சமூக மதிப்பீடுகள் ஆகியன எப்படி உள்ளனவென்பதை விரிவாகப் பார்ப்போம்.

எனது குடும்பம் மூன்று தலைமுறைகளாக இந்த ராஜா ராணி ஆட்டத்தை ஆடிவருகிறோம். இந்த பண்பாட்டுத் தளத்தில் ஒரு கிராமியக் கலைஞனின் சமூகம், ஆடுகளத்தில் அவன் படுகின்ற பாடுகள், சமூகத் தளத்தில் அவன் எதிர்கொள்கின்ற பிரச்சனைகள், அந்தப் பிரச்சனைகளிலிருந்து அவன் வாழ்வைக் கடைபிடிப்பது போன்றவை மிகுந்த வேதனைக்குரியவை.

இரவும் பகலும் கண்விழித்துப் பார்வையாளர் களை மகிழ்விப்பது மிகப்பெரிய சந்தோசம்தான். ஆனால் அந்தச் சந்தோசம் கிராமியக் கலைஞனுக்கு உண்டா என்பது கேள்விக்குரியதாக உள்ளது.

ராஜா வேடமும் ராணி வேடமும் போட்டுக் கொண்டு ஆடுகளத்தில் ராஜாவாகவும் நாட்டு ராணியாகவும்தான் எங்களின் கலைப்பயணத்தின் மனநிலை இருக்கும். ஆனால் உண்மையான முகம் சமூகத்தில் எடுபடவில்லை.

ராஜா வேடம் போட்டவர் கதைக்கு ராஜாவாகத்தான் இருப்பாரே தவிர, சமுதாயத்தில்

இறப்பு வீடுகளில்கூட, நிகழ்கின்ற நிகழ்ச்சிகளில் கையேந்தித் தண்ணீர் நாழியைத் தொடாமல் கூனிக் குறுகி மண்டியிட்டுத் தண்ணீர் தாகத்தைத் தீர்த்துக்கொள்கிறவர்களாய் இருப்போம். இதுதான் சமூகக் கட்டமைப்பில் உள்ள கிராமியக் கலைஞனின் பயண வெளிகள்.

என் தாத்தா ஊருக்குள் நுழையும்போது காலிலுள்ள செருப்பைக் கழற்றிக் கக்கத்தில் வைத்துக்கொண்டு கூனிக் குறுகி நடந்துசெல்வாராம். ஆதிக்கச் சாதியினர் தெருவில் அவருடைய தாத்தா ஊருக்குள் போகும்போது பனைஓலையை இடுப்பில் கட்டிகொண்டு செல்வாராம். ஆதிக்கச் சாதியினர் தெருவில் அவர் நடந்துசென்ற கால்தடம்கூடப் பதியக் கூடாது என்ற விதத்தில் இருந்தனர்.

நான் பட்ட கஷ்டங்கள், வேதனைகள், வலிகள் ஏராளம். அந்தச் சோதனைகளைச் சாதனைகளாக்க வேண்டும் என்று துடிப்போடு படித்தேன். இன்று எனது கிராமத்தில் பேராசிரியர், வாத்தியார் என்று கூப்பிடும்போது என் தாத்தா பற்றியும், என் அப்பா பற்றியும் அதே தெருவில் நினைத்துக்கொண்டு செல்வேன்.

இந்நூலோடு சேர்த்து என்னை வாழ்த்திய எழுத்தாளர் அருணன், பேராசிரியர்கள் தனஞ்செயன், எழில் இளங்கோவன், பேசில் பாதர், முனைவர் சீனிவாச ராகவன், பேராசிரியர் ராதா (தகவல் தொடர்பியல் துறை), பேரா. ஜோதி முருகன் (தமிழியல் துறை), பேரா. சாமுவேல் ஆசீர் (சமூகவியல் துறை), பேரா. மாரிமுத்து (நிர்வாக மேலாண்மைத் துறை), பேரா. மணிகண்ட பிரசாத் (பொருளாதாரத் துறை), பேரா. மனோஜ் (புள்ளியியல் துறை), பேரா. என்னலாப் பெரியார் (குற்றவியல் துறை), பல்கலைக்கழக நூலகர் முனைவர் பாலசுப்பிரமணியன், பேரா. பாலகுமார் (*CIT* துறை), பேரா. ராமசுப்பிரமணியன் (வரலாற்றுத்துறை), பேரா. தீப்தி ஆகியோர்க்கு என் நெஞ் சார்ந்த நன்றிகளைத் தெரிவித்துக்கொள்கிறேன்.

இந்நூலின் வழியே கலைஞர்கள் தம் வாழ்வியலில் எதிர் கொள்ளுகின்ற பிரச்சனைகளை நூலாக வெளிக்கொண்டு வருவதில் காலச்சுவடு பதிப்பகத்தார்க்கு எனது இதயப் பூர்வமான நன்றிகளைத் தெரிவித்துக்கொள்கிறேன்.

இந்நூலினை நன்முறையில் கட்டமைத்துக் கொடுத்த தமிழூர் இலக்கியா பதிப்பகத்தார்க்கும் எனது நன்றியினைத் தெரிவித்துக்கொள்கிறேன்.

– **ஆசிரியர்**

எனது கிராமம்

மேக்கு மலைத்தொடர்ச்சி அடிவாரத்தில்தான் எங்க ஊரு. சீசன்ல சோளம், கம்பு, கேப்ப, தட்டப் பயிறு, காணப்பயிறு இப்படிப்பட்ட அய்ட்டம் போடுவாங்க. ஊரைச் சுத்தி நாலு பக்கமும் பச்சை பசேலுன்னு இருக்கும் பச்ச மரத்துல ஆணி அடிச்ச மாதிரி. அந்த இயற்கையான அழகுதான் எனக்கு ரெம்பப் பிடிக்கும். சின்ன ஊராயிருந்தாலும் இங்க பல சாதி ஆளுக குடியிருக்காக.

ஊருக்கு மேக்கே, தெக்கே, வடக்கே இந்த மூணு பக்கமும் மலைகளா சூழ்ந்து இருக்கும். அத மேக்கு மலத் தொடர்ச்சி மலன்னு சொல்வாங்க. இந்த மேக்கு மலத்தொடர்ச்சி நடு மலயிலதான் கருப்பசாமி கோயில் இருக்கு. அதில அடிவாரத் துல மண்டபம் இருக்கு. அதவொட்டிக் கல்உரல் முனியாண்டி கோயில் இருக்கு. அந்தக் கோயில பெரிய உரல் இருக்கும். அதைக் கல்உரல் முனியாண்டிக் கோயிலுன்னு சொல்வாங்க. அந்தக் கோயிலுக்குக் கொஞ்ச தூரம் வடக்குப் பக்கமா குண்ணுவார்பட்டின்னு சின்ன ஊரு இருக்கு. அங்க தேவமாருக மட்டும்தான் இருக்காங்க. தோட்டங்கள்ல குடியிருக்கிற ஆளுக அங்கொண்ணு இங்கொண்ணுமாய் வீடு கட்டியிருக்காங்க. அந்த ஓடையிலிருந்து கிழக்கு பக்கமா ஓடை வழியே வந்தா பெரிய ஆலமரத்துல கீழே மூணு சாமி கோயில் இருக்கு. குண்ணுவார்பட்டியிலிருந்து எங்க ஊருக்கு வர்றணுமின்னா சுமார் மூணு கிலோ மீட்டர் தூரம் இருக்கும். இங்க இருந்து மலங்காட்டுல வேலைக்குப் போகிறவங்க இந்த மூணு சாமிக்

கோயில்ல கொஞ்சநேரம் ஒக்காந்துட்டு – பக்கத்துல ஒரு பெரிய ஆலமரம் இருக்கு அதில் – ஓய்வெடுத்துட்டுப் போவாங்க. அதே மாதிரி குண்ணுவார்ப் பட்டியிலிருந்து எங்க ஊருக்கு வர்ற ஆளுக கொஞ்ச நேரம் ஒக்காந்துட்டு வருவாக. பாயிண்டு பாயிண்டு மாதிரி இடையிலே மரமே இல்லை. இடையிலே வெறும் பனங் காடாத்தான் இருக்கும். இராஜஸ்தான்ல பாலைவனம் இருக்கிற மாதிரி ஒரே மணல்தான் அம்பாரமாய்க் குவிஞ்சு கிடக்கும்.

ஊருக்குத் தெக்குட்டுப் பக்கம் ஒன்றரை கிலோ மீட்டர் தூரத்திலே பெருமாள் கரடு இருக்கு. இந்தக் கரட்டுல புரட்டாசி மாசம், முதல் சனிக்கிழமை நாயக்கமாருக கரட்டு மேல உச்சியில பொங்க வச்சு பெருமாள்சாமி கும்பிட்டு வருவாக. அதே மாதிரி ரெண்டாம் சனிக்கிழமையில நாடாக்கமாருக போவாக. கொஞ்சம் சாப்பாடு, சாம்பார், பாயாசம், அப்பளம் பொங்கிச் சாப்பிட்டு வருவாக. பண்ட பாத்திரங்களைத் தூக்கிட்டுப் போறது எங்க சாதி ஆளுகதான். மழைக்காலங்கள்ல தண்ணியைத் தேக்கி வச்சுக்கிற சின்ன ஊரணி கட்டியிருக்காங்க. அதுலதான் ஆணும் பெண்ணும் துணி துவைக்கும். ஒரு பக்கம் வெயிலுக்கு ஆடு, மாடுக நீந்திக்கிட்டு கிடக்கும். சிறுசுக அம்மணமா தவ்வி தவ்வி குளிப்பாங்க. அந்த ஊரணிய ஒட்டி வண்ணாத்திப் பாறை இருக்கு. இந்தப் பாறையில துவைக்க இடமில்லையின்னா, அந்த ஊரணிக்குப் போயிருவாங்க. அதுக்கு மேக்குட்டு பக்கம் மண்டென்ன கரடு இருக்கு. அந்தக் கரட்டுலிருந்து வடக்கு வந்தா ஊருக்குள்ள நுழையிற எடம்.

ஊருக்குத் தெக்குட்டு மூலையில பெரிய மலயில சுந்தர மகாலிங்க கோயில் இருக்கு. ஆடி அமாவாசைக்கு மருத, உசிலம் பட்டி, சோழவந்தான், தெண்டுக்கல், தேனி பல ஊர்காரங்க எங்க ஊரு கெல்லுப்பட்டி, கிருட்டிணாபுரம் வழியா மலை ஏறி விட்டத் தள்ளிபாறையில ஓய்வெடுத்துட்டு, குளிராட்டிப் பாறையில குளிச்சிட்டு மகாலிங்க கோயிலுக்குப் போயி சாமி கும்பிடுவாங்க. வருடத்திற்கு ஒரு டைம் மட்டும் இந்தப் பாதையைச் சீரமைப்பாங்க. மற்ற டைத்தில பாதையைக் கண்டு பிடிக்க முடியாது. வெறும் புதரா இருக்கும்.

வெவசாயந்தா முக்கியமான வேல. எங்க ஆளுக பொம்பளைங்க தேவமாரு, நாயக்கமாரு தோட்டத்திற்கு களம் பெடைக்கப் போவாங்க. மேச்சாதி ஆளுக்கு இந்த செரமம் ஒண்ணுங் கிடையாது. தோட்டம், தொரவு, காடு கரையுன்னு கெணறுக வெட்டி பம்பு செட்டு போட்டுக்கிட்டு வருசம் பூரா வெவசாயம் பண்ணிக்கிட்டு வீட்ல சுகமா இருந்திக்கிட்டுருப்பாங்க. எங்க பொம்பளைங்க காலையில வெள்ளன தூக்குச்சட்டியில

கூழ ஊத்திக்கிட்டு மேக்கு அடிவாரத்துல தோட்டங்கள்ல களம் பெடைச்சிட்டு நைட்டு வொன்பது மணிக்கு வருவாக. களம் பெடைக்கிற சீசன்ல சாயங்காலம் ஆறு மணிக்குப் பொம்பளைங் களக் கூப்பிட அவங்க அவங்க வீட்டுக்காரங்க போவாக. அப்ப வீட்டில நஞ்சா குஞ்சான்னு மூக்கில ஊழ மூக்க ஒழுக விட்டுக்கிட்டு தெருவில அனாதப் பிள்ளையாட்டம் அழுதுகிட்டு கிடப்பாக. களம் பெடைக்கப் போன பொம்பளைக ஊட்டுக்கு வந்த பிறகுதான் சோறு தண்ணி ஆக்குவாக.

எங்க தெருவுக்குக் கெழக்கிட்டு இருக்கிற சுத்தூரணியில மழைக்காலத்துல தண்ணி நிரம்பி வழியும். பெருமாள் கரட்டுக்குப் போயி துவைக்க முடியாதவங்க இந்தச் சுத்தூரணியிலே துவச்சிரு வாக. வண்ணாருக கழுதையில பொதி கொண்டாந்து ஊர்த் துணியெல்லாம் இங்கதான் துவைப்பாக. ஸ்கூல் லீவ் விட்ட அண்ணைக்கு அந்த ஊரணியிலே ஒரே கும்மாளம்தான்; நஞ்சா குஞ்சானுக அம்மணமா தண்ணிக்குள்ள நீந்திக்கிட்டு கிடப்பானுக.

கரட்டுப்பக்கம் ஆடு, மாடு மேய்க்கப் போனவக வான மாரியில போட்ட விளைஞ்ச மொச்சக்காயை ஆளில்லாத நேரத்தில பிடிங்கிட்டு ஓடை மறைவிலே கூளத்தைப் போட்டுச் சுட்டுத் திம்பானுங்க. காட்டுக்காரக வர்றதப் பாத்துட்டுக் குண்டி தெறிக்க விழுந்தடிச்சு ஓடுவானுக. களவாண்டு தின்கிறதே ஒரு தனி ருசிதான்.

விடியங்காட்டி சாயங்காலமும் கெழக்கு, மேக்கயும் சூரியனைப் பாத்தா நெத்தியில வட்டப்பொட்டு வச்சுது மாதிரி இருக்கும். கெழக்கிலிருந்து சூரியன் மேலே வரும்போது சீனி நாயக்க தோட்டத்தில் இருக்கிற தென்னை மரங்கள்ல பட்டு வரும்போது அந்த அற்புதமான காட்சியை சினிமாவுல கூட பார்த்திருக்க முடியாது. அவ்வளவு அற்புதமா இருக்கும்.

ஊருக்கு வடக்குப் பக்கம் மழைக்காலத்துல கம்மாத் தண்ணி பெருகி இருக்கும். கழுங்குப் பக்கம் தண்ணி சலசலன்னு போய்க்கிட்டு இருக்கும். வண்ணாருக ஊர்த்துணிகளப் பொதிக்கட்டிக் கழுதையில கொண்டுவந்து கழுங்கு ஓரத்தில துவச்சிட்டு இருப்பாக. ஆள விடுறா சாமின்னு கழுதைக ஒரு பக்கம் மேஞ்சுக்கிட்டு இருக்கும். வண்ணாருக சேலையை நாலு மூணுன்னு மடக்கி தண்ணியில முக்கிக் கல்லுல போட்டு அடிக்கும்போது சொ . . . சொ . . .சொ ன்னு சத்தத்தோடு துவப்பாக. மட ஓட்ட விழியில தண்ணி பொத்துக்கிட்டுச் சொர்ன்னு கொட்டும். வீட்டுச் சாம வாங்குறவக கம்மா வழியா மேல எழுமலைக்குப் போவாக. கரை வழியா மேல போகும்

போது சில்லுன்னு காத்தடிக்கும் பல விதமான பறவைக கூட்ட கூட்டமா இருக்கும். கரைக்குக் கீழ பச்சக் கம்பளியை விரிச்சுப் போட்டது போலப் பச்சப் பசேலன்னு இருக்கும்.

கரைக்குக் கீழ கொஞ்சம் தள்ளி வழி மேல கெணறு இருக்கு. அந்தக் கெணத்துல தண்ணியில்ல. ஒரு தடவ எங்க அக்கா வீட்டுக்காரரு தெரியாம பொன்னுச்சாமி கெணத்துல விழுந்திட்டாரு. அங்க ஆடு, மாடு மேச்சவுக தூக்கிட்டு வந்துட்டாக. அந்தக் கெணத்துல ஏற்கனவே ஒரு ஆளு விழுந்து செத்துப் போயிட்டாராம். அவரு பேய் உருவத்தில வந்து மாமா உடம்புல புகுந்து ஒரு உலுப்பு உலுப்பிட்டாராம். அப்ப மாமா முகமே கருப்பாயிருச்சு. ஆளுகளப் பாத்தா தானா சிரிப்பாரு. அப்ப நான் சின்னப் பயனா இருந்தேன். வீட்ல யாருமே இல்ல, நான் மட்டுமே இருந்தேன். நல்லா தூங்கிக்கிட்டு இருந்தவரு திடீரென முழிச்சுச் சிரிக்க ஆரம்பிச்சாரு. அப்ப கண்ணச் சொருகுனாரு. நான் அப்ப அப்பன்னு பதறி வீட்டை விட்டு வெளியில ஓடியே வந்துட்டேன். அப்புறம் பேய வெரட்டுனாக. அப்ப எங்க மாமா விழுந்த கெணத்த நோக்கி ஓடினாரு. சித்தப்பா, பெரியப்பா மாருக கூடவே ஓடினாக. பாதி தூரம் ஓடிக் கீழே விழுந்துட்டாரு. அப்புறம் அவசரமாத் தூக்கி வந்து வீட்டுக்குக் கொண்டாந்துட்டாங்க. நாளாக நாளாகச் சரியாடிச்சு.

குப்பேன்னு எங்க சொந்தக்காரு. அவரு சின்ன வயசிலேருந்து ஆடுக மேய்க்கிறதுதான். ஒருநாள் ஆடுகளக் கெடயில போட்டுட்டு எழுமலை செகண்டு சோவுக்குத் தனியா படம் பார்க்கப் போயிட்டு கம்மா வழியா வந்திருக்காரு. அப்ப அவருக்குப் பின்னாடி மல்லிகைப் பூ வச்சுக்கிட்டு வெள்ளச் சீலையைக் கட்டிக்கிட்டு சலக் சலக்குன்னு கொலுசு சத்தத்தோட அவரு பின்னாடியே ஒரு உருவம் வந்திருக்கு. திரும்பிப் பார்க்கும்போது அந்த உருவம் மறஞ்சு போய்டுமாம். இப்படியே அவரைத் துரத்திக்கிட்டு வந்திருக்கு, இவருக்குத் தெரிஞ்சு போய்ச்சு, ஏதோ பின்னாடி ஒண்ணு தொரத்திக்கிட்டு வருதுன்னு. அந்த உருவம் மறஞ்சு நாய் உருவத்துல வந்திருக்கு. இவருக்கு முனைவிட்டை சாமியாடிருச்சு. ரெம்ப பயப்பட ஆரம்பிச்சுட்டாரு. வேகத்தைக் கூட்டி ஓடிப் போயி கிணத்துல விழுந்துட்டாராம். விடிய விடிய கெணத்துல இருந்துட்டுக் காலையில வீடு வந்து சேர்ந்தாராம். இத எங்ககிட்ட சொல்லும்போது அரண்டவனுக்கு இருண்டதெல்லாம் பேயாம் – ன்னு நாங்க விழுந்துவிழுந்து சொல்லிச் சிரிச்சுகிட்டோம். அன்னையிலிருந்து அவரு செகண்ட் சோவுக்குப் போக மாட்டாராம். அப்படிப் போனா ஆளுகளோடு சேர்ந்து தான் போவாராம்.

மேல்சாதி ஆளுகதான் சொசைட்டி தலைவரா இருப்பாக. அவுக கொள்ளையடிக்கிறதுக்காக எங்க ஆளுககிட்ட லோன் மாடு வாங்கித் தரமோன்னு காசுகளை வசூல் பண்ணி நஞ்சா குஞ்சான்னு மாடுகளைக் கையில பிடிச்சுக் குடுத்துட்டாக. பாவம் எங்க ஆளுக ஏன் எதுக்குன்னு கேட்டா அடிச்சுருவாகன்னு எதித்துக் கேட்காம அந்த மாடுகள வளத்தாங்க. மேல்சாதி ஆளுக்கிட்டதான் தோட்டம் தொரவு இருக்கும். அவுக தோட்டத்தில மாடு மேய்க்க விட மாட்டாக. அதனால நைட்டுல ரெண்டு மணிக்கு மேல பன்னருவா எடுத்துக்கிட்டுப் புல்லறுத்துக்கிட்டு வருவாக. சில நாளைக்குக் கூளத்தை அள்ளிக்கிட்டு வருவாக இப்படியே அந்த நஞ்சா குஞ்சா மாடுகள மேச்சிட்டு வந்தாக. அதுல சில மாடுக செத்தும் போயிடுச்சு. பாவம் பாலைக் கறந்து கடனை அடைக்க முன்னாடி செத்துருச்சு. நோஞ்சவனைக் கொழுத்தவ அடிச்ச கதை மாதிரிதான். இப்படியே ஒவ்வொரு நாளும் சக்கிலியர்களுடைய ரத்தத்தை உறிஞ்சிக் குடிச்சிக்கிட்டே இருந்தாங்க. இந்த ஜென்மம் என்னைக்கு திருந்தப்போவுதோ!

குண்ணுவார்ப்பட்டியில ஒரே ஒரு சக்கிலிய வீடு இருந்தது. அந்த ஊட்டுக்காரக எங்க ஊருலிருந்து அந்த ஊருக்குத் தோட்டி வேலை செய்ய போனவுக அங்க தங்கிட்டாக. ஒரு நாள் பவுன் பெரியப்பாவின் பொண்டாட்டி நிற மாசமா இருந்து பிள்ளைய பெக்க முடியாம செத்துட்டாக. விசயம் கேள்விப்பட்டு ஊருலிருந்து நம்ம ஆளுக திரண்டுபோனாங்க. அந்தப் பெணத்தை மாட்டுவண்டியில செல்லாண்டி பெரியப்பா ஓட்டிக் கிட்டு வந்தாரு. ஊட்டுக்குக் கொண்டுவந்த பெறகு ஆணும் பெண்ணும் சேர்ந்து அழுதாக. எழவு விசாரிக்க மேச்சாதி ஆளுக வந்தாக. அவுக காலுல விழுந்து அஞ்சு பத்தென்று வாங்கினார் பவுன் பெரியப்பா. ஊருக்கு வடக்கே பக்கமா இருக்கிற சுடுகாட்டுல அப்படியே பொதைக்காம மகாலிங்க தாத்தா பிளேட வச்சு வகுத்த கிழிச்சுக் குழந்தையைத் தனியா எடுத்து அம்மாவையும், குழந்தையையும் சேர்த்துப் புதைச்சாக. அதப் பார்த்துட்டு எங்க வீட்டுல படுக்கும்போது அம்மா கூட ஒட்டிஒட்டிப் படுத்துக்கிருவேன். ஆடி மாசக் காத்துல காத்து விர் விர்ருன்னு அடிக்கும். பகல்லே ஆளுகவே பார்க்க முடியாது. கதவ இழுத்து அடைச்சு பூட்டிருவாக. நைட்டுல சொல்ல வேண்டிய தேவையேயில்லை. நைட்டு ஒரு மணிக்கு அந்த வண்டிமாட்டுச் சத்தம் கடகடவென்னு கேட்குமாம். அந்த பெணத்தைக் கொண்டுவரும்போது வண்டி மாடுக முறத்தள்ளி கீழே உட்காந்திருச்சாம். அப்பகூட வந்த ஆளுக எலுமிச்சம்பழத்தை நாலா அறுத்துத் தூக்கிப் போட்டுக்கிட்டே வருவாகளாம். அதனால எங்க தெரு பொம்பளைக நைட்டுல

பயந்துகிட்டு ஒண்ணுக்குக் கூட எந்திரிக்க மாட்டாங்களாம்ன்னு குப்பாயி பாட்டி சொல்லும். இதனாலேயே பல வருசமா ஆளுக தெருவில படுக்க மாட்டாங்களாம். கர்ப்பிணியோட எறந்தவங்களுக்குக் கல்லிலே தொட்டில் செஞ்சு நடுவாங்களாம். இன்னைக்கும் அந்தக் கல்லைப் பாக்கும்போது எனக்கு அந்த ஞாபகம் வருது.

ஊருக்குத் தெக்கிட்டு நாயக்கரு தோட்டத்திலே ஒரு கல்லு இருக்கு. அந்தக் கல்லு சாதாரணமான கல்லு இல்லையாம். முனி உட்காரும் எடமாம். நைட்டுல மள்ளப்புரத்துக்கு மேக்கு இருக்கிற ஆலமரத்திலிருந்து முனி புறப்பட்டுக் கல்லுப்பட்டி சினிமா தியேட்டருக்குக் கெழக்குக் கண்மாய்க்குள்ள ஒரு பெரிய தூண் கல்லு இருக்கு, அங்க வந்து உட்கார்ந்துட்டு அப்புறம் நாயக்கரு தோட்டத்துல இருக்கிற கல்லுல உட்கார்ந்துட்டு நேரா செல்லாயிபுரத்துக்குத் தெக்கே இருக்கிற ஆலமரத்துக்க போயிடுமாம்.இப்படித்தான்னு நடந்த விசயத்தைப் பத்தி தெலுங்குல பேசுனாக: "நா மணறாளு வீரம்மா. ஒக நாளு நாயக்கரு தோட்டகி பணிக்கு போய் அவ்வுடு ஓடத்தெறகு தா போவாள அவ்வுடு ஓட வெறு செகதிக உண்டு. அவ்விடு இ... வீரம்மா, கால முழுசது செகதிக உடுதின்கு ஆ ராயின்னு போயி காலுத்த போயி துடிசிடு போயிட அத பணி முடிஞ்சி ஒச்ச போதே முனி மொத்தி சச்சி போய தாணி ஜாக்கெட்டுத் தா அழிசி சூசேம்போது அஞ்சு விரல் தடம் படிண்டா... தாண உண்டி பெத்த மனசிலி முனி பாய்ச்சல் உடுத செப்புத்தரு"ன்னு சொன்னாக.

"என்னுடைய மருமக வீரம்மா ஒரு நாளு நாயக்கரு தோட்டத்துக்கு வேலைக்கு போயிருக்கா. ஓடை வெழியா போகணும். அப்போது ஓட வெறும் சகதியா இருந்துச்சு. அப்போ கால்ல இருக்கிற சகதியை அந்தக் கல்லுல காலை இழுகி செகதி துடைச்சிட்டுப் போச்சு. வேல முடிஞ்ச வரும்போது முனி அடிச்சு அஞ்சு விரல் தடம் பதிஞ்சிருச்சு. ஜாக்கெட்ட அவித்துப் பாக்கும்போது அந்த அஞ்சு விரல் தடம் இருந்தது. அந்த முனிப் பாய்ச்சல் கல்லுன்னு பெரியாளுக சொல்லுவாங்க"ன்னு பாட்டி குப்பாயி சொல்லுச்சு.

ஓலைப்பட்டிக்கு வடக்கே தள்ளி பெரிய ஓடையிருக்கு. இப்ப பாலம் கட்டியிருக்காக. சுமார் இருபது வருசத்துக்கு முன்னாடி பாலம் கெடையாது. மழைக்காலத்துல அந்த ஓடையில நிறைய தண்ணி வரும். மூணு ஓடைத்தண்ணியும் ஒரே ஓடையில வர்றதனாலே ஆளுக இந்தக் கரையிலிருந்து அந்தக் கரைக்குப் போக மாட்டாக. அரிச்சுட்டு போயிரும்ன்னு. அதனால ஒரு

நாளைக்கு ரெண்டு பஸ்சுதான் எங்க ஊருக்கு. மழை பேஞ்சா அதுவும் வராது. ஓலைப்பட்டி பஸ் ஸ்டாப்பில எறங்கி கெழக்காம எங்க ஊரு.

ஊருக்குள்ள நுழையும் எடத்துல பள்ள ஊடு காலனி இருக்கு. அதுக்கு அடுத்து ஊரணி இருக்கு. அந்த ஊரணிக் கரையைச் சுத்தி ஆம்பளைங்க பீ பேளுவாக. நைட்டுல ரோட்டுலதான் இருப்பாக. எங்க தெருவ வொட்டி நுழையுற எடத்து ரோட்டில வெறும் பீக்காடுதான். அந்த வழியத்தான் போகணும் வரணும். அந்தப் பீக்காடுக்குள்ள. இன்னைக்கும் அப்படித்தான். எங்க ஊருக்கு மேக்குட்டு குண்ணுவார்ப்பட்டிக்குப் போற பாதையில இருக்குது மூணுசாமி கோயில். இங்கன பெரிய ஆலமரம் இருக்கு. சுந்தர மகாலிங்க கோயில் மலையில பேயுற மழைத்தண்ணி, கருப்பசாமி கோயில் மலையில பேயுற மழைத்தண்ணி, வருச நாட்டு மள்ளப்புரத்திற்கு மேற்குட்டு மலையுல பேயுற மழைத்தண்ணி, இந்த மூணு மலையில பேயக்கூடிய மழைத்தண்ணி மூணுசாமி கோயில்ல வந்து ஜாயின்ட் ஆகும். இந்த எடம் பெரிய ஆழமாவே இருக்குமாம். இந்த மூணுசாமி மலைக்கோயில ராமைய்யா மலை தோப்புன்னு சொல்லுவாக. அதை மணியார்மார்க காவல் பாத்தாங்களாம். இந்தக் கோயிலுக்கு மேக்கே நாகம்மா காட்டுப் பனை இருக்கு. காலை, மாலை ரெண்டு நேரத்திலே கள்ளு எறக்குவாக. அப்ப எல்லா பனைமரத்திலயும் மண்பானை கட்டித் தொங்க விட்டிருப்பாக. கள்ளு குடிக்க வர்ற ஆளுக எழுமலை, சீல்நாயக்கன்பட்டி, கோட்டைப்பட்டி, கோடிநாயக்கன்பட்டி, தாடையம்பட்டி இப்படி இத்தனை ஊர்களிலிருந்து கள்ளு குடிக்க வருவாக. சில பேரு தூக்குவாளியில வாங்கிட்டுப் போவாக. அந்தப் பகுதியில கள்ளு வாசனையும் பனம்பழம் வாசனையும் இருக்கும். மூணுசாமி கோயிலுக்கு மேநாட்டுக்காரக வந்து சாமி கும்பிடுவாக. பாலக்கோம்பை, தெப்பம்பட்டி ஊர்களிலிருந்து நாயக்கர்க வருசத்துல ஒருநாள் மாசிப் பச்சை அன்னைக்குக் கோயில வந்து ரேடியோ கட்டி பந்தல போட்டு, பொங்க வச்சு, கெடா வெட்டிச் சாப்பிடுவாக. கெடாக்கறி சோறு வாங்க எங்க ஆளுக சட்டி பானையைக் கொண்டுக்கிட்டு அந்த மதிய வெயில்ல வந்து நடந்துபோயி சோறு வாங்கிட்டு வருவாக. கல்உரல்முனியாண்டிக் கோயிலுக்கு ஒத்தையில யாரும் போக மாட்டாக. மலங்காடு வேலைக்குப் போறவுக ஆளுகளோடு சேந்துதான் போவாங்களாம். அந்தக் காலத்தில புளியந்தோப்பு, மாந்தோப்புன்னு நெறையா இருந்துச்சாம். அது வனமா இருந்துச்சாம். நான் சின்னப் பையனா இருக்கும்போது மாடு மேய்க்க மலங்காட்டுப் பக்கம் போவோம். சொரக்குடுக்கையில கூழு ஊத்திக்கிட்டுப் போவோம். மதிய வெயிலுக்கு மாடுகள

ஊரணியில விட்டுட்டுச் சொரக்குடுக்கையில கொண்டு போன கூழக் கரைச்சுக் குடிச்சிட்டுச் சாயங்காலம் ஆறு, ஏழு மணிக்கு ஊட்டுக்கு வருவோம். அப்ப மாடு மேய்க்கும்போது சின்ன குடிசை மாதிரி வீடுக இருக்கும். அந்த ஊட்ல ரெம்ப வயசானவுக பிட்டி பிட்டின்னு முழிச்சிக்கிட்டு இருப்பாங்களாம். அவுகள, நெல் போடும் குலுக்கை மாதிரி இருக்கும் அதுல தூக்கி வச்சிச் சின்ன விளக்கு வச்சிருவாங்களாம். அதுல அவுக இறந்துடு வாங்களாம். அது மண்ணோட மண்ணாகி மக்கிப் போகுமாம். அத நாங்க மாடு மேய்க்கப் போகும்போது ஒரு குலுதாடி மாதிரி தெரிஞ்சிச்சு. நானும், என்கூட மாடு மேய்க்க வந்தவனும் ரெண்டு பேரும் சேர்ந்து தோண்டினோம். மாட்டுக்கு குலுதாடி தேவைப்படும்ன்னு தோண்டாம அத அப்படியே தூக்கும்போது பிஞ்சிபோச்சு. அததான் மதமதக்கத் தாழின்னு சொல்வாங்கன்னு தாத்தா மகாலிங்கம் சொன்னாரு. அப்ப நான் கேட்டுக்கிட்டு இருந்தேன். அப்ப எனக்கு ஒரு ஞாபகம் வந்தது. சிந்துவெளி நாகரிகத்துல முதுமக்கள் தாழி கண்டெடுத்தது, திருநெல்வேலி மாவட்டத்தில் ஆதிச்சநல்லூர்ல ஏகப்பட்ட முதுமக்கள் தாழிய வரலாற்று ஆய்வாளர்கள் கண்டு பிடிச்சதாகப் புத்தகத்தில் படிச்ச ஞாபகம் வந்துச்சு.

இப்படித்தான் குன்னுவார்ப்பட்டி இருக்குமாம். அதுக்கு முன்னாடி சிட்டிலிங்காபுரம், செவலிங்காபுரம்ன்னு ரெண்டு ஊரும் இருந்துச்சாம். அங்க நாயக்கர், பெரியம்மா, பெரிய நாயக்கர் தான் இருப்பாங்களாம். சிட்டிலிங்காபுரம், செவலிங்காபுரம் ரெண்டு ஊருலயும் களியாட்டம் நடக்க போகுதய்யான்னு வெள்ளக்குண்டன்ன சாட்டுவாராம்.

இந்தப் பகுதிகளெல்லாம் சாப்டூர் ஜமீனுக்குச் சொந்தமான எடமாம். அவுகதான் எங்க ஊருக்கு மேக்குப் பக்கம் மலையடிவாரத்துல மண்டபம் கட்டுனாங்களாம். சக்கம்மாள் கோயில் கட்டுனாங்களாம். இப்பயும் மண்டபம் ஒட்டி ஒரு நாயக்கர் ஊடு இருக்கு. அவுகதான் சக்கம்மா கோயிலையும் மண்டபத்தையும் பாத்துக்கிறாங்க. செல்லாண்டி அம்மன் கோயில்ல சுத்தி கத்தாழையா இருந்துச்சாம். பள்ளர்க அந்தக் கத்தாழைக்குள்ள எலிப்பொந்துகள் தோண்டும்போது மம்பட்டியில கணீர்ன்னு சவுண்ட் கேட்டுச்சாம். தோண்டுனவுக ரெம்ப ஆர்வமா தோண்ட ஆரம்பிச்சாங்களாம். அப்ப செல தெரிஞ்சதாம். செல "நான் பெறந்து வளந்ததெல்லாம் மலையாளம். என்னைய்ய கோயில் கட்டிக் கும்பிட்டா நல்ல செல்வாக்கு கொடுப்பேன்"னு குரல் கொடுத்துச்சாம். இந்தச் செலய அப்படியே வச்சிட்டுப் போயிட்டாங்களாம் பள்ளங்க. இந்த விசயம் எப்படியோ ஊருக்குள்ள தெரிஞ்சிருச்சு.

இதைக் கேள்விப்பட்ட நாயக்கர்களும் தேவரும் அந்தச் செலய எடுத்துக் கோயில் கட்டிக் கும்பிட்டாங்களாம். அதனால பள்ளங்க இந்தக் கோயிலிலிருந்து மண்ணை எடுத்து வச்சி கும்பிட்டாங் களாம். அந்த ஊருக்குச் செல்லாயிபுரம்ன்னு பேரு வந்துச்சாம். அந்தக் காலத்துல சிட்டிலிங்காபுரம், செவலிங்காபுரம் ரெண்டு ஊரிலிருந்து சாமி கும்பிட மூணுசாமி கோயில் ஓடை வழியா வந்து கோயிலுக்கு மறுபானை கொண்டு வருவாங்களாம். அதனாலதான் இந்த ஓடைக்கு மறுபானை ஓடையின்னு பேரு. இப்ப மறுபானை ஓடையில பாலம் கட்டியிருக்காக.

மலைக்கு அடிவாரத்துல மண்டபம் கட்டியிருக்காங்க. நாயக்கர் குதிரைகள் பராமரிக்கிற வேலைதான் நோஞ்சான் தாத்தா வேலை. இவரு சக்கிலிய குடும்பத்தில பெறந்தவரு. குதிரயக் குளிப்பாட்டுறது, குதிரைக்கு மணிவாரு தச்சுக் கொடுக்கிறது இவரோட வேலை. ஒரு நாள்ல குதிரைக்குப் புல் அள்ளிப்போடும்போது குதிர ஓதச்சுக் கீழ விழுந்து உயிருக்குப் போராடியிருக்கிற நிலையில நாயக்கரு கூட வேலை பாத்த ஆளுகிட்ட நான் செத்துட்டா ஏன் குடும்பத்தை யாரு வச்சுக் காப்பாத்துவான்னு கேட்டாராம். அதுக்கு நாயக்கருக்கு வேலை பார்த்தா ஆளுகிட்ட கல்உரல் முனியாண்டி சாமி கும்பிட வருவாக. உனக்குன்னு தனியா கறி வச்சு, சாமி கும்புடுவாக. உன் குடும்பத்துக்குச் சக்கம்மா நல்ல அருள் கொடுக்கும்ன்னு சொல்லிட்டாராம். அதிலிருந்துதான் இன்னைக்கு முனியாண்டி கோயிலுக்குச் சாமி கும்பிடறவுக கெடா, சேவ அறுக்குறவுக, ஈரலை மட்டும் தனியா எடுத்துத் தீயில் சுட்டு, வாழை எலையில சாப்பாடு கொழும்பு ஊத்தி நோஞ்சான் தாத்தாவைக் கும்பிடற பழக்கம் வந்துச்சாம்.

ooo

தீண்டாமைக் கொடுமையை நாலாவது படிக்கும்போதே அனுபவிச்சிருக்கேன். பள்ளிக்கூடத்தில நாயக்கரு, தேவமாரு, மற்ற சாதிப்பிள்ளைக நிறைய படிப்பாக. சக்கிலியப் பிள்ளக ஏனோ தானோமாத்தான் படிப்பாக. அப்ப ஸ்கூல மேச்சாதி பிள்ளைக வாத்தியாருக்கு முன்னாடி ஒட்காந்திருப்பாக. எங்க பசங்களப் பின்னாடி உட்கார வச்சிருப்பாரு வாத்தியாரு.

ஒருநாள் நாயக்கரு பயன ஸ்கூல விடுறதுக்கு அந்தப் பயனோடு அப்பா வந்திருந்தாரு. “மாதிய போடுளு கூட கூண்டாகான. தள்ளி கூண்டி பாடுறான்னு” சக்கிலிய பசங்களோடு உட்காராம தள்ளி ஒக்காந்து படின்னு தெலுங்குல சொல்லிட்டுப் போனாரு. அத வாத்தியாரு கண்டுக்கிறாம இருந்தாரு.

ஸ்கூலுக்கு மேக்கே தெருவுல பூராவும் நாயக்கரு வீடுக. அந்தப் பக்கமா எங்க ஆளுக செருப்பு போட்டு நடந்து போகக் கூடாது. அப்படியே செருப்பு போட்டு வந்தா அந்தத் தெருவுக்குள்ள வரும்போது கையில செருப்பைக் கழட்டிக்கிட்டு வரணும். சரியான வெயில்ல எங்கோ போயிட்டுக் கிறுகிறுத்துபோயி எங்க தாத்தா கந்தன் வந்தாரு. மதிய சாப்பாட்டுக்குப் பசங்களோடு விளையாடிக்கிட்டிருந்தேன். இந்தத் தெருவுக்குள்ள வரும்போது கையில இருக்கிற துண்டை ஒரு கையில வச்சிக்கிட்டு இன்னொரு கையில செருப்பைத் தூக்கிக்கிட்டு வந்தாரு. அந்தத் தெருவ விட்டுத் தள்ளித் துண்டை தோள்ல போட்டுக்கிட்டுக் கால்ல செருப்ப மாட்டுனாரு. அப்ப ஏன் தாத்தா இப்படின்னு கேட்டேன். அதுக்கு "சம்சாரிகி மரியாதை இய்யவாள ரேதுத்த அப்போடுளு கண்ணு மூக்கு தெலகானா மொத்துத்துரு" – "மேச்சாதி ஆளுகளுக்கு மரியாதை கொடுக்கணும். அப்படி கொடுக்கலைன்னா வந்து கண்ணு மூக்குன்னு தெரியாம அடிப்பாங்க"ன்னு சொன்னாரு. கண்ணீரு வர்றது மாதிரி உணர்வு இருந்துச்சு. மேச்சாதி பசங்க தாத்தாவுக இப்படித் தோள்ல இருக்கிற துண்டையும் கால்ல இருக்கிற செருப்பையும் கையில தூக்கிட்டு வருவாங்களா? எனக்குள்ள கேள்வி எழுந்துச்சு. நானும் தாத்தாவும் வீட்டுக்கு வந்துக்கிட்டுருந்தோம். அப்ப எதித்தாப்பல இன்னொரு தாத்தா சுப்பன் வந்தாரு. அவரும் கையில ரெண்டு ஜோடி செருப்பைத் தூக்கிட்டு வந்தாரு. அந்த சமயத்தில தாத்தா

கந்தே
ஓரே சுப்பா . . . ஏ சாமி ஊரு செப்பலு
என்னடா சுப்பா எந்த சாமி செருப்புன்னு கேட்டாரு.
அப்ப சுப்ப தாத்தா
ஏரா கந்தா மௌனமய்ய செப்புலு
வாரு தெகி போயே தாத்தே செம பண்ணி
கொத்த வாரு வேசி கொண்ணி போயேன்னு
ஓன்னடா இந்த மௌன மய்ய செருப்பு

தோலு அறுந்து போச்சு, அதெச் சரி பண்ணி புதுத் தோல் போட்டுக்கொண்டு போறேன்னு சொன்னார்.

அப்ப எனக்கு வெந்த புண்ணுல வேல வச்சி குத்திப் போட்டது மாதிரி இருந்துச்சு. மேச்சாதி பெரிய மனுசங்க இப்படி செருப்பு தெக்கிறது, எழவுசொல்றது இந்தமாதிரி வேலையைச் செய்வாங்களான்னு ஒரு கேள்வி எழும்பிச்சு. எனக்கு அந்த வயசுல ஒண்ணும் புரியல. நானும் தாத்தாவும் ஊட்டுக்கு வந்திட்டோம். ஊட்ல உருமிக்கு நனைச்சு ஆட்டுத் தோலை செம பண்ணிக்கிட்டு இருந்தாரு. அது பக்கத்துல புளியங்கொட்டையை அரச்சு வச்சுருந்தாரு. உருமித் தட்டு போடுறதுக்கு இந்த வேலையைப் பண்ணிக்கிட்டுருந்தாரு.

அப்புறம் ஸ்கூல ரெண்டாவது மணி அடிச்சாங்க. நான் ஸ்கூலுக்குப் போயிட்டேன்.

வழக்கமா காலையில வெள்ளன நாயக்கமாரு ஆளுக தோட்ட வேலைக்கு ஆள் கூப்பிட எங்க தெரு நுழையுற எடத்தில ஸ்கூல்கிட்ட நிண்டுகிட்டு தெருவுல போற வாற ஆளுககிட்ட சொல்லி அனுப்புவாக. சில சமயத்தில் எங்கத் தெரு சின்னப் பிள்ளைகிட்ட சொல்லி அனுப்புவாக. ஏன்னா எங்க தெருவுக்குள்ள ஊடு தவறாம செத்த மாட்டைத் தூக்கிட்டுவந்து உறிச்சுச் சாப்பிட்ட மிச்சக் கறிகளை வீட்டுக்கு முன்னாடிக் கயிறைக் கட்டி வெயிலுக்குக் காயப் போடுவோம். செல ஊட்டுக்காரங்க சோறு ஆறப்போடுற தட்டுல காயப் போடுவாக. எங்க ஊடு தகர வீடுங்றனதால அந்தத் தகரத்தில காயப் போடுவோம். காக்கா வந்து தூக்கிட்டுப் போயிரும்றங்கிறதினால நான் சில சமயங்களில் காவலுக்கிருந்திருக்கேன். ஸ்கூல மத்தியானத்துக்கு மேல லீவும் போட்டிருக்கேன். இப்படி காய வச்ச கறிகளைச் சேத்து வைப்போம். அப்பயெல்லாம் எங்க ஊட்ல நைட்டுல களிதான். அந்த களிக்கு இந்தக் காய்ஞ்சு போன கறிகளைக் கொழம்பு வப்பாக. பகல்ல கூழுதான். இந்தக் கூழுக்குக் காய்ஞ்சு போன கறிகளை வடைச் சட்டியில வறுத்து அதோட வத்த உப்பு சேர்த்து அரைச்சுத் தொவையல் கொடுப்பாக எங்க அம்மா. கூழுக்கும் அந்த கறித்தொவையலுக்கும் அவ்வளவு அற்புதமா இருக்கும். மதிய நேரத்தில கூழு இல்லையன்னா கேப்பை மாவைத் தட்டி ஒரட்டி போடுவாங்க எங்க அம்மா. அப்போ ஒரட்டி போடுறதுக்க தோசைச் சட்டியில எண்ணெய்க்குப் பதிலா சேர்த்து வச்சிருந்த மாட்டுக்கறிக் கொழுப்பை தோசை சட்டியில போட்டு ஒரட்டி சுடுவாங்க. இப்போ ஃபாஸ்ட் ஃபுட்ல சாப்பிட்டாலும் அந்த டேஸ்ட் வராது.

ஒருநாள் காலையில ஆறுமணியிருக்கும். தெருவுல கஜகஜன்னு இருந்துச்சு. அப்போ நான் நல்லா தூங்கிட்டு இருந்தேன். தேவமாரு மாடு மலயில மேய்ஞ்ச்க்கிட்டு இருக்கும் போது பாம்பு கடிச்சு இறந்துபோச்சு. அதச் சொல்றதுக்கு தேவமாரு ஆளு எங்க தெருப்பக்கம் ஆளுகளத் திரட்ட வந்தாரு.

கத்தித்த எத்றா சுப்பா
கட்ட களத்தா எத்றா வீரா
ஆட்டகள எத்றா கந்தா
உளி சுத்றா குப்பா
கத்தி எடுறா சுப்பா
கம்ப எடுறா வீரா
சட்டிப் பானையை எடுறா கந்தா
கத்திய எடுற சுப்பான்னு
பேச்சுச் சத்தம் கேட்டுக்கிட்டு இருந்துச்சு.

அப்ப ஊட்ல நானும் எங்க அம்மாவும் மட்டும்தான் இருக்கோம். எங்க அப்பா பாறைப்பட்டிக்கு எழவு வீட்டுக்கு நாதஸ்வரம் வாசிக்கப் போயிட்டாரு. எங்க பெரிய அண்ணன் மகாலிங்கம், சின்ன அண்ணன் பிலாவடி ரெண்டு பேரும் அதே ஊருக்கு ஆட்டத்துக்குப் போயிட்டாக. எனக்கு நேர மூத்த அண்ணன் பாண்டி அண்ணனுக்கு உடம்பு சரியில்லாமப் போச்சு. அதனால எங்க அம்மா என்னை செத்த மாட்டைத் தூக்க ஆளுகளோட சேத்து அனுப்பிவைக்க எழுப்பினாக. நான் எந்திரிக்காம படுத்திருந்தேன். என்ன அடிச்சு உசுப்பி விட்டாக. எழுந்து மூஞ்சியைக் கழுவிட்டு எங்க தெரு ஆளுகளோட மாடு உரிக்கப் போனேன். மேக்கே மலயடிவாரம் போகணம். அதனால ஊட்லயிருந்து புறப்படும்போது மிளகாய், சின்ன சீரகம், உப்பு, பெரியாட்களுக்கு பீடி, போயலை கடையில வாங்கிட்டுப் போனோம். உலைப்பட்டி மேக்கே ஒத்த ஆலமரம் வழியா போனோம். மல ஓட்டிப் போயிட்டோம். அங்க செத்த மாட்டை நரி இழுத்துத் திங்காம இருக்கிறதுக்காக முள்ளுகளை வச்சு மாட்டுக்கு மேலே போட்டுருந்தாரு மாட்டுக்காரு. நேத்து சாயங்காலம் எறந்தது. வகுறுகிகுறு புவ்வென்னு ஊதிப் போயி இருந்துச்சு. அப்புறம் நாலு பேரும் சேந்து நாலு கால இழுத்து வச்சிக்கிட்டு அறுத்தாங்க. அதுல அநுபவம் உள்ள பெரியாளுக தான் கத்தியத் தீட்டிக்கிட்டு வேட்டியைக் கோவணம் மாதிரி கட்டிக்கிட்டு மொதல்ல நெஞ்சிலயிருந்து சென்டர் பாத்து அறுத்துக் கிழிச்சிக்கிட்டே வாலுவரைக்கும் கொண்டு வந்திரு வாங்க. அப்புறம் தோலை ரெண்டா வகுந்து நொரையீரல், கொலைக்காயி இதையெல்லாம் தனியா எடுத்து, இரத்தத்தையும் தனியா பிடிச்சு கொண்டுபோன பாத்திரங்கள்ல வெங்காயம், சீரகம், மிளகாய் போட்டு வேக வச்சுச் சாப்பிட்டோம். எல்லாரும் வட்டமா ஒக்காந்து ஆமணக்கு எலையிலதான் கறியைப் போட்டுச் சாப்பிட்டோம். அங்க வந்திருக்கும் அத்தனை பேருக்கும் கூறு போட்டு பகிர்ந்துகொள்ளும்போது கூறு போட்ட கறிகளை நான் கொண்டு போன சட்டி காணல. அதனால ஓடையில இருந்த காட்டு மொச்சி எலைகளப் போட்டு, அதுக்கு மேல கறியைப் போட்டு அதுக்கு மேல காட்டுமொச்சி கொலைகளைப் போட்டு மூடி கயிறை வச்சி கட்டி ஏந் தலையில வச்சிட்டாக. நான் அங்கிருந்து சுமந்திட்டு ஆளுகளோட சேந்து வந்துகிட்டே இருந்தேன். அப்ப சரியான வெயில். மதியம் ரெண்டு மணி இருக்கும். கால்ல செருப்பு வேற கெடையாது. நெறிஞ்சி முள்ளுக குத்திச்சு. கீழ குனிஞ்சி எடுக்கவும் முடியாது. அதனால காலுல இழுகிக்கிட்டேன். கொஞ்ச தூரம் தள்ளி வந்துடனே பெரிய ஓட, அந்த ஓட வெறும் அக்கினியா இருந்துச்சு. தலையில வச்ச சொமையிலிருந்து வெறும் ரத்தமா ஒழுகிச்சு. ஏ மூஞ்சி

யெல்லாம் ரத்தமா வடிஞ்சிச்சு. உடம்பெல்லாம் ரத்தமா ஒழுகிக்கிட்டிருந்துச்சு. எனக்கு முன்னாடி ஆளுக வேகமா நடந்து வந்துட்டாக. பின்னாடி ஆளுகளும் இடையே நிழலுக்கு நின்னுட்டாக. நான் மட்டுந்தான் தனியா வந்திக்கிட்டுயிருந்தேன். எனக்கென்னா ஒரே பயமா போச்சு. கறிய கொண்டு தனியா போனா பேயும் கூட வந்து நம்மள அடிச்சுப் போட்டுட்டுக் கறிய எடுத்து சாப்பிடுமின்னு தாத்தா சொன்னத நெனைச்சு எனக்கு ரெம்ப பயமா ஆயிடுச்சு. ஆளுக நடமாட்டம் இல்லை. ஏம் மனசுல பதக்கு பதக்குன்னு ரெம்ப பயமா ஆயிடுச்சு. அப்புறம் ஒத்த ஆலமரத்துல இறக்கி வச்சிட்டு ஆளுக வர்றத எதிர்பார்த்துதான் அவங்களோடு சேர்ந்தேன். ஊருக்குள்ள அப்படியே வந்தா கேவலமா பார்ப்பாங்க, பேசுவாங்கன்னு நெனைச்சு ஊருக்கு வெளியே வந்து எங்க தெருவுக்குள்ள வந்துட்டேன். அன்னைக்குக் கொழம்புக்கு உண்டான கறியை எடுத்துட்டு மத்த கறிகளத் துண்ட துண்டமாய் அறுத்துத் தகரத்துல காயப் போட்டுட்டோம்.

செல ஊடுகளில கொழுப்பை வட சட்டியில போட்டு காய்ச்சி பாட்டில ஊத்தி வச்சிருவாக. மதிய நேரத்தில கேப்ப மாவோடு மிளகாயைக் கீறி ரொட்டி போடுறதுக்கு, காய்ச்சி எடுத்த கொழுப்ப ஒரு துண்டம் போடுவோம். அது எளகிய வுடன ரொட்டி சுடுவோம். இன்னும் செல ஊட்டுல செருப்பு தைக்கிறதுக்குக் கொழுப்பை மூங்கி வெட்டி (டப்பா வடிவத்திலே) கொழுப்ப போட்டு வச்சிருவாக. செருப்பு தைக்கும் போது ஆற எடுத்துக் குத்தும்போது ஒரு செல செருப்புகள்ல போகாது, அந்த மாதிரி செருப்புகளுல கொழுப்பு தடவிக் குத்தும்போது ரெம்ப ஈசியா போயிடும். இதுக்குத்தான் அந்தக் கொழுப்பு. செருப்பு தைக்கிற ஊட்டுல எல்லாருமே ஆறம், கூட்டம் வச்சிருப்பாக. ஆறம்ன்னா ஊசியா இருக்கும். (செருப்பு தைப்பதற்கு) தெலுங்குல கூட்டம் அப்படின்னா செருப்பு அடிக்கப் பயன்படுத்துகிற இரும்பு.

சம்சாரிக காணி வேல பார்க்குறவ கிட்ட கமலை, மணி வாரு செருப்பு தைக்கப் போடுவாக. சாம்சாரி ஊட்ல மாடுக எறந்துச்சுன்னா இந்தக் காணி வேல பார்க்கிறவகத்தான் தலைவர் மாதிரி நிண்டு மாடு உரிக்க ஆளுகளத் திரட்டுவாரு. அதுமாதி சம்சாரி ஊட்ல நல்லது கெட்டது ஆயிடுச்சுன்னா இந்தக் காணி வேல பார்க்குறவ எழவு சொல்லணும், பாடை கட்டணும், பெணம் எரிக்கணும். இந்த மாதிரி வேலைகளைச் செய்யணும். அவுக தெருவுல நாயி எறந்து போனாக்கூட அதத் தூக்கிட்டு வந்து கம்மாயுக்குள்ள போடுறது எங்க ஆளுகதான். நான் மூணாவது படிச்சிக்கிட்டு இருக்கும்போது எங்கண்ணே

நாலாவது; ஒரே ஸ்கூல்ல படிச்சிக்கிட்டு இருந்தோம். அப்போ நாங்க படிக்கிற இந்து நாடார் ஸ்கூல்ல தேவமாரு, நாயக்கருதான் நெறைய படிப்பாக. அப்ப வேற சாதி பய்ய எங்கண்ண கால மிதிச்சிட்டான். அப்ப ஏண்டா மிதிச்சன்னு ஒழுங்கா மன்னிப்பு கேளுடான்னு எங்கண்ணே கேட்டான். அதுக்கு ஏண்டா சக்கிலியப் பயலே என்னையவாடா மன்னிப்பு கேட்கச் சொல்றன்னு, இரு எங்கப்பங்கிட்ட சொல்லி என்ன பண்றேன்னு பாருன்னு சொன்னான்.

மதியம் சாப்பாடுக்கு மணி அடிக்கவும் அவெ அப்பங்கிட்ட சொல்லிப்பிட்டான். அவெ அப்பெ வேட்டியைத் தூக்கிட்டு எங்கண்ணனை, எங்க பசங்கள அடிக்க வந்துட்டாரு. நாங்க இப்படித்தான் அடிக்க வருவாருன்ட்டு பள்ளிக்கூடத்துக்கு வராம ஊட்டுக்குள்ள ஒளிஞ்சிக்கிட்டோம். ஏன்டா சக்கிலியப் பயலே மானா சூனா வாய்க்கு வந்த படியே பேசிக்கிட்டு எங்க தெருவுக்குள்ள வந்து ஊட்டுக்கு வந்துட்டாரு. எங்க தாத்தா என்னங்க சாமின்னு கேட்டாரு. ‘எங்கே உம் பேரன்? ஏம் பையன்னா கை நீட்டி பேசுனாப்பலாம்மே அவனை வெளிய வரச்சொல்லி அடிக்காம போக மாட்டேன்’னு அடம்பிடிச்சாரு. நாங்க ஊட்டுக்குள்ள ஒளிஞ்சிக்கிட்டோம். ரெம்ப பயமா போச்சு. பயலுக வந்தா சொல்லி அனுப்பறேன் சாமின்னு சொல்லி சமாளிச்சாரு. அவரும் வீல்வீல்ன்னு கத்திட்டு போயிட்டாரு. அப்புறம் ஊட்டுக்குள்ள ஒளிஞ்சிருந்த நாங்க வெளிய வந்தோம். எங்க தாத்தா எங்களை மிரட்டினாரு. “சம்சாரிக கண்ணு மூக்கு தெளகான மொத்தி வேத்திரு. இங்க மேலு ஓக போடுலு கூட வம்பு குஞ்ச ஒத்து” மேச்சாதி ஆளுக கண்ணு மூக்கு தெரியாம அடிச்சுப் போடுவாக. இனிமேல் எந்த பசங்களோடும் வம்பு இழுக்காம படி. இல்லையன்னா ரெண்டு மாடைக் கட்டி மேயின்னாரு. அப்புறம் ரெண்டு நாளா நான் ஸ்கூல் பக்கமே போகலை. லீவ் போட்டுட்டேன்.

உருமி அதிர்வில் எனது தாத்தா

உருமிங்கிறது வெறுமென அது ஒரு கிராமிய இசையல்ல. அது ஒட்டுமொத்த சமூக பண்பாடு நிகழ்வில் நிகழ்த்தக் கூடியது. பிறப்பு முதல் இறப்பு வரைக்கும் இந்த கிராமியக் கலைகளும் கருவிகளும் பயன்படுகிறது. இன்றைக்கு *Media Communication* படிக்கிறோம். ஆனா அந்த காலத்துல இந்த *Folk Music* தான் கிராம மக்களுக்கு தகவல் கொடுக்கிற கருவியாக இருந்துச்சு. மனிதர்களின் இறுதிச் சடங்கில் கூட இந்த உருமியின் அதிர்வு ஒருவிதமான மனதை இறுகப் பிடித்துவிடும்.

எங்க தாத்தா கந்தன் அவுக காலத்துல ஒத்தப்புரம், கட்டக்குச்சி நாதஸ்வரம், சிங்கி, செல்லாண்டி அம்மன் கோயிலுக்கு வாரம் வாரம் செவ்வாய்க் கெழமையன்னைக்கு வாசிப்பாக. அதுக்குச் சம்பளமா ஊட்டுக்கு ஊடு கம்பு, சோளம் கொடுப்பாக. கோயிலுக்கு வாசிச்ச கலைஞர்களுக்கு சாப்டூர் ஜமீன்தார் செல்லாயிபுரத்துக்குத் தெக்கே ஒரு ஏக்கர் நெலங் கொடுத்தாங்கன்னு தாத்தா மகாலிங்கம் அடிக்கடிச் சொல்வாரு. அதெல்லாம் நாயக்கருக பிடுங்கித் திண்டுட்டாங்க.

கந்தன் தாத்தா சீசன் இல்லாத நேரத்துல ஊட்ல உருமியை அடிச்சுப் பார்ப்பாரு. ஒரு தடவை ஊட்டுக்கு முன்னாடி அடிச்சிக்கிட்டு இருந்தாரு.

டிவ் டட்டா டிவ் டட்டா ன்னு வாசிச்சிக்கிட்டு இருந்தாரு. அப்ப சரியா டிவ் டிவ் ன்னு சத்தம் வரல. நாயக்கரு தெருவுல மாட்டுவண்டி சக்கரத்துல கருப்பா இருக்கும். அதெ பேப்பர்ல எடுத்துட்டு வா ன்னு தாத்தா அனுப்பி வச்சாரு. நானும் பேப்பர்ல

எடுத்துட்டு தாத்தா கிட்ட கொடுத்தேன். அத அந்த இடது பக்கமா வுருமியில கருப்புத் தடவி அடிச்சாரு. "டவ் டவ் டவ்"ன்னு காத கிழிச்சிருச்சு. எங்க தாத்தா சீசன் இல்லாத நேரத்துல சீனி நாயக்கரு தோட்டத்துக்கு வேலைக்கு போவாரு. ஒருநாள் சீனி நாயக்கர் என் கிட்ட

மி தாத்தா மா தோட்டக்கி பணிகி ச்சு
மம்பட்டித்த எத்தி வங்கித்த
நிமிறினே நிமிறனாத்துடு மத்தபோடுலு
மூச்சுதீசினி வெனிகல பனி சேசுத்று

உங்க தாத்தா எங்க தோட்டத்துக்கு வேலைக்கு வருவார். மம்பட்டி எடுத்துட்டு குனிஞ்சு பாத்தி கட்டினாருன்னா நிமிரவே நிமிர மாட்டாரு. அவரு கூட வேல பார்க்கிறவக அவர்க்கு பின்னாடிதான் வேலை செய்வாரு. அப்படி மூச்சு வாங்காம வேலை பார்த்துக்கிட்டே முன்னாடி போய்க்கிட்டே இருப்பா ராம்ன்னு நாயக்கர் சொன்னாரு.

"மி தாத்தா மா தொட்டன பனி சேசும்போது அவடு மெய்ய சின்ன பிட்டக உண்ட போது மெவ்வை தவறிட அவுடு மெய்யதான் அக்குடும்பத்தை கட்டி காப்பாத்த மி தாத்தகு அம்பிலி கொண்ணித்துடு. பொறிகடலை தொக்குனா கருப்பசாமி சிலை சேசி கொண்ணத்துடு குர்ரம் சேசி கொண்ணேத்துடு எம்.ஜி.ஆர். எத்து குர்றத்தை அனைஞ்ச மென்னிக்க வரைஞ்சி கொண்ணத்துட. ரெம்ப கருத்தானவாடுன்னு சொன்னாரு."

உங்க தாத்தா எங்க தோட்டத்துல வேலை செய்வாரு. அப்ப உங்க அப்ப சின்னப்பிள்ளைய இருக்கும்போது உங்க பாட்டி இறந்துடுச்சு. அந்த குடும்பத்தை மூத்த பைய்னால கட்டி இழுத்து வந்தாரு. உங்க தாத்தாவுக்கு கூழு கொண்டுண்டு வருவான். பொறிகடலை துவையல கருப்பசாமி அருவா வச்ச மாதிரி செல செஞ்சு கொண்டு வருவான். குதிர செஞ்சு கொண்டு வருவான். ஒவ்வொரு நாளும் ஒவ்வொரு செல செஞ்சு கொண்டு வருவான். எம்.ஜி.ஆர் காளைய பிடிச்சு அடக்குற மாதிரி பென்சில படம் வரஞ்சு கொண்டு வருவான். நெல் குத்தி சாப்பாடு ஆக்குவான்னு நாயக்கருக்கு வயசானதால நடுங்கிக்கிட்டே சொன்னாரு.

எங்க அப்பா முதல்ல பொம்பளை வேசம் கட்டி ஆடினாரு. சுமார் நாற்பது வருசமா பொம்பளை வேசந்தான் போட்டாரு. அப்ப மள்ளப்புரம் செட்டு ரெம்ப பேமஸ்ன்னு சொல்வாரு. வயசு ஆக ஆக பொம்பள வேசத்தை விட்டுட்டு நாதஸ்வரத்தை வாசிச்சாரு. இந்தத் தொழிலை வச்சுத்தான் எங்களயெல்லாம் கரை சேக்க எங்க நாலு பேருக்கும் ஆட்டம் சொல்லிக்

கொடுத்தாரு. இந்த ஆட்டத் தொழில் எங்கள் இரத்தத்தில ஊறிக் கிடக்கு. மூணு தலைமுறையா நாங்க இந்த ஆட்டத் தொழிலைச் செஞ்சிக்கிட்டு வர்றோம்.

எங்க ஏரியா சுத்தி மேலப்பட்டி, கீழப்பட்டி, சீல்நாயக்கன் பட்டி, எழுமலை, உத்தப்புரம், கோட்டைப்பட்டி, கோடிநாயக்கன் பட்டி, ஊருக்குத் தெக்கே மள்ளப்புரம், எம். கல்லுப்பட்டி, துள்ளுக்குட்டி நாயக்கனூர், டி. கிருஷ்ணாபுரம், வண்டப்புலி ஊருக்குக் கெழக்கே செல்லாயிபுரம், ஆத்தாங்கரைப்பட்டி, வேப்பம்பட்டி, குடிப்பட்டி. இந்த ஊருல மேச்சாதி ஆளுகதான் அதிகமா குடியிருக்காக. பள்ள, பறையன், சக்கிலியன் இந்த மூணு சாதிகமே கம்மியாத்தான் இருக்கும். அடிக்கடி இந்த ஏரியாவுல தேவருக்கும் பள்ளருக்கும் சாதிக்கலவரம் வரும். பஸ்சுக ஓடாது. ரோட்டுல முள்ளை வெட்டி போட்டுருவாக. எம். கல்லுப்பட்டி எழுமலை தியேட்டர்ல வெட்டுக் குத்து நடக்கும். அதனால எங்க அம்மா எங்களை யாரும் வெளியில அனுப்பாது. எங்க ஊரைச் சுத்தி நைட்டுல போலீசுக வந்து எங்க தெருவுல கண்டவனையெல்லாம் சந்தேக கேஸ்ல தூக்கிட்டுப் போயிடுவாக.

எங்க ஊருல செல்லாண்டி அம்மன் திருவிழா ரெம்ப ஜோரா நடக்கும். சக்கிலியர்களுதான் அந்தக் கோயிலுக்குத் தோரணம் கட்டுறது. தெருவைச் சுத்தம் பண்றது. ஆனா இது வரைக்கும் கோயிலுக்குள்ள போக விட மாட்டாக. பள்ளனும் பறையனும் சக்கிலியனும் கோயிலுக்குள்ள விட மாட்டாக. இது தலைமுறை தலைமுறையா அப்படித்தான் இருக்கு. இப்படித்தான் ஆயிரத்துத் தொள்ளாயிரத்து தொண்ணூத்தெட்டுல திருவிழா நடக்கும்போது திடீரெனச் சாதிக் கலவரம் வந்துடுமுன்னு போலீசு நெறைய போட்டிருந்தாக. அப்ப தேவருக்கும் பள்ளருக்கும் அடிக்கடிச் சாதிக்கலவரம் வரும். அதுல ஒரு பள்ளபொம்பளைக்குக் கால் போச்சு. தேவமாரு ஆளுக பலத்த காயமடைஞ்சாக. பேப்பரிலும் ரேடியோவிலயும் இந்தச் செய்தி பரவிச்சு.

இந்தக் குண்டு வெடிப்பு நடந்த சம்பவத்தன்னைக்குப் பெண்டு பிள்ளைக நிம்மதியா பொங்க வக்கல. அன்னைக்குக் கறி புளி பொழங்கல. ஊரே வெறிச்சோடி இருந்தது. எல்லாத் தெருவுகளிலும் போலீசுக ஈசல் மாதிரி குமிச்சிட்டாக. ரேடியோ படிக்கல.

○○○

ஸ்கூல் விட்டதும் சாயங்காலம் ஐஸ்பால் விளையாடுவோம். கபடி, கிட்டி, குண்டுகளை வச்சி சதுரத்துக்குள் மூணு கோடு

போட்டு நடுக் கோட்டுக்குள்ள எத்தனை பேர் ரெண்டு ரெண்டு குண்டுன்னு கோட்டுல வச்சிருவோம். அந்தக் கோட்டிலிருந்து மூணு அடி தூரம் எல்லை இருக்கும். இங்கிருந்து மண்டைக் குண்டை வச்சு கொஞ்ச வேகமா உருட்டிப் போடும்போது சதுரத்துக்குள்ள வந்து குண்டுகளைத் தள்ளிக்கிட்டு வரும். சதுரத்திலிருந்து வெளிய வந்த குண்டுகளை எடுத்துவரலாம். அப்புறம் ஒவ்வொரு ஆளுக கோட்டுக்குள் இருக்கிற குண்டுகளைப் பார்த்து அடிப்பாக. இப்படிக் குண்டுகளை வச்சு விளையாடு வோம். பிலிம் வச்சுச் செதுக்கிவிட்டு விளையாடுவோம். திருடன், போலீசுன்னு வெளையாட்டு வெளையாடுவோம். முறைப்பொண்ணுகளோடு அப்பா, அம்மா வெளையாட்டு விளையாடுவோம். செரட்டையில மண்ணை அள்ளிச் சோறு பொங்கிற காய்ச்சிறது மாதிரி இருக்கும். புருஷக்காரன், ஏ என்னாடி பண்ணி வச்சிருக்கே சாப்பிட்டு வேலைக்கு போகணும்ன்னு அந்தத் தோரணையில சொல்லி வெளையாடுவோம்.

எங்க ஊட்ல எல்லாருமே தெலுங்குதான் பேசுவோம். சின்ன பிள்ளைகளுக்கும் தெலுங்குதான் சொல்லிக் கொடுப்போம். தலைமுறை தலைமுறையா தெலுங்குல ஊட்ல எங்க ஆளுக்கிட்ட பேசுவோம். மேச்சாதி ஆளுக இட்ட பேசும்போது தமிழ்ல பேசுவோம்.

நான் அஞ்சாவது படிக்கும்போது பள்ளிக்கொடத்துல மணி அடிச்சிட்டாக. அப்ப அவசர அவசரமா பெறப்பட்டுக் கிட்டுருந்தேன். எங்க கந்தென் தாத்தா உருமிக்குப் புது நூல் கயிறு போட்டுக்கிட்டு உருமிக்குப் புதுத்துணிக்குச் சாயம் காய்ச்சிக் கிட்டு இருந்தாரு. திருவிழா சீசன் நெருங்கி வரதுனால அப்ப தாவரம் கொட்டக்காலுல ஒரு சொரக்குடுக்கை அதுல கயிறு கட்டியிருந்துச்சு. தாத்தா தொங்கறதுன்னு கேட்டேன். அதுக்கு எங்க தாத்தா “மனி மனிசிலு ஊருனோனிக போயேம்போது சொரகுடுகைதான் கொத்துனு வேசி போவல. தெருவுன எங்கிலி திப்பும் போது ஆ சொரக்குடுக்கை திப்புவால வாரித் தெருவன திப்பக்கூடாது,”ன்னு தெலுங்குல சொன்னாரு.

நம்ம ஆளுக ஊருக்குள்ள போகும்போது இந்தச் சொரக்குடுக்கையைக் கழுத்துல போட்டு போகனும். எச்சி திப்புறம்போது அவுக தெருவுல திப்பக்கூடாது. இந்தச் சொரக்குடுக்கையிலதான் திப்பனும். அதுதான் இதுன்னு சொன்னாரு. எனக்கு ரெம்ப வேதனையா இருந்தது. தெருவுல போறா நாய் கூட சுதந்திரமா போயி வருது. நம்ம ஏன் போக முடியலை. நம்மன்ன அவுக திங்கிற சோத்துல மண்ணை அள்ளி போட்டோம். அப்புறம் ஏன் நாம ரெம்ப அடி மட்டத்துக்கு

தள்ளப்பட்டோம் என்ற கேள்வி மனசுக்குள்ள எழுந்துச்சு. ஸ்கூல ரெண்டாவது மணி அடிச்சாக. எங்க தாத்தா சத்தம் போட்டு போற பள்ளிக் கொடங்கு போறா பள்ளிக்கொடத்துக்குன்னு சொன்னாரு.

எங்க தாத்தா ஊருக்குள்ள செத்துப் போன ஆட்டை தூக்கிட்டு வந்து அத உரிச்சிக் கறியை கொழம்புக்கு வச்சிக்கிடுவோம். தோலை நல்ல வெயிலுல காய வச்சிடுவோம்.

அதே மாதிரி மாட்டுத் தோலை வெயிலுல காய வக்க மண்ணுக்குள்ள தோலை இழுத்து வச்சி ஊண்டுறதுக்குச் சின்ன சின்ன குச்சுகளை ஊசியா செதுக்கி வச்சிக்கிருவாரு. உரிச்சிப் போட்ட தோலை நல்ல வெயிலுல நாலு பக்கமும் இழுத்து வச்சு, கருங்கல்ல விழுகாம கம்பு வச்சு ஊண்டிருவாரு. காலையில ஊண்டி வச்ச தோலைச் சாயங்காலம்தான் அத எடுத்துச் சுருட்டி ஊட்டு விட்டத்துல கட்டி வச்சிருவாக. அத ரெண்டு நா கழிச்சு அந்தத் தோல்லுல இருக்கிற ரோமத்தைக் கத்திய்ய வச்சு சொரண்டி எடுத்துக்கிட்டுத் தண்ணியில ஊற வச்சிருவாரு. அவ்வளவு பெரிசையும் சட்டியில போட்டு ஊற வக்க முடியாது. அதனால தவில், பம்பை, இந்த மாதிரி இசைக்கருவிகளுக்குப் போதும் எங்கிற அளவுக்குத் தோலை வெட்டிச் சட்டியில தண்ணிய்ய ஊத்தி ஊற வச்சிருவாக. இன்னொரு சின்ன சட்டித் தண்ணியில புளியங்கொட்டையை ரெண்டு ரெண்டா ஒடைச்சு ஊற வச்சிருவாரு. இந்தத் தண்ணியில ஊற வச்ச புளியங்கொட்டைகளை அம்மிக்கல்லுல போட்டு நல்ல வழுவழுன்னு அரைச்சு, அத ஒடைஞ்ச மண்சட்டியில கொஞ்சம் போல தண்ணிய்ய ஊத்தி நல்ல கொதிக்க விடுவாக. அதுக்கு அப்புறமா, அரைச்சு வச்சப் புளியம் பசைய்ய அந்த சுடுதண்ணி யில போட்டுருவாக. இப்ப பசை ரெடியா இருக்கும்.

ஊற வச்ச தோலை எடுத்து இசைக்கருவிக்குப் பொருந்தக் கூடிய வகையில அந்தப் பொருத்தக்கூடிய வட்டக் கம்பியில இந்தத் தோலைப் போட்டு இந்தப் புளியம்பசையைப் போட்டு சுருங்கல் இல்லாம நல்ல வெரைப்பா இழுத்து ஒட்டிருவாக. அதுக்கப்புறமா வெயிலுல காய வச்சிடுவாக. அப்புறமா காய வச்ச தட்டு, தட்டுன்னு சொல்றது தவில், பம்பை, டொப்பி, தட்டு, வளந்தரைத் தட்டுன்னுக்கூட சொல்லலாம். இப்படிக் காய வச்ச தட்டை எடுத்து அதத் துளைப் போட்டு இசைக்கருவிகளில மாட்டிக்கிருவாக. முதயெல்லாம் தவில், பம்பைக்கு வாரு போட்டிருப்பாக. அதக்கூட சும்மா விளையாட்டுக்கு உன்னைய்ய நல்ல வாரு புடிக்கப் போறேன்னு சொல்லுவாக. தில்லானா மோகனாம்பாள் படத்துல நாகேஷ் பார்த்து பாலாஜி சொல்வார்.

இப்படி இசைக்கருவிகள்ல புடிச்சு வச்ச புதுத்தட்டுக சும்மா வின்னு வின்னுன்னு இருக்கும். மேளக்காரக மொத்தமா சேர்ந்து அடிக்கும்போது இந்தப் புது தட்டுப் போட்ட இசைக்கருவி மட்டும் தனியா சவுண்டு கேட்கும். அதனால அந்தத் தவில்காரரு டொப்பியை டொப்பின்னு சொல்றது தொம்தொம்ன்னு வரக் கூடிய பகுதியைத்தான் தொப்பென்னு சொல்லுவாக. அத லேசா கையில தண்ணிய்ய நனைஞ்சு பதம்படுத்துவாக. கூட்டத்துல வாசிக்கும்போது வேர்வையைக் கையில துடைச்சு அப்படியே டொப்பி மேலே தடவிக் கொடுத்து அடிப்பாக. அதுக்கப்புறமா வின்வின்னு வர்ற சவுண்டு மாறி கும்கும்ன்னு பேஸ் சவுண்டு கேட்கும்.

ஆயிரத்து தொள்ளாயிரத்து தொண்ணூத்தி எட்டு சனவரி ஏழாம் தேதியில் எங்க அப்பாவை பெத்த தாத்தா கந்தேன் எறந்துட்டாரு. நாங்க அன்னைக்கு மொத நா நைட்டு ஆறாம் தேதி கணவாய்ப்பட்டி பக்கம் சின்னப்பாறைப்பட்டியில தேவமாரு ஆளுக ஊருல காளியம்மன் கோயிலுக்கு ஆடிட்டு மறுநா காலையில பேரையூர் வர்ற ரோட்டுக்கு நடந்து வந்துக்கிட்டு இருந்தோம். அப்ப ஊர்லயிருந்து எங்களுக்கு எழவு சொல்ல ஆள் அனுப்பியிருந்தாக. விசயத்தைக் கேள்விப்பட்டு மேளச் செட்டு ஆட்டச் செட்டுக்காரக நெறைய மாலத் துணிமணியோட வந்தாக. எங்க தாத்தா அவருடைய கலையை அவர் மட்டும் கொண்டு போகல. நா சின்ன பையன்னா இருக்கும்போது சித்தப்பாத பழனிக்கு ஆத்தாங்கரைப்பட்டி கொட்டுக்காரகளுக்கு இந்த உருமி எப்படி அடிக்கிறதுன்னு சொல்லிக் கொடுப்பாரு. மொதல்ல அந்த அடியை வாயில சொல்லிக் காட்டுவாரு சாமி ஆடுறதுக்கு

டவ் டவ் டவ் டவ்
டவுண்டா டவுண்டா டவுண்டா
டவ் டவ் டவுண்டா
டவ் டவ் டவுண்டா

இந்த அடிய்ய வாயில சொல்லிக்கிட்டு அப்புறம் அடிச்சிக் காட்டுவாரு. அத உருமி பழகுற ஆளுக்கு வாயில சொல்லிகாட்டி அப்புறம் உருமியில அடிச்சிக் காட்டுன்னு சொல்வாரு. ஆளுக எறந்து போயிட்டாகன்னா தேரு தூக்கிட்டுப் போகும்போது

டண் டவ் டவ் டவ் டவ் டவ்
டண் டவ் டவ் டவ் டவ் டவ்

இப்படி ஒவ்வொரு நிகழ்ச்சிக்கும் எப்படி வாசிக்கணும்னு சொல்லிக் கொடுப்பாரு. உருமி சொல்லிக் கொடுத்தவருக்கு அமௌண்ட் எதுவும் வாங்க மாட்டாரு. உருமி பழகுன ஆளுக நல்ல நா

அன்னைக்கு சாராயம் வாங்கி கொடுப்பாக. இப்படித்தான் ஒரு நாள் எங்க ஊட்டுக்கு உருமி வாசிச்சு பழகுன ஆளுக பல வருசம் கழிச்சு வந்தாக. எங்க தாத்தாவுக்குப் பணம் கொடுத்தாக, வேணாம்ன்னு சொல்லிட்டாரு.

வேற ஏட்டி காவலான்னு அடிகினி வாரு
வேற என்ன வேணும்ன்னு கேட்டாக
நாக்கு எதுவும் ஓத்துன்னாரு
எனக்கு எதுவும் வேணாம் சொன்னாரு
எதினும் நம்பி கிம்பி மொத்தேரா கேட்டாக
எதுவும் நம்பி கிம்பி (நம்பின்னா சாராயம்)
அடிக்கிறீங்களான்னு கேட்டாரு
மி விருப்பம் ன்னு சொன்னாரு
உங்க விருப்பம்ன்னு சொன்னாரு.

அப்ப என்னய்யத்தான் தூக்குச் சட்டிய்ய எடுத்துப் போய் சாராயம் வாங்கி வரச் சொன்னாரு. அப்ப எங்க ஊருல. தேவமாரு ஆளுக மலையடிவாரத்துல சாராயம் காய்ச்சி கேன்ல ஊட்டுக்குக் கொண்டுவந்து விப்பாக. அங்கேயே மொச்சப்பயறு, தட்டாம் பயறு, அவிச்ச முட்ட, ஊறுகா வச்சி விப்பாக. சாயங்காலம் நாலுமணி இருக்கும். தூக்குச் சட்டிய எடுத்துப்போய் அஞ்சு ரூபாய்க்கு வாங்கிட்டு வந்தேன். ஒரு கிளாஸ் ரெண்டு ரூபாய். நாலு ரூவாய்க்கு வாங்கிட்டு, மீதி ஒரு ரூவாயிக்குத் தட்டாம் பயிறு வாங்கிட்டு வரும்போது தட்டாம் பயிறு எடுத்து ஒவ்வொண்ணா வாயில போட்டுட்டு வருவேன். ஊட்டுக்கு வந்த எங்க தாத்தா வந்த ஆளுக கிட்ட தண்ணிய்ய அடிச்சிட்டு நடந்த சம்பவங்கள் பத்தி பேசினாக. நான் கடைக்குப் போய்ட்டு வந்தா இருபத்தைந்து பைசா கொடுப்பாக. அதப் போயி நாடார் கடையில தேன் மிட்டாய் வாங்கிச் சாப்பிடுவேன். இல்லையன்னா சாயங்காலம் அதிரசம், சீனிரசம், பணியாரம் நாடார் பொம்பளை சுட்டு வச்சு விக்கும். அதப்போயி வாங்கிச் சாப்பிடுவேன். எழவு விசாரிக்க உருமி வாசிக்கிறவுக, கொட்டுக்காரக, தப்பு அடிக்கிறவுக ஆட்டக்காரவுக நெறைய வந்திருந்தாக. சாயங்காலம் நாலு மணிக்குத் தேர தூக்கினோம். எங்க ஊருக்குக் கெழக்கு இடுகாட்டுல வச்சு தண்ணிக் கொடம் எடுத்து மூணுவாட்டி சுத்திட்டுத் தேரை தூக்குனாக. அப்ப கம்மாக்குள்ள பொதைக்கணும். மழைக் காலம் கம்மாயில தண்ணி பெருகியிருந்தது. தேரத் தூக்கிட்டு எங்களுக்கின்னு தேரு போற பாத கெடையாது. தேவமாரு தோட்டத்து வழியாத்தான் பாத இருக்குதுன்னு எங்க பெரியாளுக சொல்லுவாக. அப்ப தோட்டத்துல பருத்தி போட்டிருந்தாக. அந்த வழியாத்தான் போனோம். பொதக்கிற குழியில மொழங்கால அளவுக்குத் தண்ணி பெருகியிருந்தது. அத மோந்து ஊத்திட்டுத்

தாத்தாவை அடக்கம் பண்ணினோம். எங்க ஆளுக பொதைக்கிற சுடுகாட்டுல கூரை சாப்பு எதுவும் கெடையாது. மழைக்காலத்துல கம்மாயிக்குப் போக முடியாது. பெணத்தை எரிக்க முடியாது. சுடுகாட்டுக்கு வாறதுக்குப் பாதை எதுவும் கெடையாது. மறு நா தோட்டக்காரங்களுக்கும் எங்களுக்கும் சண்டை. இந்த நாட்டுல சுதந்திரம் வாங்கி அறுபது வருசம் ஆகிப் போச்சு. ஆனா அடிப்படை வசதி, குளியல் அறை, அடி குழாய், சுடுகாடு, அடிப்படை வசதி இல்லாம கெடக்கிறோம். எங்க ஆளுக மேச்சாதி ஆளுகளுக்கு ஆள் தாட்டியம் அரசியல் செல்வாக்கு எல்லாமே இருக்கு. எங்களுக்கு வர்ற சலுகைக கூட அவுகளுக்குத்தான் போய்ச் சேருது. நாட்டுப் புறக் கலைகள்ல எங்க தாத்தா உருமி வாசிச்சாரு. அத மேச்சாதி ஆளுக சாதியத்தோட கலையும் பாக்குறாங்க. அந்தப் பார்வையில நாங்க நடத்துற கலைத் தொழிலையும் பாக்குறாங்க. தேவராட்டத்தில் உருமி வாசிக்கிற கலைஞருக்குக் கொடுக்கிற மரியாதை நையாண்டி மேளத்துல வாசிக்கிற உருமிக் கலைஞருக்குக் கொடுக்கிறதில்ல. ஏன்னா அவரு நாயக்கரு. இவரு சக்கிலியரு.

வெள்ளையம்மாள் கதாபாத்திரத்தில் ஜில் – அப்பா

வெள்ளையம்மாள் கதாபாத்திரம் இந்திய வரலாற்றில் மிக முக்கியமானதுதான். முதன் முதல்ல நாட்டு விடுதலைக்காக போரிட்ட வீரபாண்டிய கட்டபொம்மன் குடும்பத்தில் வெள்ளையம்மாள் பங்களிப்பு, குடும்பத்திற்க்கும் மட்டுமல்ல இந்நாட்டு மக்களுக்கும் ஒரு சரித்திரமாக நிகழ்ந்தது. இந்த கதாபாத்திரத்தில் எங்கப்பாவின் பங்களிப்பு எந்த மாதிரியான இருந்துச்சு கிராமத்து மக்களிடம் கேட்டா என்னான்னு சொல்வாங்கன்னு தெரியும். ஊர்க்காரங்க வச்ச பேருதான் ஜில்.

எங்க அப்பா பேரு பெருமாள். ஊருல எல்லாரும் ஜில்ஜில்லுன்னுதான் கூப்பிடுவாக. அவரு ராஜா ராணி ஆட்டத்துல பெண் வேசம் (ராணி வேசம்) போட்டு ஆடுவாரு. அப்ப ஒரு சீன்ல கட்டபொம்மன் நிகழ்ச்சிக்கு வெள்ளையம்மாள் வேசம் போட்டு நாயக்கமாரு பொம்பள மாதிரியே இருப்பாரு. கலரு ரெம்ப செவத்த உடம்பு. நாயக்கமாரு பொம்பளைக மாதிரி கோடாலி கொண்ட போட்டு வேசம் போட்டு வந்தா ஊரு சனங்க மூக்கு மேல வெரலை வச்சுப் பாப்பாங்களாம். அதனால ஜில்லுன்னுக் கூப்பிடுவாங்களாம். நாயக்கரு ஊருக்கு ஆட்டத்துக்குப் போனா வெள்ளையம்மாள் பாட்டுக்கு ஜாக்கெட்டு புல்லா நோட்டுகளா குத்து வாங்கன்னு சொல்வாரு.

அவரை செல ஊருகள்ல பொம்பள வேசம் கட்டி வந்தா எளந்தாரிக தூக்கிட்டுப் போயிடு

வாங்களாம். நான் ஆம்பளடான்னு சொல்லிட்டுத் தப்பிப்பாராம். எங்க அப்பாவை, தாத்தா உருமி வாசிக்கிற ஊருக்கெல்லாம் கூப்பிட்டுப் போவாரு. சின்னப் பிள்ளையிலிருந்து கூப்பிட்டுப் போவாரு. அங்கு இவரும் சேர்ந்து உருமி அடிப்பாரு. ஊட்ல வேலை இல்லாதபோது ஆட்டம், பாட்டம்ன்னு சொல்லிக் கொடுப்பாரு. அப்பாவுட முகம் பொம்பள முக மாதிரியே இருக்கும். அதனாலதான் எங்க தாத்தா எங்க அப்பாவைப் பொம்பளை வேசம் போடச் சொல்லுவாருன்னு எங்கிட்டச் சொன்னாரு.

எங்களுக்குக் காடு கரை கிடையாது. எங்க அப்பா வேசம் கட்டி ஆடி வந்தாதான் எங்க ஊட்ல உலை பொங்கும். இல்லையென்னா புளிச்சுப்போன கேப்பை மாவு, கம்ப மாவுல ரொட்டியைச் சுட்டுச் சாப்பிடுவோம். ஆட்டத்துக்குப் போயிட்டு ஊட்டுக்கு வந்தா கடைகப்புலந்து நல்லதுபுல்லது வாங்கிட்டு வருவாரு. அதை எங்களுக்குள்ள சண்டை போட்டுக்கிட்டு அடிச்சிக்கிட்டுப் புடிச்சிக்கிட்டுச் சாப்பிடுவோம்.

அந்தக் காலத்துல மள்ளப்புரம் ஆட்டமென்னா பக்கத்துக் கிராமத்துக்காரங்களெல்லாம் மாட்டுவண்டி பூட்டிக்கிட்டு வந்து ஆட்டம் பாப்பாங்களாம். அப்ப மள்ளப்புரம் பரமன் (ராஜாபார்ட்), நல்லு (குறவன் வேசம்), நாகன் (கோமாளி), எங்க அப்பா பெண்வேசம் (ராணி வேசம்), கருப்பையா (பெண்வேசம்) இவுக அஞ்சுபேர்தான் திருவிழாவுக்கு. இறப்பு, காதுகுத்து, பொம்பளப்பிள்ள சடங்கானா இதுமாதிரி நிகழ்ச்சிகளுக்கு ஆடப் போவாக. அப்ப பஸ்சல்லாம் இல்லையாம். கால் நடையாய்ப் போய்த்தான் அந்த ஊரு போய்ச் சேருவாங்க. அப்பெல்லாம் ஆட்டத்துக்குண்டான டிரஸ்களெல்லாம் மொத்தமா ஒரு பெட்டிக்குள்ள வச்சிருவாக. அதை எங்க அப்பா தலையில வச்சிருவாக. அதனாலதான் தலையில முடி கூடக் கழிஞ்சிருச்சாம். அப்பா அடிக்கடி ஏன் கிட்ட சொல்வார். இப்படி ஆள் மாத்தி ஆள் மாத்தி அந்த டிரஸ் பெட்டியைக் கொண்டு போவாங்களாம்.

ஆயிரத்துத் தொள்ளாயிரத்துத் தொண்ணூத்தாறு சனவரி மாசம் இருபத்தஞ்சாம் தேதிதான் எங்கப்பா பெருமாள் நைட்டு ரெண்டு மணிக்கு மாரடைப்புல எறந்துட்டாரு. காலையில எங்க பகுதியில இருக்கிற ஆட்டக் கலைஞர்களும் மேளக் கலைஞர்களும் பல்வேறு மாவட்டத்தில் உள்ள கலைஞர்களும் வந்து இறுதிச் சடங்குல கலந்துட்டாக. வந்திருந்த கலைஞர்கள் எங்கப்பா பத்திப் பாட்டு பாடுனாக. அவருடைய வரலாறைப் பாடுனாக. தாயுக்கு தலைமகன். தகப்பனுக்கு இளைய மகன்ன்னு சொல்லுவாக. அதனால எங்கப்பா எறந்ததுக்கு நான்தான்ன

கடசி பய்யன், நான்தான் மொட்டை போடனும். ஆனா மொட்டை போட்டால் பொம்பள வேசத்துக்குப் பாதிக்கும்ன்னு எங்கண்ணா மகாலிங்கம் மொட்டை போட்டாரு. எங்கப்பா இல்லாத ஊடு பாழடைஞ்ச கிணறு மாதிரி இருந்துச்சு. படிப்பு மேல இருக்கிற ஆர்வத்தில பள்ளிப்படிப்பை விட்டுட்டு அஞ்சு வருசத்துக்கு அப்புறம் மறுபடியும் படிக்க முயற்சி பண்ணினேன்.

எங்க அப்பா பொம்பள வேசம் கட்டி ஆடும்போது முகத்துக்கு சிகினா போடுவாக. அந்த சிகினாவைக் கடையில வாங்க மாட்டாங்களாம். அதனால கிணறு வெட்டிப்போட்ட மண்ணுகள்ல இந்தக் காக்காப் பொட்டுக் கல்லு கெடைக்கு மாம். அந்தக் காக்காப் பொட்டு வெயிலுக்க தகதகன்னு மின்னுமாம். எங்கப்பா அந்தக் கல்லை எடுத்துவந்து ஊட்டுல உரல்லப் போட்டு இடிச்சு அத சலிச்சு வெள்ளைத் துணியில – காதி – துணியில பொட்டலமாப் போட்டுக் கட்டிவச்சிருவாரு. முகத்துல பவுடர் பூசனதுக்கப்புறம் கட்டிவச்ச அந்த சிகினாப் பொட்டலத்தை முகத்துல போட்டு ரெண்டு தட்டுத் தட்டு வாங்களாம். முகமெல்லாம் சிகினாவா மின்னுமாம். இப்படித்தான் அந்தக் காலத்துல சிகினாவுக்குப் பதிலா காக்காப் பொட்டு கையாண்டாங்க.

எங்கப்பாவும் அவரோட நண்பரும் முதல்ல குறவன் குறத்தி ஆட்டத்த ஆடி வந்தாங்களாம். விஜயநகரப் பேரரசுக் காலத்தில் கூடக் கோமாளியாட்டம், கரகாட்டம், அதோட குறவன் – குறத்தி ஆட்டமும் வளர்ச்சி பெற்றதாக வரலாற்றுச் சுவடிகளில் காண முடிந்தது. அது மட்டுமில்லாம சங்க இலக்கியங்களில் குறவஞ்சி நடனத்தைப் பற்றி நிறைய சொல்லியிருக்கு. அதனால அந்தக் காலத்துலயிருந்து இந்தக் காலத்து வரைக்கும் குறவன் குறத்தி ஆட்டமென்ன மக்கள்கிட்ட ரெம்ப விறுவிறுப்பாப் போகுது.

ஆயிரத்தித் தொள்ளாயிரத்தி நாற்பதுகளில எங்கப்பா ஆத்தாங்கரைப்பட்டி இராமநாதன் தாத்தா, மள்ளப்புரம் பரமன், திருமாணிக்கம் அழகர் தாத்தா, இவுகயெல்லாம் சொக்கலால் பீடி, புகையிலை கம்பெனி, மங்கல்ரவு (அத்திப்பட்டி) சினிமா கொட்டகை இந்த மாதிரி விளம்பரத்துக்கு ஆடுவாங்களாம். செல நாள்ல தொழில்ல இல்லாம கறிக்கொழம்புக சாப்பாட்டுக்கு ஆட்டம் ஆடி வந்திருக்காக. இப்படியெல்லாம் கஷ்டப்பட்டு வாழ்க்கையை நகர்த்திட்டுவந்தாரு.

இந்த ஆட்டத்தை ஆரம்பக் காலக்கட்டத்துல கோயிலுக்கு மட்டுந்தான் ஆடி வந்தாக. அது கோயிலுக்கு நேர்த்திக்கடனா இருக்கலாம். இல்லையன்னா எங்காளுகதான் ஊருக் கோயிலுக்கு

மேளம் தாளம் வாசிப்பாக. அந்தத் தொழில் அடிப்படையில் கூட இந்த ஆர்வம் வந்திருக்கலாம். இதக் கோயில் சடங்குக்கு மட்டும்தான் ஆடுவாங்களாம்.

விஜய நகரப் பேரரசு காலத்திலிருந்து குறவன் குறத்தி ஆட்டம்ன்னு இருந்துச்சு. ஆனா சமீப காலத்துல சாதி இயக்கங்கள் எழுந்துநிற்கவும் குறவன் குறத்தி ஆட்டத்தைக் குறவன் குறத்தி இந்த மாதிரியான வார்த்தையைப் பயன்படுத்தக் கூடாது எங்கிறதுக்காக அது குறவர் சாதியை மழுங்கடித்தல், இழிவு பண்ணுதல் என்ற அர்த்தத்துல கோர்ட்டுல கேஸ் போட்டு, அந்த கோர்ட் விசாரணைக்கப்புறமா குறவன் குறத்தி பேரா பயன்படுத்தக்கூடாது. ஏதாவது பொதுவான பேரை வைத்துக் கொள்ளலாம்ன்னு வந்ததுக்கு அப்புறமா குறவன் குறத்தி ஆட்டத்தைப் பேரை மாத்தி ராஜாராணி ஆட்டமாப் பேரு வந்துச்சுன்னு ஆட்டக்காரவுக சொன்னாக. ஆனா என்னதான் பேரு மாத்துனாலும் ஆடியன்ஸ் கிட்ட குறவன் குறத்தி ஆட்டம் தான்ன்னு செல ஊர்கள்ல எங்களைக் கூப்பிடுறாங்க.

நா. வானமாமலை குறிப்பிட்டது மாதிரி நிலவுடைமைச் சமூகம் தோன்றதுக்கு முன்னாடி எல்லா ஆட்டக் கலைகளும் ஒண்ணாத்தான் இருந்துச்சு. நிலவுடைமைச் சமூகம் வந்ததுக்கு அப்புறம் பெரிய சாதிக்காரவுக பண்றது பரதநாட்டியம் (செவ்வியல் நடனம்) ஏழை மக்கள், உழைக்கக்கூடிய மக்கள்பண்றது கிராமிய டான்ஸுன்னு பிரிவு ஆகிப்போச்சு. இப்போ கிராமிய டான்ஸ்குள்ளேயே பல பிரிவாகிப் போச்சு. சாதி இயக்கங்கள் தோன்றதுக்கு அப்புறமா அவக அவக சாதிக்காரவுக ஆடக்கூடிய ஆட்களை மட்டும்தான் ஆடக் கூப்பிடுறாக. அப்படி அந்த மாதிரி நிலைமை வந்திடுச்சு. அதனாலதான் ஜிம்பளா மேளத்தையும் கொண்ட தட்டி ஆட்டத்தை ஆடுற ஆட்களும் அருந்ததியர் சாதிக்காரவுகளும் பறை ஆட்டத்தை மதுரை, தஞ்சாவூர் பகுதிகள்ல அருந்ததியரும், பறையரும் தோடர் ஆட்டத்தை மலைச்சாதி மக்களும் கணியான் கூத்தைக் கணியான் சாதியும் பண்றாங்க.

எங்கப்பா ஆடுன காலக்கட்டத்துலயிருந்து பொம்பளை வேசம் கட்டி ஆடுவாரு. அவரு கூட ஆத்தாங்கரைப்பட்டி இராமநாதன் தாத்தா, திரு மாணிக்கம் அழகர் தாத்தா, தாடையம்பட்டி நாகன் தாத்தா, உசிலம்பட்டி பகுதிகள்ல மொக்கையன் தாத்தா, இவுகளெல்லாம் எங்க அப்பா கூட ராஜபார்ட் வேசம் போட்டவுக. இப்ப திருமாணிக்கம் அழகர் தாத்தா செக்கானூரணியில இருக்காரு. அவரை ஒரு நா சந்தித்து என்னங்க தாத்தா பென்சன் வாங்குறீங்களான்னு கேட்டேன். அதுக்கு நானும் ராஜா ராணி ஆட்டத்துல அம்பது வருசமா

ஆடியிருக்கேன். இப்ப என்னால நிக்க முடியல. நைட்டு பத்து மணிக்கு மேக்கப் போட்டு நிண்டா காலையில ஏழு மணி வரைக்கும் ஆடிக்கிட்டே இருக்கணும். மான்போல துள்ளி குதிச்சிக்கிட்டே இருக்கனும். ஆனா எப்படியெல்லாம் ஆடுன காலு இப்ப என்னால அஞ்சு நிமிசம் கூட நின்னு பேச முடியல. ஏதோ ஒரு நோய் இருக்குன்னு சொன்னாரு. அதத் தொட்டுப் பாத்து எனக்கு இந்த மாதிரி நோய் வருமான்னு நினைச்சு கவலைப்பட்டேன். அப்புறமா எனக்கு வயசு அறுபத்தி நாலு ஆகுது. நானும் அஞ்சு ஆறு வருசம் பென்சனுக்கு எழுதி போட்டேன். தாசில்தாருக்குப் பணம் கொடுத்தேன். வி.ஏ.ஓ.க்குப் பணம் கொடுத்தேன். பென்சன் கெடைச்சதுக்கு அப்புறம் ஒரு நிம்மதியா அன்றாட வாழ்வுக்கு ஏதோ பொழுதைக் கழிச்சிடு வேன். ஆனா எல்லாத்துக்கும் வாக்கரிசி போட்டுக் கூட பென்சன் கெடக்கலன்னு ரெம்ப வருத்தப்பட்டுச் சொன்னாரு. இதுதான் கலை, பண்பாட்டுத்துறை கொடுக்கின்ற கொடையா?

எங்கப்பா சீசன் இல்லாத நேரத்துல நாயனத்தைத் தண்ணி ஊத்தி அலசுவாரு. அப்ப தென்னைக் கீத்து வச்சு நாயனத்துக்குள்ள விட்டு அலசுவாரு. இப்படிப் பல தடவை அலசிட்டுத் தேங்காய் எண்ணெய்யத் தேச்சுவச்சுருவாரு. அப்படியே பளபளன்னு இருக்கும். அப்ப உள்ள சினிமாப் பாட்டுகள வாசிச்சுப் பார்ப்பாரு. பல்லவிய வாசிச்சுடுவரு. அனுபல்லவி தெரியலன்ன எங்கண்ணா மூத்தவரு மகாலிங்கத்திடம் கேட்பாரு. அப்ப மூத்த அண்ணே பொம்பள வேசம் கட்டி ஆடுவாரு. அவருக்கும் பொம்பள முகம் மாதிரியே இருக்கும். வேசத்துல ஆடும் போது பொம்பள மாதிரியே நடை, உடை, பாவனையோட நடிப்பாரு. நல்லாவும் பாடுவாரு. அப்ப புதுப்பாட்டுகளெல்லாம் அண்ணேகிட்ட கேட்டு வாசிப்பாரு. அண்ணே பாட்டு வரிகளப் பாடிக்காட்டுவாரு. ஏன்னா புதுப்பாட்டு பழகும்போது கடையில பாட்டுப் புத்தகம் வாங்கி ரேடியோவில பாட்டைக் கேட்டு அத பல தடவைக் கேட்டு மனப்பாடம் பண்ணித்தான் கூட்டத்தில் ஆடும்போது பாடுவாரு. ரெம்ப நா எங்கப்பா புதுப்பாட்டுகள வாசிச்சு பழகணும்மின்னா மூத்த அண்ணேகிட்ட கேட்டு வாசிச்சுப் பழகுவாரு. அப்பயெல்லாம் நான் ஆறாவது படிச்சிட்டு இருந்தேன். அப்புறம் ரெண்டு மூணு வருசம் கழிச்சு நானும் அண்ணே பாண்டியும் பொம்பள வேசம் போட ஆரம்பிச்சோம். எங்கம்மா இல்லயன்ன எங்க அக்கா எங்க மூணு பேத்து தலைமுடி நல்லா வளரணுங்கிறதுக்காக கடையில சீயக்காய், பாசிப்பயறு, எலுமிச்சம்பழம் தோல் இதயெல்லாம் சேத்துத் தண்ணியில ஊற வச்சு உரல்ல அரைச்சுக் குளிக்கக் கொடுப்பாக. ஈரும் பேனும் பிடிச்சுச்சுன்னா அத வாரத்துல ஒரு நா ஈருவலி வச்சு ஈரு பேனும் உருவிவிடுவாக.

நாட்டுப்புற கலைகள் மூலமாகத்தான் இந்தியாவின் விடுதலைக்கு வேர்க்கு அடித்தளமாக இருந்துச்சுன்னு புத்தகங்கள் மூலமாக படிச்சிருப்போம். ஆனா அப்பா வெள்ளையம்மாள் கதாபாத்திரத்தில் “போகாதே போகாதே என் கணவா. பொல்லாத சொப்பனம் நானும் கண்டேன்” அதோடு ஒரு ஒப்பாரியும் அந்த காலை நேரத்தில் திருவிழா நிகழ்ச்சியில் பாடுவார். அவர் பாடும் பார்வையாளர்களுக்கு தெரியாமல் கண்ணீலிருந்து கண்ணீர் வருவதற்கு உரிச்சு வச்ச வெங்காயத்தை லேசாக கண்ணில் வைத்தவுடன் கண்ணீலிருந்து பொதுபொதுவென கண்ணீர் பெருக்கெடுத்து ஓடும் அதோடு அந்த வசனம் பேசுவார்.

கிழக்கே பிறந்தது கீழக்கரை, மேற்கே பிறந்தது சூலக்கரை, எனது தந்தை என்னை அன்போடு வளர்த்து வந்தார். நான் பருவ காலமான உடனே, எனது தாதியாரோடு மாடியில் உலாவிக்கொண்டிருந்தேன். அப்பொழுது சின்னக் கடை மார்க்க மாக ஏகாதிபத்தியக்காரர் கொள்ளையடிக்க வந்தார்கள் என்ற வீர வசனம் வெள்ளையர்களுக்கு எதிரா பேசுவார். எங்க குடும்பத்துக்கொரு சின்ன சந்தோஷம், கலைகள் மூலமாக அந்நியன எதிர்க்கிறோம் என்ற திருப்தி.

கலைப்பயணத்தில் சகோதரர்கள்

கலைதான் எங்களின் வாடிய வயித்துக்குச் சோறு போட்டது. கலைதான் எங்களை கூட்டுக் குடும்பாக கிராமத்துக்கு முன்னுதாரணமாக காட்டியது. கலைகளின் மூலமாக சமூகத்தில் நிகழக்கூடிய அவல நிலைகளை சுட்டி காட்டியிருக் கிறோம். நாங்கள் படிக்கவில்லையென்றாலும் எங்களை ஆளுமைத்திறமுடையோராய் ஆக்கியதும் இந்த கலைதான். இந்த ஆளுமையோ, கூட்டுக் குடும்பத்தின் தரிசனமோ என்னவோ, எங்கள் வீட்டில் எல்லோரும் கலைஞர்கள் தான். தாத்தா முதல் நாங்கள்வரை.

எங்க ஊட்ல மொத்தம் பத்து பேராம். அதுல நாலு பிள்ளைக பிறந்துடனே எறந்துடுச்சாம். இப்ப இருக்குறது ஆறு பேரு. மூத்தது அக்கா சுந்தரம்மாள். ரெண்டாவது அண்ணன் மகாலிங்கம். மூணாவது அண்ணன் பிலாவடி. நாலாவது அக்கா வள்ளி. அஞ்சாவது அண்ணன் பாண்டி. ஆறாவது நான். நான் எங்க அம்மா வகுத்தில கர்ப்பமாய் இருக்கும்போது தெருவுல இருக்கிறவுக சொன்னாங்களாம். “ஏ மாரி இவ்வுடே நிக்கு அஞ்சு பிண்டுளு. உடுவேற மோசினுண்டேவு நீ மகுடு ஜில்லு ஆட்டங்கங்கு போத்தேதா வருமானம் தீத்த பெண்டி எல்ல பதுகு ஒட்ட போவு” “ஏ மாரி இப்பவே உனக்கு அஞ்சு பிள்ளைக. இப்பவேறு மாசமாயிருக்க. ஒன் புருஷன் ஜில்லு ஆட்டத்துக்குப் போயிட்டு வந்தாதேன் சம்பளம். அத வச்சு இத்தனை பிள்ளை குட்டிகளை எப்படி கரை சேர்க்கப் போறே”ன்னு குப்பாயி பாட்டி சொல்லுச்சாம். அதனால எங்க அம்மா என்னை

கர்ப்பத்தில் கலைக்க கரிமருந்து சாப்பிட்டாங்களாம். அதனை மீறி பெறந்திட்டேனாம். அதனால நான் கருப்பாயிட்டனாம். எல்லாரும் எங்க ஊட்ல நல்ல சிகப்பு கலரு.

மொத ஆடிக்கு எங்க தெருவுல தடபுடலா இருக்கும். ஆடிக்கு மொத நாளே பன்னிக் கறி போடுறவரு தெருவில் வந்து பேரை எழுதிக்கிருவாரு. வழக்கமா எங்க தெருவுல உலைப்பட்டியி லிருக்கிற பள்ளர்க குடும்ப அப்பச்சி பன்னிக் காலைக் கட்டி சைக்கிள்ல கொண்டுவருவாரு. அப்ப ஊரையே மெரட்டுறது மாதிரி உர் உர்ன்னு கத்திக்கிட்டியிருக்கும். தெருவுக்குக் கொண்டு வந்து போட்டுருவாரு. அது நைட்லயெல்லாம் தெருவாக்கள தூங்கவிடாம கத்தும். காலையில அஞ்சு மணிக்குப் பன்னிய அறுத்து ஓலையில போட்டு வாட்டுவாக. அப்புறம் செங்கல் எடுத்துத் தோலை சுரண்டுவாக. அப்புறம் மஞ்சள் பொடியைப் போட்டுத் தடவுனா பச்சப்புள்ள உடம்பு மாதிரி இருக்கும். கூறு போடுவாக. எங்க அண்ணன்தான் தூக்குச்சட்டியை எடுத்துட்டுப்போய்க் கறி எடுத்துட்டுவந்து எங்கப்பா கிட்ட கொடுப்பாரு. எங்க அப்பா அத அறுத்துக்கிட்டே சின்ன சின்னக் கறியை வாயில போட்டுச் சாப்பிடுவாரு. நான் அதையே பார்த்துக்கிட்டுருப்பேன். என் வாயில வச்சுச் திணிப்பாரு. கடிச்சுச் சாப்பிடுவேன். தேங்காய் சில்லு மாதிரி இருக்கும்.

எங்க அம்மா பெறந்த ஊரு சாப்டூரு. எங்க ஊருலிருந்து சுமார் பத்துகிலோமீட்டர் இருக்கும். அப்ப சுதா பஸ்ஸுன்னு எழுமலையிலிருந்து சாப்டூர் வழியாப் போகும். அத விட்டுட்டோ மின்னா சாயங்காலம் அதே பஸ் அஞ்சு மணிக்கு. மதியம் ஒரு மணிக்கு கோகுலம் பஸ் வண்டப்புலி வழியா போகும். வண்டப்புலியிலிருந்து சாப்டூருக்குத் தெக்கமன்ன மூணு கிலோ மீட்டர் நடந்தே போகனும். அப்ப நான் மூணாவது படிச்சிக் கிட்டிருக்கேன். நான் கடைசி பய்யன் எங்கிறதுனால என்னைக் கூட வச்சிக்கிருவாக. அம்மா கூடப் பெறந்தவக மொத்தம் ஆறு பேரு. மூத்தவரு மாமா குச்சிப்பிரி (மாரியப்பா) ன்னு கூப்பிடுவாக. ரெண்டாவது எங்க அம்மா. மூணாவது மாமா கந்தன். நாலாவது மாமா காளியப்பன். அஞ்சாவது மாமா முருகன். ஆறாவது சித்தி லெட்சுமி, ஏழாவது மாமா ராமர். இப்படி எங்க ஊட்ல இருந்த மாதிரி அங்கும் கஜகஜன்னு இருக்கும். அம்மாவைப் பெத்த அப்பா பேரு காளியப்பன், அம்மா பேரு மூக்கம்மா. சாப்டூர்ல எங்க தாத்தா பூசாரி. அருவாள்ல ஏறி ஆடுவாரு. நாக்குல கற்பூரத்தைக் கொளுத்தி ஆடுவாரு. அப்ப எங்க அம்மா அழுகும். கூட்டமெல்லாம் கை தட்டி விசில் அடிப்பாக. பொம்பளைக கொலவைச் சத்தம் போடுவாக. சாப்டூர்ல எங்கண்ணே மூத்தவரு மகாலிங்கம்,

இளையவரு பிலாவடி, மூணாவது அண்ணே பாண்டி மூணு பேருமே இந்தத் தாத்தா ஊட்ல நெறைய வருசக்கணக்கா இருந்தாக. இங்க ஊரு மாடு மேய்ச்சாக. எங்க அம்மாவோட தாய்மாமாவும் ஊரு மாடு மேய்ச்சாக. நான் மட்டும் அப்ப அப்ப எங்க அப்பா அம்மா கூட வந்து போவேன்.

சூலப்புரத்திலிருந்து கோகுலம் பஸ்ஸுக்கு அம்மா, அப்பா, நானு மூணுபேரும் போவோம். வண்டப்புலியில் எறங்கி, என்னைய எங்கப்பா தலையில தூக்கி வச்சிக்கிருவாரு. அந்தக் கரிசக்காட்டு ரெண்டு பக்கமும் கருவேல முள்ளா இருக்கும். வெயிலு மண்டையப் பொளக்கும். போற வழியில நாயக்கரு தோட்டத்துல வாய்க்கால்ல தண்ணி போய்கிட்டிருக்கும். அதுல என்னையக் குளிப்பாட்டி அப்பாவும் உடம்ப நனைச்சிக்கிட்டு, நனைஞ்ச துண்டை என் மேல போட்டுக்கிட்டு மீண்டும் நடையைக் கட்டுவாரு.

பேரையூர் – சாப்டூர்ல நாயக்கரு, தேவரு, மணியாரு, அம்பட்டையர், செட்டியார், முஸ்லீம், பள்ளர், பறையர், சக்கிலியர் எல்லா சாதிக்காரங்களும் இருக்காக, ஆறுக்குத் தெக்குட்டு மாந்தோப்பு, புளியந்தோப்பு அங்க அதிகமா இருக்கும். ஊருக்குத் தெக்குட்டு ஈசான மூலையில சுந்தர மகாலிங்க கோயில் இருக்கு. மழைக்காலத்துல அங்க பேயுற தண்ணி சக்கிலிய ஊட்டுக்குக் கெழக்குப் பக்கமா இருக்கிற ஓடை வழியா வந்து ஊருக்கு வடக்கிருக்கிற கண்மாயிக்குப் போகும். ஓடையில ரெண்டு பக்கமும் புளிய மரமா இருக்கும்.

அம்மாவைப் பெத்த பாட்டி நாங்க போயிட்ட ஊருக்குள்ள போயி தோசை, இட்லியின்னு வாங்கிட்டுவரும். எங்க ஊட்லதான் வறுமைக் கொடுமையின்னா எங்க பாட்டி ஊட்லயும் வறுமை. கொடுமை கொடுமையின்னு கோயிலுக்குப் போனா அங்க ரெண்டு கொடுமை தண்டமானம் போட்டுச்சாம்.

நானும் மாப்ள கருப்பசாமியும் ஊருக்குத் தெக்கிட்டு ஜமீன் ஊட்டுப் பக்கம் போவோம். கேட்டிலிருந்து நின்டு அரண்மனையைப் பார்ப்போம். உள்ளே குதிரை வண்டி, கட்ட வண்டி கிடக்கும். பத்து காவலாளிகள் வேலை பார்த்துக் கிட்டிருப்பாக. குதிரைக ஒரு பக்கம் கட்டிக் கிடக்கும். உள்ளே நந்தவனச் சோல மாதிரி இருக்கும். அதுக்கப்புறம் தெக்கே அழகாபுரி ஊருக்குப் பக்கம் போவோம். ரோட்டு நெடுக புளிய மரம். நாங்க கல்லெடுத்துப் புளியங்காயை எறிஞ்சு விழ வச்சு எடுத்துத் தின்னுக்கிட்டே அழகாபுரி பக்கம் போவோம். அரண்மனையில ரெம்பப் பேரு சக்கிலியர்கள் – தோட்டத்து வேலை செய்றது, மாடு மேய்க்கிறது.

அரண்மனையில ரெண்டு மாடு செத்துப் போச்சு. அத எங்க தாத்தாதான் தெரு ஆட்களோடு சேர்ந்து தெருவுக்குத் தூக்கிட்டு வந்து உரிச்சாக. எலும்புகளை வெட்டுறதுக்குத் தாத்தா ஊட்ல இருக்கிற கதவை மாப்ளயும் நானும் தூக்கிட்டுப் போனோம். அதுலதான் எலும்புகளை வச்சி வெட்டினாரு. ஊடு தவறாம கூறும் போட்டு முடிச்சதுக்கு அப்புறமா அந்தக் கதவை எடுத்து கண்மா கலுங்குத் தண்ணியில அலசிட்டு வாங்கடான்னாரு. மாப்ளயும் நானும் கதவைத் தூக்கிட்டுப்போய் கலுங்குத் தண்ணியில அலசப் போனோம். அந்தக் கலுங்குல சரியான ஆழமா இருந்திச்சு. கதவைப் போட்டோம் அது உள்ளே போயிருச்சு. எங்களுக்குன்னா பயமாப் போச்சு. ஊட்ல வந்து தாத்தாகிட்ட சொன்னோம். எங்கள அடிச்சு வாங்கடான்னு அந்த கதவைப் போட்ட எடத்தக் காட்டச் சொன்னாரு. அப்புறம் எங்க மாமாமாருக சேர்ந்து கதவைத் தூக்கினாக. அப்புறந்தேன் எங்களுக்குச் சந்தோசமே வந்துச்சு. எனக்கும் மாப்ளக்கும் மனசுக்குள்ள பதக்கு பதக்குன்னு இருந்தது. தண்ணி அடிச்சிக் கிட்டு போயிடுச்சோன்னு. வருத்தமா இருந்தது. மாமா தண்ணிக் குள்ள முங்கிக் கதவை தூக்கினாக.

சாப்டூர்ல சினிமா கொட்டகை இருக்கு. பகல்லெல்லாம் சினிமா ஓடாது. நைட்டு மட்டும்தான் சினிமா ஓடும். ஒரு நாளைக்கு ரெண்டு ஷோதான். நானு, எங்க அப்பாவோடு வரும்போதெல்லாம் தாத்தாவோடு படம் பார்க்குறது வழக்கம். நாங்க தாத்தா ஊட்டுக்கு விருந்தாடியா போனா கேப்பக் களியோட, காயவச்ச மாட்டுக்கறிக் கொழம்பு கொடுப்பாரு எங்க தாத்தா. முத சோவுக்குப் போக மாட்டோம். படம் போடறதுக்கு முன்னாடி ரேடியோ படிக்கும். ரேடியோ ஆப் ஆகியிருச்சுன்னா படம் போட்டாகன்னு தெரிஞ்சிடுவோம். செகண்ட் சோவுக்கு ரேடியோ பாடும். அப்பத்தான் சினிமாவுக்குப் போவோம். அப்பெல்லாம் டிக்கெட் 50 பைசாதான். உள்ளே மணல் தரை, பெஞ்சுக்கு 75 பைசாதான். நாங்க வழக்கமா மணல் தரையில் உட்காருவோம். கால் நீட்டிப் படுத்துக்கிட்டுப் பார்ப்போம். சில பெரியாளுக தலைக்கு மணலை ஒண்ணாச் சேர்த்து அதுக்கு மேல துண்டைப் போட்டுப் பாப்பாக. இன்னைக்கு ஏசில உக்காந்து பார்த்தாலும் அந்தச் சுகம் வராது.

சக்கிலிய ஊடு நுழையுற எடத்துலதான் முஸ்லீம் வீடுக இருக்கு. அங்கனெய அல்லா கோயில் இருக்கு. காலையில அஞ்சு மணிக்கெல்லாம் அல்லாகு அக்பர் பாடத் தொடங்கிடுவாங்க. ஒரு சில நாள்ல இந்தப் பாட்டை நைட்ல கேட்கும்போது எங்க அம்மாவைக் கட்டிப்புடிச்சுத் தூங்கிடுவேன். அழுகிற மாதிரியே

கேட்கும். பக்கத்துல ஓடையில இருக்கிற புளியமரத்திலிருந்து காலை நேரத்துல பறவக சத்தம் அதிகமா கேட்கும். பிறகு கொஞ்ச நேரம் கழிச்சுக் கமலை சத்தம் கிச்சடி கிச்சடி கிச்சடியின்னு சவுண்டு கேட்கும். மனசுக்கு ரெம்ப எதமா இருந்துச்சு. ரெண்டு நா கழிச்சு ஊருக்கு வந்துட்டோம்.

எங்க ஊருல தேவரு ஒருத்தரு எறந்துட்டாரு. அங்க எங்கண்ணன் மகாலிங்கம் பெண்வேடம். ரெண்டாவது அண்ணன் பிலாவடி கோமாளி வேசம். பெரியப்பா மகன் அண்ணன் காளியப்பன் பெண் வேசம். ஆத்தாங்கரைப்பட்டியிலிருந்து மாமா ராமர் ராஜபார்ட். உத்தப்புரத்திலிருந்து மாமா அய்யப்பன் ராஜபார்ட். இவுக ராஜா ராணி வேசம் போட்டுத் தேவமாரு தெருவுல ஆடிக்கிட்டு இருந்தாக. இந்த ஆட்டத்துக்குப் பக்க மேளமா எங்க அப்பா நாதஸ்வரம், மாமா தவில் பாண்டி, மாமா பிச்சை, உருமிக்குச் சித்தப்பா, பழனி பம்பைக்குச் சித்தப்பா மாரியப்பன். இவகளெல்லாம் இந்த ஆட்டத்துக்கு நையாண்டி மேளம் வாசிச்சிக்கிட்டு இருந்தாக. நானும், எங்க தெருவுப் பசங்களோடு பள்ளிக்கூட மதிய டைத்தில ஆட்டம் பாக்க போனோம். அவங்க ஆடுற எடத்துல அந்தப் பாட்டு இந்தப் பாட்டு பாடுறான்னு ஒரே கரச்சலா இருந்தது. ஆட்டக்காரக, மேளக்காரக சாப்பிடறதுக்குப் போனாக. நானும் பசங்களும் அவுக கூட போயி மாட்டுக் கொட்டத்துல சாப்பாடு போட்டாக. ஒரு பக்கம் குப்பையைக் கூட்டியும் கூட்டாமலும் கிடந்தது. ஒரு பக்கம் சாணி கிடந்தது. மோத்திர வாட கப்புன்னு அடிக்குது. அங்கதான் அவுகளுக்குச் சாப்பாடு போட்டாக. நானும் பசங்களும் அங்கதான் சாப்பிட்டுக் கொஞ்ச நேரம் ஆட்டம் பார்த்துட்டு மதியம் ரெண்டு மணிக்கு மேல் பள்ளிக்கூடத்துக்கு வந்திட்டோம். அப்ப நான் அஞ்சாவது படிச்சிக்கிட்டு இருக்கேன்.

மூணாவது அண்ணே பாண்டிக்கு இடுப்புக்கு கீழ வலது காலுல தொடையில ஆப்பரேசன் பண்ணினாக. இன்னும் அந்தத் தழும்பு இருக்கு. இப்படி ஒவ்வொரு ஆளுக்கும் மாறி மாறி பிரச்சனைக்கு மேல் பிரச்சனை வந்தது. இந்தச் சூழ்நிலையில எங்க அக்கா வள்ளியைச் சாப்டூர்ல கட்டிக்கொடுத்தோம். அவுக குடும்பத்துல பிரச்சனை சொல்லி சாப்பாடுல பீங்கான அரைச்சுக் குடிச்சிருச்சு. அதத் தூக்கிட்டு எழுமலை ஆஸ்பத்திரியில பாத்துக் காப்பாத்துனாரு அப்பா. ஊருல கடன் மேல கடன் வாங்கி இத்தனை பிரச்சனைக்கும் தீர்வு கண்டாரு. இந்த கடனை யெல்லாம் எங்கப்பா ஆட்டத்துக்குப் போன சம்பளத்தைச் சரியா சாப்பிடாம கொள்ளாம கடன் வாங்கினவருகிட்ட கொடுப்பாரு. அதனால எங்கப்பாவுக்கு தெருவுல நல்ல பேரு.

மரியாதை இருந்துகிட்டுயிருக்கு. எங்கப்பா எறந்ததுக்கு அப்புறமா மூத்த அண்ணன் மகாலிங்கம்தான் குடும்பப் பொறுப்பை கவனிச்சுக்கிட்டு வந்தாரு.

ஆயிரத்துத் தொள்ளாயிரத்துத் தொண்ணூத்திஏழில் விருதுநகர் மாவட்டம் கிருஷ்ணன் கோயில் பக்கத்துல கூனம்பட்டிக்குப் பள்ளக தெருவுக்கு ஆடப் போனோம். அப்ப இப்ப இருக்கிற மாதிரி பஸ் கெடையாது. நாங்க போயிருந்தப்ப கிருஷ்ண கோயில் எறங்கி டீ சாப்பிட்டோம். அங்ஙன ரோட்டுக்கு மேக்குப் பக்கமா நாயக்கரு சைக்கிள் கடை வச்சிருக்காரு. நாங்க வெளியிடத்துக்கு ஆட்டத்துக்குப் போயிட்டு வந்தா அந்தக் கடைக்கு முன்னாடி தூங்குவோம். அப்பெல்லாம் இப்ப இருக்கிற ஆள்புழக்கம் இல்ல. அங்க தூங்கிட்டு நாயக்கரு கடையில ஆளுக்கொரு சைக்கிள எடுத்துக்கிட்டு அவுக அவுக பேக்குகளை சைக்கிள்ல வச்சிக்கிட்டு கிருஷ்ணன் கோயிலுக்குக் கெழக்கே ரோட்டு வழியா இருட்டுல போனோம். கண்ணுமூக்கு தெரியல, வேற ஊரு போயி சேர்ந்து, அங்க இல்லன்னு சொல்லிட்டாக. அங்ஙன இருக்கிற ஆளுக்கிட்ட ஊரைக்கேட்டுக் கூனம்பட்டிக்குப் போயி சேர்ந்தோம். ஆடி முடிச்சிட்டு சைக்கிள் எடுத்துட்டு கிருஷ்ணகோயில விட்டுட்டு பஸ் ஏறி ஊருக்கு வந்தோம்.

அண்ணன்மாரு அடிக்கடிச் சொல்வாங்க., பணத்திற்காக, செல்வத்திற்காக, நாம் இந்தத் தொழிலை செய்யலை. நமது பாரம்பரியக் கலையை நாம் பாதுகாக்க வேண்டும் என்றார்கள். எனது சகோதரர்களைப் பற்றிக் கலைப்பயணத்தில் நிறையவே பதிவுசெய்துள்ளேன்.

எங்கப்பா தாத்தாகிட்டேயிருந்து கத்துக்கிட்ட ஆட்டத்தை எனது மூத்த அண்ணன் மகாலிங்கம், இளைய அண்ணன் பிலாவிடியனுக்குக் கத்துக் கொடுத்தாரு. மூத்த அண்ணன் மகாலிங்கம் பெண் வேடமாக ஆடினார். இவருக்கு தலைமுடியைச் சீர்படுத்துவது, பேனை உருவி விடுவது, தலைமுடிக்கு சீயக்காயை அரைச்சுக் குளிப்பாட்டி விடுறது எங்க அம்மாவும் அப்பாவும் தான். தலையில் வெள்ளை கலரு துண்டுகட்டி தலைமுடியை மறைச்சிகிடுவாங்க. பெண் வேடத்துல அசல் பொம்பள மாதிரியே இருப்பாராம். நிறைய இளந்தாரிகளெல்லாம் எங்க அண்ணனைப் பார்த்து சைட் அடிப்பாங்களாம்.

அதே மாதிரிதான் சின்ன அண்ணன் பிலாவிடியன் கோமாளி வேடம் போட்டார். ஒருமுறை அத்திப்பட்டி மாரியம்மன் கோவில் திருவிழாவில் தனித் திறமையைக் காட்டணும்ங் கிறதுக்காகத் தலையில் கொஞ்சம் போல் முடியை விட்டு மொட்டையடித்து அசத்திக் காட்டினாராம்.

இந்த ரெண்டு அண்ணன்களும் கலை உலகத்தில் பேரும் புகழும் அடைச்சாங்க. கிட்டதட்ட பத்து ஆண்டுகளாக ஆடினாக. அப்புறமாக அந்தக் கலையை எனக்கும், என் அண்ணன் பாண்டிக்கும் கத்துக்கொடுத்தாங்க. நாங்க ரெண்டுபேரும் பெண் வேடமாகப் போட்டோம். ஊருக்குள்ள எங்களைப் பார்த்து குடும்பத்தைப் பார்த்து கேலியாகப் பேசினாங்க. ஒரு குடும்பமே ஆடுது, இவங்க என்ன படிச்சு என்ன கிழிக்க போறாங்கன்னு எங்களைப் பார்த்து மனசு நோகும்படி பேசுனாங்க. நானும் அண்ணனும் குளிக்க நாயக்கர் தோட்டங்களுக்குப் போவோம். அங்க தொட்டியில குளிக்க விடமாட்டாங்க. தொட்டியிலிருந்து கீழே விழுகிற தண்ணியிலதான் குளிப்போம். நாமயெல்லாம் தெருவில ஆடுறதனாலதான் நம்மையெல்லாம் கேலிக்கூத்தா பார்க்கிறாங்க. இதையெல்லாம் போக்கணும்னா நாமயெல்லாம் படிக்கணும், சமூகத்தில பெரிய அந்தஸ்தாகணும் என்கிற பெரிய வெறியால நம்மை நாமே படிக்க தூண்டிக்கனும்.

எங்க குடும்பம் ஒரு அன்பான குடும்பம். நாங்க ஆட்டத்துல புருஷன் பொண்டாட்டியா நடிப்போம். வீட்டுல அண்ணன் தம்பியா இருப்போம். நினைத்துப்பார்த்தா கஷ்டமாதான் இருக்கு. வயித்துப் பொழைப்புக்கு வேறு வழி தெரியல.

அன்பும் மகிழ்ச்சியுமா இருந்த குடும்பத்தல அப்பா இறந்தது ... அந்த உணர்வு எங்க குடும்பத்துல ரொம்ப சோகத்தை ஏற்படுத்திச்சு. இந்தச் சோகம்தான் நாங்க இறப்பு வீட்டிற்கு ஆடும்போதெல்லாம் இறந்துபோன அப்பா, அம்மா நினைச்சு ஒப்பாரி வைப்போம். அப்போ நிஜமாகவே கண்ணுலிருந்து தண்ணீ வரும். பார்வையாளர்கள் நாங்க எல்லாரும் நடிக்கிறோம்ன்னு நினைப்பாங்க. ஆனால் நாங்க நடிக்கவிலலை, உண்மையிலதான் அழுகிறோம் என்பது தெரியாது.

கலைப் பயணம்

எங்க ஊட்ல அப்பாவுக்கும் மொத மாதிரி ஆட்டம் இல்லாம போச்சு. மேச்சாதி ஆளுக கிட்ட தான் கடன் வாங்கி என்னையும் எங்க அண்ணன் பாண்டியையும் படிக்க வச்சாரு. அப்ப அவன் எட்டாவது எழுமல ஸ்கூல்ல படிச்சான். ஊட்ல வறுமை தலவிரிச்சாடிச்சு. அதனால நானும், அண்ண னும் ஆட்டத்துக்கு ஆடப் பழகினோம். ரெண்டு பேருமே சின்ன வயசுல நல்லா பாடுவோம். ரெண்டு பேரும் முகமும் முத்தாலம்மனைச் செஞ்ச செல மாதிரின்னு ஊருக்குள்ள பேசிக்கிருவாக. ஆயிரத்துத் தொள்ளாயிரத்துத் தொண்ணீத்திரெண்டு எங்கப்பா கிட்ட ஆட்டம் பழகினோம்.

சாயங்காலம் ஆனா எட்டு ஒன்பது மணிக்கு மேல ஊட்டுக்குக் கெழக்கே இருக்கிற கருப்பாயித் தோட்டத்துல ஆட்டம் பழகினோம். அப்ப ஆடுற எடத்துல மட்டும் முள்ளு இல்லாம செதுக்கி வுட்டுக் களமாக்கிடையிலும் காலையில ஸ்கூலுக்கு போவோம். ஒன்பது மணிக்கு மேலே நானும் அண்ணே வாசி, கோணய்யன்னு நாலு பேர் ஆட்டம் பழகினோம். மொத நாள்ல பாட்டு கீட்டுப் பாடச் சொல்வாரு. நல்லா கத்தச் சொல்வாரு. எது வரைக்கும் கத்திப் பாட முடியுமோ அதுவரைக்கும் கத்தி பாடுறான்னு சொல்வாரு. அப்புறம் நாளாக ஆட்டம், கதை, அப்புறம் ஒரு நடிகன் எப்படிக் கூட்டத்தில் பேசணும், அடவு முறைகளை எடுத்து வைக்கணும். இப்ப ராஜா பாட்டுன்னா ஆடும்போது கை நீட்டிப் பேசும்போது ஒரு ராஜாவுக்குண்டான தோரணை, பாவனை, நடிப்பு இருக்கணும்னு சொல்லிக்கொடுப்பாரு.

நான் பொம்பள வேசம், அண்ணே பாண்டி பொம்பள வேசம், வாசி ராஜபார்ட், கோணய்யன் கோமாளி. ஆளுக மூஞ்சியைப் பாத்து செலக்ட் பண்ணினாரு. பொம்பள வேசம் போடுறவுக முடி வளர்க்கணும்னு சொன்னாரு. அதிலிருந்து நானும் அண்ணனும் பொம்பள வேசம் போடுறவுக. முடி வெட்டயில்லை. ஸ்கூலுக்குப் போனேன். சுந்தரபாண்டி ஹெட் மாஸ்டர் எங்க வகுப்புல ஒரு தடவை ஏன் இவ்வளவு முடியை வளர்க்கிறேன்னு கேட்டாரு. அதுக்கு நான் ஆட்டம் பழகுறேன். எங்கண்ண ஆட்டம் ஆடுறாக. அப்பா ஆடுவாருன்னு சொன்னேன். சரி நல்லாப் பண்ணுங்கன்னு சொல்லிப் புறப்பட்டார். அதக் கேட்ட பக்கத்துல இருந்த பிள்ளைக அடுத்த நாள் என்கிட்ட சரியாப் பேசலை.

செல நாள் எங்கப்பா நாயனத்துக்குப் போயிடுவாரு. அப்போ காலையில ஸ்கூலுக்குப் போயிட்டு சாயங்காலம் அஞ்சரைக்கு ஊட்டுக்கு வருவோம். எங்கம்மா களம் பெடைக்கப் போயிருவாக. நைட்டு ஒன்பதரைக்கு வருவாக. ஊட்ல சாப்பாடு நாங்க வைப்போம். கொழம்பு எங்க அம்மா வந்துதான் வைப்பாக. சாயங்காலம் ஆறுமணிக்கு ஊரிலிருந்து செல்லாயிபுரம் காட்டு வழியா, சுப்பிரமணி கோயில் வழியா வந்து ஆத்தங்கரைப்பட்டிக்கு ராமநாதன் வாத்தியார்கிட்ட ஆட்டம் பழகுவோம். செல்லாயிபுரத்துக்கு வடக்குட்டு வெறும் சோளக்காடுதான் இருக்கும். லைட்டா இருட்டிரும். வரப்புப் பாதை தெரியாது. நாலு பக்கம் எர எடுக்கப் போன பறவ சவுண்டு கீச் கீச்சின்னு இருக்கும். வரப்புல பாம்புயிருந்தால் தெரியாது. சோளக்காட்டுக்குள்ளதான் அந்த ஊருக்குப் போற பாதை. அந்த வழியா வந்து எழுமலையிலயிருந்து இராமநாதபுரத்துக்குப் போற ரோட்டுல ஜாயிண்டாகி ஆத்தாங்கரைப்பட்டிக்கு வந்து சேருவோம். ரெம்ப இருட்டிரும். ராமநாதன் வாத்தியார் எங்கப்பா பொம்பளை வேசம் திருமாணிக்கம் அழகர் தாத்தா இவுகல்லாம் ஒரு செட். அந்தக் காலத்துல ஒரு கலக்கு கலக்குன ஆளுக. இப்படித்தான் ராமநாதன் வாத்தியார் வண்டாரி பக்கம் ஆட்டத்துக்குப் போயிருந்தாரு. அப்ப நல்ல பருவம். தேர் தூக்கி ஆடி வரும்போது வேட்டு போடுவாக. இவர் கையில பட்டு கையில இருக்கிற நரம்பெல்லாம் அத்துப் போச்சு. அதிலிருந்து ஆட்டத்துக்குப் போக முடியாம ஊட்ல இருந்துட்டாரு. நானு, பாண்டி அண்ணே, வாசிமலை, கோணய்யன் (முனியாண்டி) நாங்க நாலு பேரும் எங்க அப்பா வேலைக்குப் போற நேரத்துல இவர்கிட்டதான் பழகுவோம்.

வாத்தியார் ஊட்டுக்கு முன்னாடி நைட்டு பத்து மணியிலிருந்து ஆட்ட ஒத்திகை பார்ப்போம். அப்புறம் நைட்டுல

தூங்கிட்டுக் காலையில ஆறு மணிக்குப் பெறப்பட்டுச் சூலப்புரத்துக்கு வந்து ஸ்கூலுக்குப் போவோம்.

ஆத்தாங்கரைப்பட்டியில ஆட்டம் பழகுறபோது செல நாள்ல எட்டு எட்ரைக்கு ஆடத் துவங்கிடுவோம். ராஜபார்ட் கோமாளி, ரெண்டு பெண் வேசம் எதிர எதிர நிண்டு அவர்களது பாணியில நிண்டுக்கிட்டுருப்போம். அங்க அந்தத் தெருவுல அத்தைவுக அதிகம். இப்படித்தான் ஒருநாள் ஒத்திகை பார்க்கும் போது கோமாளி பெண் வேசத்துக்கிட்ட

கோமாளி: (பொம்பள வேசத்தைப் பார்த்து)

ஏம்மா பாப்பம்மா ஏம்மா பாப்பம்மா ன்னு சொல்லுவாரு. பெண்வேசம்: யோவ் என்னத்தையா பாப்பமா, பாப்பமான்னு சொல்ற – ஊரைப் பாரு, உலகத்தைப் பாரு, நாட்டைப் பாரு, நகரத்தைப் பாருன்னு சொல்லுவாக.

அப்ப கோமாளி வேசம் போட்டவ சத்தமா பேசாம மெதுவாப் பேசினான். அப்ப வாத்தியாரு டேய் கோமாளி இங்க வாடான்னு கூப்பிட்டு கோமாளி வேசம் போட்டா துருதுருன்னு இருக்கணும். அதனால ஓரைச்சு நல்லா சவுண்டா பேசணும்னு சொல்லிட்டு உட்கார்ந்துட்டாரு. மீண்டும் மேல சொன்ன கதை வசனம் வரும்போது அப்ப பொம்பள வேசக்காரங்க நாட்டைப் பாரு, நகரத்தைப் பாருன்னு பொம்பள மாதிரி கை மேல கை ஒவ்வொரு வசனத்துக்கும் ஒரு அடி கையில அடிச்சுப் பேசணும். அடுத்த வசனம் கோமாளி பேசணும். நல்ல சவுண்ட்டா பேசணும்கிறதுக்காகப் பேச வேண்டிய வசனத்தை விட்டுப் புட்டுயே நொக்கா, நோத்தான்னு வாய்க்கு வந்தபடியே பேசினான். வாத்தியார் டே டே நிறுத்துடான்னு சொன்னாரு. அப்ப வேடிக்க பார்த்த அத்தவுக, பள்ளவீட்டுப் பொம்பளைக வாயில துணிய வச்சிக்கிட்டு எந்திரிச்சுட்டாக. அப்புறம் வாத்தியார் அவனைச் சத்தம் போட்டாக. நாங்களும் கேட்டோம். ஏண்டா இப்படிப் பேசினேன்னு. வாத்தியாரு சவுண்டா பேசச் சொன்னாரு, சவுண்டா பேசணும்ங்கிறதுக்காகப் பேச வேண்டிய வசனத்தை விட்டுப்புட்டு இப்படிப் பேசிட்டியேன்னார். அப்புறம் என்ன நாங்களும் ஒத்திகை முடிச்சிட்டு அவரு ஊட்ல படுத்திட்டோம். காலையில எந்திரிச்சு ஊருக்குப் புறப்படும் நேரத்துல அத்தைவுக ஏ தம்புடு ஏமியா நைட்டுன அசிங்கா திட்டித்திரின்னு கேட்டாக. நாங்க நாலுபேரும் காது கேட்காத மாதிரி நடந்துக்கிட்டு ஊருக்கு புறப்பட்டோம். இப்படியே செல மாசம் ஆச்சு.

கோமாளி வேசத்துக்குக் கோமாளி வேசம் போடக்கூடிய அண்ணே பிலாவடி வேசம் போட்டுவுட்டாரு. அரங்கேற்றம்

பண்றதுக்கு ஒரு மாசம் முன்கூட்டியே எங்க ஊரு நாயக்கருக்கிட்ட கடன் வாங்கினாரு எங்கப்பா. அந்தப் பணத்தில ஆட்ட டிரஸ் எடுத்து எழுமலை புல்லுக்கடைத் தெருவுல பாலு டெய்லர் கடையில தைக்கக் கொடுத்தாரு. கூட நானும், பாண்டி, வாசி, கோணய்யன் நாலு பேரும் போயிருந்தோம். நேர ஆசாரிகிட்ட கூப்பிட்டுப் போய் எங்க நாலு பேரையும் காது குத்திட்டு, சிதம்பரம் தியேட்டர்ல படம் பார்த்துட்டு, கண்மா வழியா நாலுபேரும் நடந்து ஊட்டுக்கு வந்தோம். ரெண்டு நாள் கழிச்சு ஜாக்கெட், பாவாடை, பாடி, குண்டிச்சட்டி எல்லாத்தையும் கடையிலிருந்து வாங்கி பாட்டி குப்பாயி கருமாதிக்கு ஆடினோம். முதமுதல்ல ஆடப்போறோம்னு ஒரு சந்தோஷம் இருந்தாலும் ஒரு பக்கம் காலு கையி எல்லாம் பதட்டமா இருந்தது. அப்ப மேக்கப் எங்க ஊட்ல போட்டோம். அந்த நேரத்துல ராஜபார்ட் டிரஸ்சுக்கு மதுரை வீரன், எம்.ஜி.ஆர் போட்ட சட்டை மாதிரி போடுவாக. இப்பயும் ராஜா ராணி ஆட்டத்துல ராஜா வேசம் போடுறவரு மதுரைவீரன் டிரெஸ் மாதிரியே போடுவாரு. வாசிவாடன் ராஜா வேசம் மேக்கப்பைப் போட்டிட்டு அடுத்ததா டாக்னீசு போடணும். ஆனா எழுமலை ஜவுளிக்கடையிலிருந்து டாக்னிசு வாங்க மறந்துட்டாக. அந்த நேரத்துல எங்கப்பா நாயனம் வாசிக்கப் போகும்போது வெள்ளைகலர் வேஷ்டி. முழுக்கைச் சட்டை போட்டுக்கிட்டு நாயனம் வாசிக்கப்போவாரு. ஊட்டுக்குள்ள இருந்த முழுக்கைச் சட்டையை எடுத்துக் கை மாட்டுறது மட்டுமே கிழிச்சு ரெண்டு காலுல மாட்டிவிட்டாரு. அதே போல் அவனும் மாட்டிட்டான். அதுக்கு மேல கால் டவுசரைப் போட்டுக் கால்ல மணிச்சலங்கை கால் பாதத்திலிருந்து கொஞ்ச மேல வரைக்கும் சாக்ஸ் போட்டுச் சலங்கை கட்டுனதுல முழுக்கைச் சட்டை போட்டது மாதிரி தெரியல. கருமாதிக்கு வத்ராப் கவணம் பட்டி ஆளுக மாமாமார்க வந்து அஞ்சு பத்து அன்பளிப்பு கொடுத்தாக. முதமுதல் ஆடும்போது எங்கப்பா, தாத்தா இராமநாதன், அண்ணன் மகாலிங்கம், பிலாவடிக்குக் கிட்ட காலுக்கு விழுந்து ஆசிர்வாதம் வாங்கினதுக்கு அப்புறமா ஆடக்கூடிய எடத்துக்குப் போயி ஆடத் துவங்கினோம். கால், கையெல்லாம் நடுங்கிச்சு. செல நேரத்துல சொல்லிக் கொடுத்த வசனங்களெல்லாம் உளற ஆரம்பிடுச்சு. அதை மாமாவுக காலையில சொல்லிச் சொல்லி சிரிச்சாக.

அந்த நேரத்துல எங்கண்ண செட்டு ஆத்தாங்கரைப்பட்டி பவுன்னும் இந்த ரெண்டு செட்டுதான் இருந்துச்சு. மூணாவது நாங்க புதுசா செட் உருவாக்கினோம்.

இப்படியே ஆறு மாசமா வேலை இல்லாம இருந்தோம். நாங்க ஊட்ல இருக்கும்போது அப்ப உள்ள திரையிசைப்

பாடல்களை ரேடியோவுல கேட்டு கேட்டுப் பாடிப் பழகுவோம். பெருமாள் கரட்டுப் பக்கமா போயி உரக்கப் பாடிக் கத்துவோம். சுதிமதி தெரியலயண்ணா எங்கப்பா, அண்ணன் கிட்டக் கேட்டுத் தெரிஞ்சிக்கிடுவோம். அப்பத்தான் இந்தப் பாட்டு ரிலீஸ் வானமே எல்லை என்ற திரைப்படத்துல,

கம்பங் காடு கம்பங் காடு
காளை யிருக்கு பசியோடு
ஓடி வந்து விளையாடு
அழுக்கு தீர்ந்திடக் குளிப்பாயா
ஆசை தீர அணைப்பாயா

இந்தப் பாட்டு

சந்தைக்கு வுந்த கிளி
ஜாடை சொல்லிப் பேசுதடி
முத்தம்மா முத்தம்மா

இந்தப் படத்து பாட்டுகளெல்லாம் ரிலீஸ். ஆண் பாடக்கூடிய வரிகளை ராஜா வேசம் போடுறவரும் பெண் பாடக் கூடிய வரிகளை நாங்களும் பாடுவோம். பாடி வச்ச பாட்டுகள ஒரு நாளைக்கு மொத்தமா தவில்காரரை வச்சுப் பாடுவோம். தாளம், கீளம் விடாம பாடுறோமான்னு பாடி ஒத்திகை பார்ப்போம்.

அப்புறம் முத முதல்ல பொங்கலுக்குப் போன ஊரு வத்ராப் பக்கம் கவணம்பட்டி எங்க ஆளுக்கு ஆடப் போனோம். மூணாவது ஊரு கூ. கல்லுப்பட்டிக்குப் பக்கம் கொல்லவீரன் பட்டி தேவமார்க்கு போனோம். அப்ப ஆட்டத்துக்கு மட்டும் எழுநூத்தைம்பது ரூவா பேசினாரு வாத்தியாரு. கொல்லவீரன்பட்டி ஊருல முழுக்க தேவமாரு ஆளுக. சக்கிலிய ஊடுக விருதுநகர் போற ரோட்டுல தெக்குப் பக்கமா பத்து வீடு இருக்கு. தேவமாரு ஒரு ஆள் இறந்துட்டாரு. அதுக்கு நைட்டுல மட்டும் ஆடினோம். அப்ப கோமாளி தெளிவான ஆளு வேணுங்கிறதுக்கு என்னுடைய மூத்த அண்ணன் பிலாவடி கோமாளிக்கு வேசம் போட்டாரு. அன்னைக்கு லைட்டா சாரல் வேற பெஞ்சிச்சு. தூங்காம இருப்பதற்கு ரெண்டு, மூணு வாட்டி கடுங்காப்பி கொடுத்தாக. அப்பெல்லாம் மிலிட்டரி கதை வைப்போம். அந்தக் கதைதான் நிகழ்த்திக்கிட்டு இருந்தோம். அப்ப நான் கோமாளி வேசத்தைப் பார்த்து ஏ மச்சான் ஒங்க அண்ணன், அண்ணிக நீங்க மிலிட்டரிக்கு போயிட்டீங்க. எனக்குச் செலவுக்குக் காசு இல்லாம குழந்தைக்குக் கூடப் பாலு வாங்கித் தர முடியாம இருந்தப்போ அவுக யாருமே கவனிக்லையா. எனக்கு ரெம்ப வேதனையா யிருச்சு. இந்த வசனம் பேசுறபோது சில எடத்துல உண்மையில ஒரு குடும்பத்துல இந்தச் சூழ்நிலை நடந்துச்சுன்னா எப்படி இருக்குமோ அப்படிப் பேசணும். ஆனா நான்தான் அப்படிப்

பேசலை. ஏதோ டூர் போறது மாதிரி பேசினேன். எங்கண்ணா கோமாளி அவருடைய வசனத்தைப் பேசி முடிச்சிட்டு அப்புறம் ராஜா பாட்டுக்காரக அந்தச் சூழலுக்கு ஏற்றவாறு பாட்டு

முத்துக்கு முத்தாக சொத்துக்குச் சொத்தாக
அண்ணன் தம்பி பெறந்துவந்தோம் கண்ணுக்கு கண்ணாக
அன்பாலே பெறந்துவந்தோம் கண்ணுக்குக் கண்ணாக

அப்படின்னு பாட்டு போட்டுக்கிட்டிருந்தாக. அப்ப எங்கண்ணா என்னைய வஞ்சாரு. எனக்குக் கண்ணீர் வந்திருச்சு. அப்புறம் வேசத்தை முடிச்சிட்டுக் காலையில பஸ் ஏறும்போது வாத்தியாரு ஏன் நைட்டு ஒரு மாதிரி பேசினியே. ஏன் என்ன ஆச்சு உனக்கு. இப்படியெல்லாம் பேசக் கூடாதுன்னு சொன்னாரு. வராத வசனத்தை காட்டுப்பக்கம் பேசிப் பேசிப் பார்ப்பேன். மீண்டும் மறுநாள் நிகழ்ச்சியை நல்லா பேசணும், நல்லா ஆடணும் மனசுக்குள்ளே நினைச்சு பண்ணுவேன்.

இப்படித்தான் ஆயிரத்து தொள்ளாயிரத்துத் தொண்ணூற்று நாலு–தொண்ணூத்தைஞ்சு விருதுநகர் மாவட்டம் ஸ்ரீவில்லிபுத்தூர் தாலூகா ராஜபாளையத்துக்குப் போற ரோட்டுல வன்னியம் பட்டி ஊரு இருக்கு. அந்த ஊருக்குப் பள்ளர் தெருவுக்கு ஆட்டத்துக்குப் பேசியிருந்தார் வாத்தியார். முதல் நாள் நைட்டு ஸ்ரீவில்லிபுத்தூர் பக்கத்து ஊருல நிகழ்ச்சியை முடிச்சிட்டு, காலையில வன்னியம்பட்டி விலக்குல எறங்கி தென்னந்தோப்புல படுத்திருந்தோம். மதியம் பசிச்சா விலக்குல இருக்கிற கடையில சாப்பிட்டுப் படுப்போம். சீசன் நேரத்துல படுத்தா எந்திரிக்க மாட்டோம். அண்ணே மூத்தவர் மகாலிங்கம் – ராஜபார்ட் ரெண்டாவது அண்ணன் பிலாவடி – கோமாளி மூணாவது அண்ணன் பாண்டி – பொம்பள வேசம். நானும் சித்தப்பா பையன் ராஜபார்ட் வாசிமலை வாத்தியாரு எல்லாருமே தென்னந்தோப்புல வெயில் வராத எடத்தைப் பார்த்துத் தூங்கினோம்.

காஞ்சு மட்டைகள் விழுந்திடுமோன்னு ஒரு பயம். எல்லாருமே அசந்து தூங்கிட்டோம். அப்ப ஏஞ் சட்டையை யாரோ எடுத்துக்கிட்டுப் போயிட்டாக. சாயங்காலம் ஆறு மணிக்கு எந்திரிச்சோம். என் சட்டையைக் காணவில்லை. வேஷ்டியும் தலையில துண்டு மட்டும் கட்டி இருந்தேன். அந்தத் தோட்டத்திலிருந்து வன்னியம்பட்டிக்கு பஸ் கிடையாது. நடந்துதான் போகணும். சுமார் மூணு கிலோ மீட்டர் இருக்கும் அந்த ஊரு. அப்புறம் வாத்தியார் துண்டைப் பொத்திக்கிட்டு வான்னு சொன்னார். நான் என்னுடைய பேக்கை எடுத்துக்கிட்டு சட்டையில்லாம துண்டைப் பொத்திக்கிட்டு நடந்து வந்தோம். ரோட்டுல அந்த ஊருக்குப் போற உள்ளூர்காரக என்னப்பா

ஆட்டக்காரக இன்னைக்கு என்ன ஆட்டமான்னு கேட்டாக. ஆமாங்கய்யான்னு சொன்னாரு வாத்தியாரு. அப்படியே நடையைக் கட்டினோம். ஊருக்குள்ள நுழையுற எடத்துல ஒரு வண்ணார் வீடு இருந்தது. அவுக ஊருக்குள்ள போடுற ஆட்டத்தை எல்லாம் தவறாம பார்ப்பாராம். அந்த ஊட்டுக்காரக என்னைப் பார்த்து எந்த ஊரு ஆட்டச்செட்டுனு கேட்டாரு. அதுக்கு வாத்தியாரு பேரையூர் பக்கத்துல எழுமலை சூலப்புரம் செட். இன்னைக்கு இங்க ஆடப் போறோம்ன்னு சொன்னார். அப்புறம் சட்டை காணாமப் போன விசயத்தைச் சொன்னோம். அவரு ஒரு பழைய சட்டையைக் கொடுத்தாரு. அந்தச் சட்டையைப் போட்டுக்கிட்டு ரயில்வே கேட்டைத் தாண்டி ஊருக்குள்ள விழாக் கமிட்டித் தலைவர் நாட்டாமையைப் பார்த்தோம். மேக்கப் போடுறதுக்கு ஊடு கொடுத்தாரு. ஊரு சனங்க. சின்னப் பிள்ளையிலிருந்து, பெரியாள்கள் வரைக்கும் பலாப் பழத்தில ஈ மொய்ச்சது மாதிரி மொச்சிட்டாக. அப்புறமா சாப்பிட்டு மேக்கப் போட்டு காளியம்மன் கோயிலுக்கு முன்னாடி ரோட்டுல ஆடினோம். அப்பெல்லாம் அந்த ஊருல சாராயம், அதக்காட்டிலும் பனங்கள்ளுதான் புழக்கத்தில் இருந்துச்சு. எளவட்டங்க கள்ளைக் குடிச்சிப்புட்டு அவுகளும் சேர்ந்து ஆட ஆரம்பிச்சாக. நைட்டு ரெண்டு மணிக்கு நானும் வாசிமலையும் குறவன் குறத்தி வேசம் போட்டோம். நான் குறத்திக்கு, அவன் குறவனுக்கு வேசம் போட்டு ஆடுறபோது

குறவன்: ரூ பாலன காணி கத்தேன்னு

கோபமா பேசி கையில வச்சிருக்கிற டப்பாவைக் கீழ போடுறது மாதிரி ஒரு சீன் வரும். அந்த வசனத்தப் பண்றபோது அவன் வச்சிருக்கிற டப்பாவைக் கீழ போடுறபோது ஏன் தலையில சட்டென்னு அடிச்சிட்டான். எனக்குன்னா வலி தாங்க முடியலை. பொடப்பா வீங்கிடுச்சு. பத்து நிமிசம் என்னால ஆட முடியல. அவன் மட்டும்தான்;

“நாங்க புதுசா கட்டிக்கிட்ட ஜோடி தானுங்க”

பாட்டுக்கு நையாண்டி மேளத்துல வாசிக்க அவெ மட்டும் ஆடிக்கிட்டு இருந்தான். அப்புறம் காலையில நிகழ்ச்சியை முடிச்சிட்டு அந்த ஊரு பக்கத்து ஊருக்கு, பாட்டக்குளத்துக்கு உடனே அட்வான்ஸ் கொடுத்தாக. ஆணும் பெண்ணுமா காலையில ரெம்ப பேரு வாழ்த்துனாக. பார்க்க சின்னப் பிள்ளையா இருக்கிறீங்க. ஆனா நல்லா ஆடினீங்கன்னு சொன்னாக. நாட்டாமை காலையில கோயில தேங்காய்பழம் வச்சு நூறு ரூவா எஸ்டாவே கொடுத்தாரு. அப்ப எங்களுக்கு ரெம்ப சந்தோசமா இருந்தது. அன்னைக்கு நைட்டு பக்கத்து

ஊருக்காக, பாட்டக்குளத்துக்காக நிகழ்ச்சி பார்த்துட்டு அவுக ஊருக்கு நிகழ்ச்சிக்கு மறுநாள் நைட்டு கூப்பிட்டாக. அட்வான்ஸ் கொடுத்தாக. நாங்க பெட்டி பேக்கெல்லாம் தூக்கிக்கிட்டே நடந்தே முத நாள் தூங்கின தென்னந்தோப்புக்கு வந்திட்டோம். தென்னந்தோப்புல தூங்கும்போது நைட்டுல என் தலையில டப்பா விழுந்தது பத்தி வாத்தியார் எதம் பதம் வேணும் மின்னாரு. இனிமேல் பாத்து பண்ணனும்னு சொல்லிட்டு என் தலையில தேச்சி விட்டாரு. தூங்கிட்டுச் சாயங்காலம் பாட்டக் குளத்துக்கு நிகழ்ச்சிக்குப் போயி சிறப்பாப் பண்ணினோம். நிகழ்ச்சி முடிச்சிட்டு ஊருக்கு வந்தோம். பேரையூர்ல சாப்பிட்டு பஸ்டாண்டில சம்பளம் பகிர்ந்திட்டு ஊருக்கு வந்தோம்.

ஆயிரத்துத் தொள்ளாயிரத்துத் தொண்ணூறத்தாறில் மதுரை மாவட்டம் திருமங்கலம் வட்டம் கப்பலூர் உச்சப்பட்டின்னு கிராமம் இருக்கு. இங்க நாயக்கரு அதிகமா இருக்காக. எங்க ஊரு நாயக்கர்களும் உச்சப்பட்டி நாயக்கர்களும் பொண்ணு கொடுத்துப் பொண்ணு எடுத்துக்கிருவாக. அதனால எங்க ஊரு நாயக்கர்களும் எங்கள உச்சப்பட்டி நாயக்கரு பொங்கலுக்கு ஆட்டத்துக்குக் கூட்டிட்டுப் போனாக. அந்த ஊர்ல ரெண்டாவது நாள் திருவிழாவுக்குப் போனோம். நானு, அண்ணே மகாலிங்கம், அண்ணே பிலாவடி, அண்ணே பாண்டி, எங்கப்பா பெருமாள், சித்தப்பா பையன் வாசிமலை, குறவனுக்குக் காளியப்ப மாமா நல்லதங்காள் வேசத்துக்கு மகாதேவன்னு நாங்க போயிருந்தோம். நாயக்கருக சாதி வித்தியாசம் பாத்தாக. ஆட்டக்காரங்களுக்கு, மேளக்காரங்களுக்கு ஒவ்வொரு ஊட்ல மாட்டுக் கொட்டகையில சாப்பாடு போட்டாக. ஆட்டுக்கறி கொழம்பு வெறும் கொழுப்பா இருந்துச்சு. சாப்பிட்டு வேசம் போட்டுகிட்டு இருந்தோம். அப்ப எங்கப்பா பெருமாள் இந்துண்ட நாயக்கருக கண்ணு பெட்டுத்துறு தானி நிச்சி கண்ணத்தின டேது காலுன கருப்புத் தடவியண்டா இங்கிருக்க நாயக்கருக கண்ணு வைப்பாக. அதனால கன்னத்துல இல்லையண்ணா காலுல கருப்பத் தடவிக் கிட்டு ஆடுன்னு சொன்னாரு. நாங்க அப்படியே கருப்பத் தடவி வேசம் போட்டுக்கிட்டு ஆடுனோம். நைட்டுல ரெண்டு மணிக்கு மேல எங்கப்பா பெருமாள் குறத்தியாகவும், மாமா காளியப்பன் குறவனாகவும் வேசம் போட்டுக்கிட்டு வந்து உள்ளே எறங்கி ஒரு கலக்கு கலக்கினாக. எங்க ஊரு நாயக்கருக ஒரே ஜில்லு இந்தாரேன்னு பத்து ரூபா நோட்டை ஜாக்கெட்டுல குத்தினாக. அப்ப எனக்குக் கறிக்கொழம்பு வவுத்துக்குச் சேரல. பெண் வேசம் போட்டமென்னிக்கு மகாதேவன் அண்ணனைக் கூப்பிட்டு ஊருக்கு வெளியே போயிட்டுக் காலு கழுவிட்டு ஆடுற எடத்துக்குப் போயி நிகழ்ச்சிக்கு பண்ற எடத்துல

உட்கார்ந்து கவனிச்சிக்கிட்டு இருந்தேன். எங்கப்பா பெருமாள் எங்கண்ணே மகாலிங்கம் மாமா காளியப்பன் மூணு பேரும் கட்டபொம்மன் பாட்டைப் பாடுனாக. வசூல் கொட்டிருச்சு. காலையில நாயக்கமாருக ஆளுக ரெம்ப வாழ்த்துறாங்க. ஆட்டம், பாட்டு நல்லாயிருக்குன்னு சொன்னாக. அப்புறம் திருமங்கலம் வந்து கண்ணாத்தா பஸ்ஸுல ஏறி ஊட்டுக்கு வந்து சேர்ந்தோம்.

ஆயிரத்துத் தொள்ளாயிரத்துத் தொண்ணூத்தைஞ்சுல எங்களை முதமுதல்ல தூத்துக்குடிப் பக்கம் கூப்பிட்டுப் போன போது தொழிலதிபர் பரஞ்சோதியும் பந்தல் அமைப்பாளர் நயினாரும் இவக ரெண்டு பேரும் நல்ல நண்பர்க. இவுக கழுகுமலை வேலாயுதபுரம் நாதஸ்வரக் கலைஞர் எம்.எஸ். முத்தையா இவுகளுக்கு நல்ல பழக்கம். அதனால பரஞ்சோதியும், நயினாரும் ராஜா ராணி ஆட்டம் வேணுமின்னு முத்தையா கிட்ட கேட்டிருக்காக. அவரு நல்ல செட். பொடி பொடிப் பசங்களா இருப்பாங்க. நல்ல ஆடுவாக சூலப்புரம் பெருமாள் செட்டுன்னு சொல்லி பரஞ்சோதி, நயினாரு சூலப்புரத்திற்கு வந்தாக. ஒரு லெட்டரும் கையோட பரஞ்சோதி நயினாரும் கொண்டு வந்தாக. எம்.எஸ். முத்தையா எங்களை அனுப்பி வச்சாருன்னுட்டு பரஞ்சோதியும் நயினாரும் சொன்னாக. வந்தவர்களுக்கு கலர் வாங்கிக் கொடுத்து தூத்துக்குடிக்குப் பக்கம் புதுக்கோட்டைக்குப் பக்கத்தில பரஞ்சோதி ஊரு. அந்த ஊருக்கு அட்வான்ஸ் கொடுத்துட்டு போனாக. அந்தத் தேதிக்கு நான் முதமுதல்ல தூத்துக்குடிப் பக்கம்போனது இவுகளாலதான். அதுவரைக்கும் சங்கரன்கோயில்வரைக்கும் பட்டிதொட்டியெல்லாம் ஆடியிருக்கேன். சங்கரன்கோயிலுக்கு அடுத்து தெக்கமன்னா திருநெல்வேலிக்குப் போனது அதுதான் மொத தடவ. நான் புது எடத்துக்குப் போறமுன்னா பஸ்ல ஜன்னல் ஓரத்தில ஒட்காந்துகிடுவேன். பஸ் விட்டு எறங்குற வரைக்கும் பட்டிதொட்டிகளெல்லாம் பாத்துக்கிட்டே போவேன். அப்புறம் திருநெல்வேலியிலிருந்து தூத்துக்குடி போற பஸ்ல ஏறினோம். வல்லநாடு வழியாக் கரட்டைத் தாண்டி பஸ் போச்சு. வல்லநாட்டு பக்கம் கண்ணுக்குப் பசுமையா இருந்தது வயற்காடு. தாமிரபரணி தண்ணி பாயுற எடம் அது. குளுகுளுன்னு இருந்துச்சு. புதுக்கோட்டை ஸ்டாப்புல எறங்கினோம். அங்க பரஞ் சோதியும் நயினாரும் அம்பாஸிடர் காரை ரெடியா வச்சிருந்தாக. டீ சாப்பிட்டு அவுக ஊருக்கு காருல போனோம். அவுக ஏரியாவுல ராஜா ராணி ஆட்டம்னா என்னான்னே தெரியாதாம். கும்பாட்டம், கணியான் ஆட்டம்தான் நிகழ்த்துவாங்களாம். நாங்க புதுக்கோட்டையில நயினார் ஊட்ல மேக்கப் போட்டு காருல ஏறி பரஞ்சோதி ஊருக்குப் போனோம். அங்க மாடசாமி

கோயில் கொடைவிழாவுக்கு எம்.எஸ். முத்தையா மாமா நையாண்டி மேளம் நடந்தது. நாங்க கோயில்ல சாமியைக் கும்பிட்டு உள்ள ஆடப் போனோம். ஊரு சனமே ஏய்... ஆட்டக்காரங்கன்னு சொல்லி ஆரவாரம் பண்ணினாங்க. அப்ப நைட்டு பத்தரை ஆயிடுச்சு. அப்புறம் பன்னிரெண்டு மணிக்கு மாடசாமி வேட்டைக்குப் போகுமாம். அப்ப ஒரு மணி நேரம் ரெஸ்ட் அந்த ஊரு மக்களோடு மக்களா ஒட்கார்ந்து பேசினோம். அவுக அங்க நடந்த விசயங்கள், பிரச்சனைகள் எல்லாத்தையும் சொன்னாக. அப்புறம் வேட்டைக்குப் போன மாடசாமி கையில மொசக்குட்டியைக் கொண்டுவந்தார். அப்புறமா நாங்க ஆட்டத்தை ஆரம்பிச்சோம். காலையில நல்ல பேரு வாங்கினோம். அப்புறம் தூத்துக்குடிப் பக்கம் புதுக்கோட்டை, ஆறுமுகனேரி, நாங்குநேரி, திருச்செந்தூர், ஸ்ரீவைகுண்டம்னு பல ஊர்கள்ல வாய்ப்பு கிடச்சது. அந்தப் பக்கம் ஊருல நிகழ்ச்சிக்குப் போகும்போதெல்லாம் இந்தப் புதுக்கோட்டை ஊரும் பரஞ்சோதியும், நயினார் இவுக ஞாபகம்தான் வந்தது.

ஒரு தடவை தூத்துக்குடி புது பஸ்ஸ்டாண்டிலிருந்து திருச்செந்தூர் போற வழியில ஒரு ஊர்ல நைட்டு ஆடி முடிச்சிட்டுக் காலையில சம்பளம் வாங்குறபோது அட்வான்ஸ்காரரு தூத்துக்குடி புது பஸ்டாண்டுக்குப் போயி இருங்க வந்திருவேன்னு சொன்னாரு. நாங்களும் பேக்கு, பெட்டிகளைத் தூக்கிக்கிட்டு பஸ்டாண்டுக்குக் காலையில ஆறுமணிக்கு வந்திட்டோம். அட்வான்ஸ்காரரு பஸ்டாண்டுக்கு வரவே இல்லை. நாங்களும் பன்னிரண்டு மணிவரைக்கும் எதிர்பார்த்தோம் வரவே இல்லை. அட்வான்ஸ் வெறும் நானூரு ரூபாய்தான் வாங்கி இருந்தோம். அந்த ஊருக்குப் போகவும் காலையில டிபன் சாப்பிட்டது. சரியா போயிடுச்சு. கையில அஞ்சு பைசா கூடக்கும் பணம் கெடையாது. மதிய சாப்பாட்டுக்கு வேற பைசா இல்லை. அனாத பிள்ளைகளாட்டம் உக்காந்து இருந்தோம். அப்புறம் பரஞ்சோதி அவர்களுக்கு போன் பண்ணி நடந்த விசயத்தைச் சொன்னோம். அவரு உடனே காரு எடுத்து நாங்க இருக்கிற பஸ் ஸ்டாண்டுக்கு வந்தாரு. அண்ணே மகாலிங்கம், பரஞ் சோதி நல்லு மாமா, ராமர் மாமா இவுக மூணு பேரும் நிகழ்ச்சி நடந்த ஊருக்குப் போயி அட்வான்ஸ்காரருகிட்ட பரஞ்சோதி பேசிச் சம்பளத்தை வாங்கிக் கொடுத்தாரு. அன்னைக்குப் பரஞ்சோதி மட்டும் இல்லையன்னா சாப்பாடு, தண்ணி இல்லாம கெடந்திருப்போம்.

ஒரு மாதம் கழிச்சுத் தூத்துக்குடிக் கடலோரப் பகுதிக்கு ஆடப் போனோம். சாயங்காலம் ஏழுமணிக்கு ஊருக்குள்ள போயிட்டோம். கடலோரமா இருந்தனால ஜில்லென்னு

காத்தடிச்சுச்சு. கூரை ஊடுகளா இருந்தது. அன்னைக்குச் சாப்பாடு மீன் குழம்புதான். நான் இதுவரைக்கும் அந்த மாதிரி மீன் குழம்பு சாப்பிட்டதே இல்லை. அந்த மீன்ல முள்ளே இல்லை. தெருவு முழுக்க மணலா இருந்ததால கடல்ஓசை மனசுக்கு இதமா இருந்தது. ஒவ்வொரு ஊட்டுக்கு முன்னாடியும் மீன் பிடிக்கிற வலை இருந்தது. சிலபேரு மறுநாள் காலையில மீன் பிடிக்க வலையைச் செம பண்ணிக்கிட்டு இருந்தாக. ஒன்பது மணிக்கு மேக்கப் போட்டு பத்து மணிக்குக் கோயிலுக்கு முன்னாடி வந்தோம். ஆடுற எடத்துல மணலா இருந்தது. அத விழா கமிட்டியாளர்கிட்ட சொல்லி மண்ணை மம்பட்டியால வழுச்சி எடுங்கன்னு சொன்னோம். அதே மாதிரி விழா கமிட்டியாளர்கள் மம்பட்டியில மணல வாரி எடுத்துட்டாக. அதுக்கப்புறமா நிகழ்ச்சிய ஆரம்பிச்சோம். அந்த ஊர்ல திருவிழாவிற்கு வந்த மேளச் செட்டு அவுக வேலைய முடிச்சிட்டுப் போயிட்டாக. ஞாயிறு, திங்கள்தான் கொடை விழா. எங்க ஆட்ட செட்டுக்கு இந்த ரெண்டு நாள் எடம் கெடைக்கல. அதனால அந்த ஊர்க்காரக எங்க ஆட்டத்துக்காகச் செவ்வாய்க்கிழமை ஆட்டத்தை வச்சாக. அதனால மேளக்காரக இல்லாம எங்க ஆட்ட செட்டுல இருக்கிற ஒரு தவில வச்சு அன்னைக்கு ஆடினோம். ஆட்டத்த ஆரம்பிச்சு ஒரு மணி நேரம் கழிச்சு அந்த ஊர்ல நாலு விதமான கட்சிகளா இருந்திருப்பாக போலிருக்கு. கூட்டத்துல ஒரு ஆள் எந்திரிச்சு ஜான் பாண்டியனைப் பத்திப் பாடுன்னு சொன்னாக. இன்னொரு ஆள் எந்திரிச்சு இமானுவேல் சேகரனைப் பத்தி பாடுன்னு சொன்னாக. அதுக்கு முன்னாடி கூட்டம் நல்லா அமைதியா ஒட்கார்ந்து பார்த்திட்டு இருந்தாக. இந்தக் கரச்சலைப் பாத்துட்டுப் பொம்பளையக கூட்டம் லேசா எந்திரிக்க ஆரம்பிச்சாக. அப்புறம் ஊர்ல பிரச்சனை வர்ற மாதிரி இருந்துச்சு. எங்க புரோகிராம் ஒரு மணி நேரம் கட் ஆயிடுச்சு. குதிரைக்குக் கடிவாளம் கட்டினது மாதிரி எங்கள மாதிரி ஆட்டத்துக்குப் பார்வையாளர்க கடிவாளம் மாதிரி அவுக சொன்னது மாதிரிதான் பாடணும். இல்லையன்னா அடிப்பாக. இல்லையன்னா காலையில சம்பளம் வாங்கும்போது ஆட்டம் சரியில்லை, பாட்டு சரியில்லைன்னு ஏதாவது காரணத்தைச் சொல்லி பணத்தைப் பிடிப்பாக. அவுகள எதிர்த்து எதுவும் செய்ய முடியாது. செஞ்சா ஆடவும் முடியாது. இப்படித்தான் தொண்ணூத்தி எட்டில் அண்ணன் மகாலிங்கம், பிலாவடி, காளியப்பன், ராமர், மகாதேவன் இவுக ராஜபாளையம் பக்கத்துல வேலாயுதபுரம் ஆட்டத்துக்குப் போயிருக்காக. அங்க நைட்டு ஆடிக்கிட்டியிருக்கும் போது ஒரு ஆள் எந்திரிச்சு எங்க ஜாதிப்பாட்டைப் பாடுன்னு சொன்னாரு. அதுக்கு ராஜா பாட்டு பாடுறங்கய்யான்னு சொல்லிட்டு நிகழ்ச்சியில இருக்கிற

கதையில போயிருக்காரு. அதச் சொன்ன ஆளு சட்டைக்குப் பின்னாடி மம்பட்டிக் கணைய ஒளிச்சி வச்சிட்டு வந்திருக்காரு. இவுக பேயாட்டம் ஆடுறதுக்கு உடுக்கை வச்சு ஒட்கார்ந்து பேயாட்டத்துக்குண்டான கதைகளைப் பேசிக்கிட்டு இருந்தாங்க. அங்க அந்த மம்பட்டிக்கணைய வச்ச ஆளு ஆடுற எடத்துக்கு வந்து மம்பட்டிக்கணைய வச்சு ரெண்டு மூணு அடி அடிச்சிட்டாரு. அந்த எடமே ரத்தக்காடா போச்சு. உடனே ஆட்டம் பாத்த ஆளுக அந்த ஆளப் பிடிச்சு வெளிய கொண்டு வந்திட்டாக. ராஜா பாட்டுக்காரரு அடிபட்ட மயக்கத்துல விழுந்திட்டாரு. அப்ப மணி ஆறு இருக்கும். கால நேரத்துல ரத்தம் குபுகுபுன்னு கொட்டிடுச்சி. அவருடைய சட்டை, பேண்ட் எல்லாமே ரத்தம். பக்கத்திலிருந்து ஆட்டக்காரக மிரண்டு போயிட்டாக. அப்புறம் ஆஸ்பத்திரிக்குக் கொண்டு போக ரெண்டு மணி நேரம் கழிச்சு நாட்டாமை ஊர்க்காரக ஆட்டோவைக் கொண்டு வந்து ராஜபாளையம் ஆஸ்பத்திரிக்குக் கொண்டு போயி குளுக்கோஸ் ஏத்தி உயிர்க்குப் போராடிக்கிட்டுருந்தாரு. ஒரு சாதிப்பாட்டைப் பாடாததனால ஒரு ஆட்டக் கலைஞனுடைய நிலைமை என்னாச்சு? அடிபட்டதுதான் மிச்சம். எனக்கு அந்தச் சம்பவம்தான் ஞாபகத்துக்கு வந்துச்சு. அப்புறம் ஒரு மணி நேரம் கழிச்சு ஆட்டத்தை ஆரம்பிச்சோம். ஆட்டத்தை பாக்க முத வந்த கூட்டம் மாதிரி இல்ல. அதோட அன்னைக்கு நைட்டுல ஆடிட்டு ஊரு வந்து சேந்தோம்.

எங்க ஆட்டத்துல எத்தனை சாதி இருக்கோ அத்தனை சாதி ஆட்டத்துக்கும் போவோம். அவுக என்ன சாதியோ அந்தச் சாதித் தலைவர் பத்திப் பாடணும். அப்படி ஆட்டத்துக்கு அட்வான்ஸ் கொடுக்கும்போது சொல்லித்தான் கொடுப்பாக.

பள்ளர்க தெருவுக்க போனா கிருஷ்ணசாமி பாட்டு, ஜான் பாண்டியன் பாட்டு, இமானுவேல் சேகரன் பாட்டு, தேவமாருகளுக்குப் போனா முத்துராமலிங்கத் தேவர் பாட்டு, தென்மாவட்டங்களுக்குப் போனா கட்டத்துரை பாண்டியன் பாட்டு, மதுரை பகுதிகள்ல கருவாயத் தேவரு பாட்டு, பறைய தெருவுக்குப் போனா திருமாவளவன் பாட்டு, நாயக்கரு தெருவுக்குப் போனா வீரபாண்டி கட்டபொம்மன் பாட்டு பாடச் சொல்வாக. இப்படி அவுக அவுக தலைவர் பத்தி பாடச் சொல்வாக.

எங்களுக்கு பங்குனி, சித்திரை, வைகாசி, ஆனி, ஆடி மாசம் வரைக்கும்தான் சீசன் ஆட்டம் நடக்கும். அப்புறம் மத்த மாசங்கள்ல தோட்டத்து வேலைக்குக் கூடக் கூப்பிட மாட்டாக. மத்த மாசங்கல எங்க பகுதிகள்ல செத்த ஊட்டுக்கு ஆடுவோம். உசிலம்பட்டிப் பகுதியில செத்த ஊட்டு நிகழ்ச்சி அடிக்கடி வரும்.

தமிழ்நாட்டில குக்கிராமம் பேரூராட்சி, நகராட்சி, வட்டம், மாவட்டம்ன்னு பல மாவட்டங்கள்ல நாங்க ஆடியிருக்கோம். அதனால எல்லா எடங்களிலும் சூலப்புரம் செட்டுன்னா நல்ல மரியாதை இருக்கும். சங்கரன் கோயில் இடையன்குளம் பாலமுருகன், புளியங்குடி முனியசாமி, திருநெல்வேலி ராசுக்குட்டி, கழுகுமலை வேலாயுதபுரம் எம்.எஸ். முத்தையா, தென்மாவட்டங் கள்ல நல்ல பேரு இவுக எங்க செட்டைப் பத்திப் போற ஊர் களில் எல்லாம் சொல்லுவாக. இவுக நேத்து இன்னைக்குப் பழக்கம் கெடையாது. எங்க அப்பாவுக காலத்திலிருந்து அந்த அந்த மாவட்டங்கள்ல ஆட்டக் கலைஞர், மேளக் கலைஞர் பழக்கம் இருந்துக்கிட்டே இருக்கு.

தேனி பக்கம் வாழையூத்துப்பட்டி பாலு (தவிலு) சின்னமனூர், அனுமந்தப்பட்டி பாண்டி, காமாட்சிபுரம் பெருமாள், அல்லி நகரம் அன்னஞ்சி இந்த மாதிரி மேளக்காரக பழக்கம் இருக்கு. மதுரை பகுதிகள்ல நெடுங்குளம் பாண்டிச் சாத்தக்குடி பக்கம் முத்து, காரியாபட்டி சண்முகம், ஏழாயிரம்பண்ணை எம்.ஆர். கணேசன், தேவிபட்டினம் போஸ், விருதுநகர் போத்த நதி குமார், விருதுநகர் படந்தால் மாரியப்பன், விருதுநகர் வெங்கடாசலபுரம் ஆறுமுகம், இராஜபாளையம் வீரணாபுரம் பாலு, ஒட்டன்சத்திரம் தண்டபாணி, பழனி லிங்கம் (நாதஸ்வரம்), ஸ்ரீவில்லிபுத்தூர் முனியசாமி, கடலாடி தங்கவேல் (நாதஸ்வரம்) இத்தனை மேள செட் நாங்க ஒவ்வொரு ஊர்ல ஆடப் போயிருந்தப்ப எங்கள மாதிரி அவுகளும் மேளத்துக்கு வந்திருந்தாக. அதனால எங்களுக்குள்ள பழக்கம் ஏற்பட்டுச்சு. தாளம் இல்லாம பாட்டு கிடையாது அது மாதிரி மேளசெட்டு இல்லாம ஆட்டம் கெடையாதுன்னு சொல்லலாம். ஆட்டம் பேச வர்ற ஆளுக எங்ககிட்ட நல்ல மேளசெட்டு வேணுமின்னு கேட்பாக. நாங்க இந்த ஏரியாவுல இந்த மேளசெட்டு இருக்குன்னு சொல்லி காண்டக்ட் பண்ணி விடுவோம். அதே மாதிரி மேளக்காரக கிட்ட அட்வான்ஸ் பேசுறப்ப நல்ல ஆட்டம் வேணுமின்னு கேட்பாக. அப்ப சூலப்புரம் மகாலிங்க செட் நல்ல செட்டு ... ஆட்டம், பாட்டு, நகைச்சுவை நல்லாயிருக்கும்னு சொல்லி காண்டக்ட் பண்ணி விடுவாக. இப்படி நாங்களும் மேளக்காரர் களும் காண்டக்ட் பண்ணினதுனால இந்தப் பழக்கம் ஏற்பட்டுச்சு. செல நேரங்கள்ல இந்த மேளக் கலைஞர்கள் வீட்ல சடங்கு, காதுகுத்து, கல்யாணம், இறப்பு இந்த மாதிரி நிகழ்ச்சிக்குப் போய் ஆடுவோம். அதே மாதிரி எங்க ஊட்டு விசேசத்துக்கு நையாண்டி மேளம் வாசிக்க வருவாக. மூணு தலைமுறையா இந்த ஆட்டத்தை ஆடி வந்ததுனால தமிழ் நாட்டுல எல்லா எடங்கள்ல இருக்கிற மேளசெட்டு, ஆட்ட செட்டுகள் எல்லாமே தெரியும்.

ரெண்டாயிரத்து ஏழு – ல் சீசன்ல ஆட்டத்துக்குப் போன ஊரு ஆலங்குளம் ராமதேவன் பட்டி, பேரையூர், நல்லூர் பட்டி, வாடிப்பட்டி, டி. மேட்டுப்பட்டி, ஆண்டிப்பட்டி, இராமலிங்க புரம், வத்தலக்குண்டு, எம். வாடிப்பட்டி, சங்கரன்கோயில், பட்டடைக்கட்டி, சங்கரன்கோயில் புதுகிராமம், சிவகாசி சிவகாந்தி நகர், விருதுநகர் குப்பம்பட்டி, திண்டுக்கல் அணைப்பட்டி, மேட்டுப்பட்டி, ஆண்டிப்பட்டி, மேக்கலார்பட்டி, ஸ்ரீவில்லிபுத்தூர் தொட்டியப் பட்டி காலனி, தேனி மயிலாடும்பாறை பக்கம் சோலத்தேவன் பட்டி, கோவில்பட்டி, இராமலிங்காபுரம், கோவில்பட்டிப் பக்கம் வணம்பட்டி, தேனி வேப்பம்பட்டி, தேனி செங்கோட்டைப்பட்டி, இராஜபாளையம் முகஊர், தேனி பாலர்பட்டி, திருத்தங்கல் பக்கம் வடமலாபுரம், விருதுநகர் ஆமத்தூர், தேனி ஓடைப்பட்டிப் பக்கம் சீப்பாலக்கோட்டை, சங்கரன் கோயில் பக்கம் கள்ளிக்குளம், கடையநல்லூர் அச்சம் புதூர், ஆண்டிப்பட்டிப் பக்கம் முத்துசங்கிலிப்பட்டி, ஆண்டிப் பட்டிப் பக்கம் பிச்சம்பட்டி, சின்னமனூர் பக்கம் சுக்காங்கல்பட்டி (மூர்த்தி நாயக்கன் பட்டி), குச்சனூர் பக்கம் துரைச்சாமிபுரம், கமுதி பக்கம் பேரையூர், பெரியகுளம் பக்கம் வேல்நகர், ஸ்ரீவில்லிபுத்தூர் பக்கம் மம்சாபுரம் கோவில்பட்டிப் பக்கம் அய்யநேரி, போடி இந்திரா நகர், ஸ்ரீவில்லிபுத்தூர் பக்கம் சென்னாகுளம், ராஜபாளையம் பக்கம் முத்துநதி, திருத்தங்கல் (அருந்ததியர் தெரு) எரிச்சநத்தம் பக்கம் காளையார் குறிச்சி, அருப்புக்கோட்டை பக்கம் மண்டபச் சாலை, போடி தர்மத்துப்பட்டி, திருத்தங்கல் செங்கமலைப்பட்டி, இராஜபாளையம் பக்கம் மலையடிப்பட்டி, ராஜபாளையும் கம்மாபட்டி, தென்காசி இடையக்கல் பக்கம் செம்பூர், ராஜபாளையம் களங்காப்பிரிப் புதூர், எட்டயாபுரம் பக்கம் காட்டுநாயக்கன் பட்டி, வாசுதேவநல்லூர் நெற்கட்டும் சேவல் (ஒண்டி வீரன் பிறந்த ஊர்), எரிச்சநத்தம் பக்கம் மூளிப்பட்டி, தம்பிபட்டி, ரெங்கபாளையம், திருமங்கலம் பக்கம் கண்டுகுளம், கடையநல்லூர் பக்கம் மங்களபுரம், சாப்டூர் பக்கம் கணவாப்பட்டி, தேனி கைலாசப்பட்டி, இராஜபாளையம் பக்கம் பேயம்பட்டி, மதுரை சத்தியமூர்த்தி நகர், ஸ்ரீவில்லிபுத்தூர் பக்கம் எம். துரைச்சாமிபுரம், திருமங்கலம் சின்ன உடைப்பு, விருதுநகர் செவல்பட்டி, இராஜபாளையம் பக்கம் முதுகுடி, டி. கல்லுப்பட்டி, குன்னத்தூர், மங்கல்ரேவு, அப்பக்கரை, டி. கல்லுப்பட்டி, தென்னமநல்லூர், இராஜபாளையம் தேவதானம், சங்கரன்கோயில் பக்கம் தங்கம்மாள்புரம், இராஜபாளையம் சோலபுரம், வத்ராப் கவணம்பட்டி, வத்ராப் அர்ச்சனாபுரம் (நல்லதங்காள் கோயில்), இராஜபாளையம் பக்கம் நக்கனேரி, வத்ராப் பக்கம் இராமசாமிபுரம், டி. கல்லுப்பட்டி பக்கம் சின்னரெட்டியபட்டி, வாசுதேவன்நல்லூர் பக்கம்

தும்மாமேடு, வத்ராப் பக்கம் புதுப்பட்டி, இராஜபாளையம் பக்கம் செந்திட்டியாபுரம், விருதுநகர் பக்கம் வள்ளிக்குளம், விருதுநகர் எண்டப்புலி, சங்கரன் கோயில் பக்கம் ஊத்துமலை, திருவேங்கடம் ஆவுடையாபுரம், சிவகாசிப் பக்கம் தேவர்குளம், சிவகாசி ப. துரைச்சாமிபுரம், மதுரை ஆரப்பாளையம், கரிவலம் வந்த நல்லூர் இந்திரா நகர், தேனிப் பக்கம் வாழையூத்துப்பட்டி, கரிவலம் வந்த நல்லூர் பக்கம் கீழ கரிசல்குளம், சிவகிரிப் பக்கம் இராயகிரி, கரிவலம் வந்த நல்லூர்ப் பக்கம் சொக்கலிங்கபுரம், உசிலம்பட்டிப் பக்கம் கொடிக்குளம், ஸ்ரீவில்லிபுத்தூர் பெருமாள்சேரி, இராஜபாளையம் பக்கம் கொக்கலம் புதூர், கொடைக்கானல் பக்கம் சீமை பூலத்தூர், சிவகாசிப் பக்கம் தையல்பட்டி, திருமங்கலம் பக்கம் தோப்பூர், சிவகாசிப் பக்கம் பள்ளபட்டி, மதுரை அண்ணாத்தோப்பு, விருதுநகர்ப் பக்கம் செவல்பட்டி, சங்கரன் கோயில் பக்கம் ஆண்டார்குளம் இப்படி இந்த வருச சீசன்ல ஆட்டத்துக்குப் போன ஊருக. ஒவ்வொரு கிராமத்திலும் மக்களோடு மக்களா ஒக்காந்து பேசி அந்த ஊர்ல நடந்த சம்பவங்களைக் கேட்போம். பழக்கவழக்கங்கள், உறவுமுறைகள், சாமி கும்பிடும் முறைகள் ஏரியாவுக்கு ஏத்த பேச்சுவழக்கு இப்படி ஆளுகளோட ஆளாகச் சேர்ந்து நிகழ்ச்சி முடிஞ்ச அப்புறமா பேசிக்கிருவோம்.

திருநெல்வேலி மாவட்டம் சிவகிரியிலிருந்து கொத்தாடப் பட்டி விஸ்வநாதப் பேரி, இராயகிரி, வழியா வந்தா கூடலூருக்கு வரலாம். சிவகிரியிலிருந்து கூடலூருக்குச் சுமார் பன்னிரண்டு கிலோ மீட்டர் இருக்கும். சிவகிரியிலிருந்து சங்கரன் கோயிலுக்குப் போற பஸ்ஸுதான் அந்த ஊர் வழியாப் போகும். அங்க பறையர்க்கு ஆட்டத்துக்குப் போனோம். அந்த ஊரு ஆட்டத்துக்குப் போறதுக்கு முன்னாடி நாலு அஞ்சு வருசமா இராயகிரி சக்கிலிய, பறைய தெருவுக்கும் ஆட்டத்துக்கு வந்திருக்கோம். அப்ப கூடலூரிலிருந்து ஆட்டத்தைப் பாக்க வந்திருக்காக. அதுல விளம்பரம் ஆச்சு. அதனால கூடலூருக்கு வாய்ப்பு கெடைச்சிச்சு. அந்த ஊர்க்கு மேக்குட்டு பெரிய காடு இருக்கு. அதுக்குக் கொஞ்சம் தள்ளி ஒரு சின்ன கரட்டுல முருகன் கோயில் இருக்கு. கரட்டுக்கு அடிவாரத்துல இருக்கிற ஊருனால ஆந்தைச் சத்தம், ஓநாய்ச் சத்தம் அதிகமா கேட்டிச்சு. அந்த ஊர்ல பறைய வீடு சுமார் ஐம்பது வீடுதான். முக்காவாசி தேவமாரு வீடுகதான். அப்ப நாங்க கோயிலுக்கு முன்னாடி ஆடிக்கிட்டு இருந்தோம். ஊருக்குள்ளயிருந்து தேவமாரு ஆளுக கையில கத்தி, அருவா, கம்பு வச்சுக்கிட்டு ஆட்டம் பாக்க வந்தாக. இவுகள பாத்துட்டு ஆட்டம் வரல. பாட்டு வரல. எல்லாருக்கும் காலு கை நடுங்க ஆரம்பிடுச்சிருச்சு. பதினைஞ்சு வருசம் அனுபவத்தில

இந்த மாதிரி ஊரை நான் பாத்ததில்ல. எங்களுக்கு விடியற வரைக்கும் ஒரு மனசு இல்லை. மனசைச் சுதந்திரமா வச்சு ஆட முடியல. பாட முடியல. கையில திருப்பாச்சி அருவா. மாதிரி மீசையும் அருவாளையும் ஒண்ணு போல வச்சிருந்தாரு. தலையில துண்டை கட்டியிருந்தாரு. கையில அருவா வேட்டிய ரெம்ப மேல ஏத்திக்கட்டியிருந்தாரு. அவரு கோமாளியைப் பார்த்து ஏலே இங்க வா எந்த ஊர்லே உமக்குன்னு கேட்டாரு. அதுக்கு கோமாளி ஐயா பேரையூர் பக்கம் சூலப்புரம் ங்கய்யா சரி இந்தாலே எங்க சாதிப்பாட்டு பாடுலேன்னு ஐம்பது ரூபாய் நோட்டைக் கொடுத்தாரு. சரிங்கய்யான்னு வாங்கிட்டு எரிக்கிளம் பூ ஏகமா பூத்துட்டாலும் மரிக்கொழுந்து உண்டான வாசனை போகுமா. அந்த மரிக்கொழுந்து வாசனை போல யாரைச் சொல்லலாம்ன்னா எங்கய்யா சீமான் நம்முடைய ஆட்டத்தைப் பாராட்டி ஐம்பது ரூபாயை ஐம்பது லட்சமாகக் கொடுத்திருக்காரு. அவர்க்கு ஆதிபராசக்தி கிராமியக் கலைக்குழு சார்பாக நன்றியைத் தெரிவித்துக்கொள்கிறோமுன்னு சொல்லிட்டு அவர் கேட்ட பாட்டைப் பாடினோம். அப்ப நைட்டு மூன்றரை மணிக்கு நல்ல தங்காள் வேசம் போட அண்ணன் பாண்டி மேக்கப் போட ஊட்டுக்கு போயிருக்கான். வேசத்த மாத்துவாகன்னு தெரிஞ்சுக்கிட்டு அந்த ஊட்டுக்காரரு மேக்கப் போட்ட ஊட்ல கதவுக்குப் பின்னாடி ஒளிஞ்சிருந்தாரு. இவன் கதவைத் திறந்து உள்ளே போன உடனே அந்த ஊட்டுக்காரரு கதவை லேசா அடைச்சு ஒரு மாதிரியா பாத்தானாம். உனக்கு என்ன வேணும். வாங்கித் தாரேன் இந்த ஐம்பது ரூபாயை வச்சிக்கோ என் ஆசையை தீர்த்துக்கிறேன்ட்டு ஆண் உறுப்பை வெடக்க வச்சிக்கிட்டு வந்தானாம். அப்ப இவன் நான் உங்க தம்பி மாதிரி இல்லையா உங்க ஊரு விழாவுக்கு வந்த ஆட்டக்காரவுகள இப்படித்தான் பேசுவீங்களான்னு கோபமா பேசினான். அப்ப திடீரென அவனுடைய கூடப் பெறந்த அக்கா வந்திருச்சு. என்ன சத்தம்னு கேட்டிருக்கு அதுக்கு இவரு ஐம்பது ரூபாய் கேட்டு அசிங்கமா பேசுறாருன்னு சொல்லிட்டான். அவுக அக்கா வெளக்கமாத்த எடுத்து நாலு சாத்து சாத்திச்சு. அங்க ஆடுற எடத்துல கோமாளி மைக்ல நல்லதங்காள் அம்மா உடனே வரவும் வரவும் என அனௌன்ஸ் பண்ணறாரு. இங்க நடந்த விசயம் அவுகளுக்குத் தெரியாதுல்ல. அப்புறம் நல்லதங்காள் வேசம் போட்டு லேட்டா வந்து பாடுனான். காலையில மேக்கப் அவுக்கும்போது நடந்த விசயத்தைச் சொன்னான். எங்களுக்கு ரொம்ப மனசு கஷ்டமாய்ப் போச்சு, ஆடு, மாடுக அந்தந்த மாசம்தான் உறவு வெச்சிக்கிறது. ஆனா மனுசன் மட்டும் ஏன் இப்படி இருக்காங்கன்னு தெரியல. அப்புறம் பேயாட்டத்தை முடிச்சிட்டு மேக்கப் அவுத்திட்டுப் புறப்பட்டு வந்தோம் ஊருக்கு.

எங்க ஊர்ல தேவமாரு தெருவுல ஒரு வயசான பெரியவரு எறந்துட்டாரு. எங்காளுகதான் எழவு சொல்லிப் போனாக, தேரு கட்டுனாக, தொடர்ந்து அஞ்சு நாள் நைட்டு முழிச்சிட்டு ஒருநாள் ரெஸ்ட்டுக்கு ஊட்டுக்கு வந்தோம். அப்ப எல்லோருக்கும் தொண்டை கட்டியிருக்கு. சக்கையா புழிஞ்சது மாதிரி உடம்பு அலுப்பு அப்ப தேவமாரு ஆள் எறந்ததுக்கு ஆட்டத்துக்குக் கூப்பிட்டாக. இல்லங்கய்யா இன்னைக்கு நைட்டு ராஜபாளையம் பக்கம் ஆட்டத்துக்குப் போறோம்ன்னு சொன்னார் அண்ணன் மகாலிங்கம். ஏய் கொஞ்ச நேரம் ஆடிட்டுப் போங்கடான்னு தேவமாரு ஆளுக சொல்ல ஒரே காலுல முடியாதுன்னு சொல்லிட்டாரு. அப்ப அந்தத் தேவமாரு ஆளுக ஆத்தாங்கரைப்பட்டி பவுன்ராஜ் ஆட்டத்தைக் கூப்பிட்டு வந்தாக. ஆட விட்டாக. நான் நைட்டுல படுத்தவன்தான் காலையில பன்னிரண்டு மணிக்கு எந்திரிச்சேன். கொஞ்ச சாப்பிட்டு தேவமாரு தெருவுல ஆட்டம் நடக்குதல்ல அப்படியே போய்ட்டு வருவோம்னு எங்க ஊடு சாவடியைக் கடந்து வடக்குத் தெருவுக்குப் போனேன். அப்ப பனங்கள்ளு எறக்குவாரு அந்த ஆதிக்க சாதியைச் சேர்ந்தவர் ஏண்டா ஜில்லு மகனே, ஏண்டா ஆட்டத்துக்கு வல்லையென்னு நடுத்தெருவுல சப்பின்னு கன்னத்துல அறைஞ்சாரு. பனைமரம் ஏறின கையி கைய்யெல்லாம் காப்பு காச்சிருந்தது. அப்படியே கன்னத்துல கைய வச்சிக்கிட்டு ஊட்டுக்கு வந்து அம்மாகிட்ட காட்டினேன். நைட்டுல முழிச்சதுக்கும் காப்பு காச்சின கையால வாங்குன அடிக்கும் கண்ணுமுழி செவந்திடுச்சி. எங்கப்பா எண்ணெய் தடவி விட்டு துணிய்ய வாயில வச்சு வச்சு ஊதி அதக் கன்னத்துல, கண்ணுல வச்சாரு. எங்கப்பா சம்சாரிக எதுவும் சொன்னாங்கண்ணா கேட்டுத்தான் ஆகணும், எதித்துப் பேசக் கூடாதுன்னு சொல்லி என்னைப் படுக்க வச்சாரு. தலைக்குப் பலகை வச்சு சாஞ்சு படுத்துக்கிட்டுருக்கேன், கண்ணீர் சொட்டு சொட்டு விழுந்துச்சு. இதே சங்கீதம் பாடுறவங்கள, பரதநாட்டியம் ஆடுறவங்கள இப்படி அடிப்பாங்களா. ஏன்டா நிகழ்ச்சிக்கு வரலன்னு அடிப்பாங்களா.

எங்க ஊர்லயிருந்து தென்காசி புளியங்குடி நாகர்கோயிலுக்கு ஆட்டத்துக்குப் போகணுமின்னா கரைக்டா ஒரு மணி கோகுல பஸ் எழுமலையிருந்து விருதுநகருக்குப் போகும். அந்த பஸ்ல ஏறி டி. கல்லுப்பட்டியில எறங்கி மதுரையிலிருந்து செங்கோட்டை தென்காசி போற பஸ்ல போவோம்.

விருதுநகர், சிவகாசி, சாத்தூர், அருப்புக்கோட்டை இந்த மாதிரி ஊர்களுக்கு எங்க ஊர்லயிருந்து சாயங்காலம் நாலர மணிக்குத் தேனியிலிருந்து விருதுநகருக்கு அருள் முருகன் பஸ்

ஏறிப் போவோம். எங்களுடைய முக்கா பங்கு வாழ்க்கை பஸ் பயணத்துல போயிடுச்சு.

இப்படித்தான் ஒரு தடவ எங்கப்பா, மாமா பிச்சை தவில் காரர், தவில்காரரு மாமா பாண்டி, சித்தப்பா வுருமிக்காரரு பழனி, பேரையம்பட்டி மாமா பம்பைக்காரரு (பவுனு) இவுக வத்ராப் பக்கம் கூமாப்பட்டி பொங்கலுக்கு மேளம் வாசிக்க பேரையூரிலிருந்து வத்ராப் போற சுபா பஸ்ல ஏறிப் போயிருக்காங்க. கூட்டம் செம கூட்டமா ஆயிடுச்சு. அதனால கொட்டு, மேளத்தை வச்சு, பஸ் டாப்புல ஏறி ஒக்காந்துட்டாக. லட்சுமியாபுரம் வந்து வளையங்குளம் வழியா ஆயர் தர்மத்திற்கு வர்ற வழியில வண்டி சாய்ஞ்சிடுச்சு. டாப்புல ஒட்கார்ந்த மேளக்காரக, கொட்டுக சேதமாகிப் போச்சு. மேளக்காரருக கையில காலுல காயம் ஏற்பட்டிடுச்சு. அப்புறமா வத்ராப் ஆஸ்பத்திரியில ரெண்டு நாள் இருந்து கொணப்படுத்தினாக. விசயம் தெரிஞ்ச பொங்க ஊருக்காரக நிகழ்ச்சியை மறு வருசம் வச்சிட்டாக. ஆக்சிடெண்ட் ஆனதுக்கு கலை பண்பாட்டு மையத்திலிருந்து எந்த வித உதவியும் தரல. மத்திய, மாநில அரசாங்கம் நாட்டுப்புறக் கலைஞர்களுக்கு என்ன பண்ணிச்சுன்னு தெரியலை. அவங்களுக்குத் தெரிஞ்சதெல்லாம் சங்கீதம், பரத நாட்டியம் இதுதான்; வேற அடித்தட்டு மக்களின் கலை பற்றி என்ன தெரியும்? நாகர்கோயில்ல நைட்டுல ஆடிட்டுத் திருச்சிப் பக்கம் ஏதாவது ஒரு கிராமத்துப் பக்கம் ஆட வேண்டியதா இருக்கும், நாகர்கோயில்ல காலையில ஆறு மணிக்கு பஸ்ல ஏறி ஒட்கார்ந்தமுன்னா சாயங்காலம் நாலு மணிக்குத்தான் திருச்சி வரும். அப்ப ஏற்கனவே நைட்டுல முழிச்சிட்டு பஸ்சிலேயே தூங்கிட்டு வரணும். திருச்சியில எறங்கி அந்தக் கிராமத்து ஊருக்குப் போக எட்டு மணி ஆயிடும் அப்படியே சாப்பிட்டு பவுடர் போட்டு ஆட ஆரம்பிச்சிடுவோம். அங்க ஆடிட்டுத் திருச்சியிலிருந்து ராஜபாளையம் பக்கம் கிராமத்து ஊருக்கு ஆட்டத்துக்கு வர வேண்டியதா இருக்கும். இப்படி பஸ்சிலேதான் தூக்கம். பஸ்சிலே பயணம் செய்யுறதுனால உடம்பெல்லாம் புளியம்பழமா இருக்கும். நைட்டுல முழிச்சதுக்கும் அதுக்கும் பசி எடுக்காது. களைப்பா இருக்கும். இப்படித்தான் ஆட்டக்காரக வாழ்க்கை போய்க்கிட்டு இருக்கு. பரதநாட்டியம் ஆடுறவுகளுக்கு ஏ.சி. காரு, ஆடுறதுக்கு மேடை, வேர்வை சிந்தாம வேலை பாக்காக. ஆனா நாட்டுப்புற ஆட்டம் விடிய விடிய குதிக்கணும் சில ஊர்களில பஸ் இல்லையன்னா பெட்டி, பைகளைத் தூக்கிச் செமந்துக்கிட்டுப் போகனும். பரதநாட்டியம் ஆடறவுகளுக்கு ஒரு நாளைக்கு ஆயிரம், ரெண்டாயிரம் சம்பளம். இங்க நாட்டுப்புற ஆட்டக்காரவுகளுக்கு ராவெல்லாம் முழிச்சிருந்து ஆடினாலும்

வெறும் 200, 300 கூடுனா 500 தான். இதுதான் பிராமணிய சூழ்ச்சி, நாட்டுப்புறப் பாடல்கள், ஆட்டத்துல இருந்து எடுத்துக்கிட்டு அதுக்கு சரிகம பதநிச ஏழு ஸ்வரங்களை வச்சிக்கிட்டு நாங்க பாடுறதுதான் உண்மையான பாட்டுன்னு சொல்றாங்க.

சீசன் இல்லாத நேரத்துல எங்க பகுதியில இருக்கிற எல்லா ஆட்டக்காரர்களும் எழவு ஊட்டுக்கு ஆடப்போறது வழக்கம். அத மட்டை வேலைன்னு சொல்வோம். உசிலம்பட்டிப் பக்கம் பாப்பாபட்டி, கீரிப்பட்டி, அய்யனார்குளம், சின்னகுறவகுடி, விக்கிரமங்கலம், மேலக்கால், சோழவந்தான், வாலாந்தூர், கருமாத்தூர், செல்லம்பட்டி, இப்படிப் பட்டித் தொட்டி ஊருக்கு மட்டை வேலைக வரும். இங்க பூராவும் கள்ளத் தேவமாருக ஆளுக நெறைய இருக்காக. தொடர்ந்து பதினைஞ்சு வருசம் எங்கண்ணன்களோடு ஆடப் போயிருக்கோம். இப்படித்தான் ஒரு ஊருக்கு மட்டை வேலக்குப் போனோம். அந்தப் பகுதியில நைட்டுல ஆடிட்டு பகல்ல தேரு தூக்கற வரைக்கும் ஆடணும். அத நாங்க நைட்டுப் பகலும் வேலையுன்னு சொல்லுவோம். இங்கிட்டு எழவு வீடு மாதிரி இருக்காது. பொங்க ஊரு மாதிரி இருக்கும். பந்தல்ல பூவில சோடனை பண்ணியிருந்தாக. தேரு மட்டும் பதினைஞ்சாயிரம். சீரு வரிசை மட்டும் ஒரு லட்சம் வரைக்கு வருமாம். அண்ணகிட்ட அட்வான்ஸ் கொடுக்கும்போது ஆதிக்க சாதியை சேர்ந்தவர் என்டை பயலே ஆத்தா எறந்து போச்சு, வாங்கடா ஆட்டத்துக்குன்னு சொல்லி அட்வான்ஸ் கொடுத்தாரு. நாங்க நைட்டு ஏழரையிலயிருந்து எட்டு மணி ராஜா ராணி பஸ்ல பொறப்பட்டு கருமாத்தூர்ல எறங்கி ஆட்டோவுல எழவு ஊட்டுக்குப் போனோம். நாங்க மேக்கப் போட ஆரம்பிச்சோம். வாங்கடா சீக்கிரமான்னு ஒரு தேவரு மைக்ல பேசினாரு. நாங்களும் அவசர அவசரமாக மேக்கப் போட்டு எழவு ஊட்டுக்கு முன்னாடி ஆடினோம். பெணத்தைச் சுத்தி பொம்பளைக ஒரு கூட்டம். ஆம்பிளைக ஒரு கூட்டமா ஒட்கார்ந்திருந்தாக. பொம்பளை அப்பே ஆத்தேன்னு சொல்லி அழுதாக. பத்திக்கெட்டு எரிஞ்சிக்கிட்டு இருந்துச்சு. அடிக்கடிப் பன்னீர் பாட்டிலை பெணத்து மேல தெளிச்சு விட்டாக. ஆம்பளைக ஒரு பக்கம் தண்ணிய அடிச்சிப்புட்டு ஆடிக்கிட்டு இருந்தாக. இன்னொரு பக்கம் சீட்டு விளையாண்டுக்கிட்டுக் கரெச்சலக் கொடுத்துட்டு இருந்தாக. இதுக்கு மத்தியில ஆடினோம். அப்ப ராஜாபாட்டுக்காரகப் பாட்டைப் பாடுனாக.

எட்டுக் கால் நடந்து வரும்
ரெண்டு கால் நீண்டு வரும்
பத்து கால் மனிதருக்கு
பார்வையே கெடையாது

கொட்டு வரும் கொழவி வரும்
கோவிந்தன் பெயரும் வரும்
சட்டியில தீயும் வரும்
சாதிசனம் கூட வரும்
(எட்டுக்கால நடந்து வரும்)

பாட்டைப்பாடி ஆடிக்கிட்டு இருந்தோம் நைட்டுல தூக்க முழிப்பு, கடுங்காப்பி கொடுத்தாக ஆத்தாவுக.

ஏய் இந்தாரப்பா நல்ல பாட்டுப்பாடி ஆத்தாவைச் சந்தோசமா அடக்கம் பண்ணனும்னு சொல்லிட்டு ஒப்பு வைக்கிடா சாமிக. என்னண்டு பாட்டுப் படிக்கிறீகன்னு சொல்லி சத்தம் போட்டுக் கடுங்காப்பியைக் கொடுத்தாக. குடிச்சிட்டு ஒப்பாரிப் பாட்டு பாட ஆரம்பிச்சோம்.

இன்னைக்குச் சங்க முள்ளூ கல்கோட்டை
ஆத்தா சங்க முள்ளூ கல்கோட்டை
இன்னைக்குச் சனம் பெருத்த நன்னாடு
இன்னைக்குச் சங்க முள்ளூ குத்தறுதும்
சனத்தாரும் ஏசுறதும் சந்திரர்க்கோ சம்மதமோ
இன்னைக்குப் பச்ச நெல்லு அரிசி குத்தி
ஆத்தா பச்ச நெல்லு அரிசி குத்தி
இன்னைக்குப் பக்குவமா சோறு சமைச்சு
இன்னைக்குப் பச்ச நெல்லு சோறு திங்க ஆத்தா
பச்ச நெல்லு சோறு திங்க
மதுர பட்டணமெல்லாம் தேடுறனே

இப்படி ஒப்புப் பாட்டு பாடினோம். மணி கெரக்டா மூன்றரை ஆயிடுச்சு. மாட்டுக் கொட்டகையில மேக்கப்பை அழிச்சுட்டுப் படுத்து தூங்கினோம். ஒரு பக்கம் கொசுக் கடி. சாணியும் மூத்திரமுமா வாட அடிச்சது. சரியா தூங்க முடியல. அப்புறம் காலையில எந்திரிச்சு ஒன்பது மணிக்கு மேக்கப் போட்டு நைட்டுல ஆடுன எடத்துக்குப் போயி ஆடினோம். தெம்மாங்குப் பாட்டு, கம்மாக்கரைப்பாட்டு, திருப்பரங்குன்றம் முருகன் கோயில் பாட்டு இப்படிக் கதைகள வச்சுப் பாடினோம். நல்ல பாட்டா பாடுங்கடா சாமிக . . . ஒப்பாரியா பாடிக்கிட்டு இருக்கிக. தேவரு பாட்டைப் பாடுறான்னு நொக்கா நோத்தான்னு வஞ்சாரு. அப்புறம் நாங்க எங்க கதயை விட்டுட்டுத் தேவரு பாட்டைப் பாடனும். அப்படித்தான் அப்படித்தான்டான்னு அவரும் எங்களோட சேர்ந்து ஒட்கார்ந்து ஒட்கார்ந்து ஆடினாரு. அப்புறம் எழவுக்கு வந்த ஆளுக அவரைத் தள்ளிட்டுப் போயிட்டாக. அப்புறம் ரெண்டு மணிக்கு அங்காளி பங்காளி வந்தாக. கூட்டமா வேட்டும் கீட்டுமா போட்டு வந்து ஆடுற எடத்துல வந்து ஒரே கரைச்சல். அவுகளா அடிச்சு மல்லுக்கட்டினாக. மரக்கால்ல கொண்டு வந்த நெல்லெல்லாம் பறந்துச்சு. மைக்செட்காரரு மைக்

ஆப் பண்ணிட்டாரு. நாங்க போயி ஆடினோம். அப்புறம் நாலு மணி இருக்கும். தேருக்கு முன்னாடியே ஆடிப் போயி கொடம் உடைக்கிற எடம் வர ஆடிப் போனோம். அதுக்கப்புறம் மேக்கப் அவுத்துட்டுச் சம்பளம் வாங்க சுடுகாட்டுக்குப் போனோம். உள்ளூர் தோட்டி குழி தோண்டி வைக்கிறதுக்குச் சம்பளம். பந்தக்காரரு, ரேடியோ செட்டுக்காரருக்குச் சம்பளம் முடிச்சிட்டுக் கடைசியா எங்களுக்குச் சம்பளத்தை கொடுத்தாக. அப்ப கூட ஆட்டம் பாட்டம் சரியில்லையின்னு பணத்தைப் புடிச்சாக. நாங்களும் என்னமோ சொல்லிப் பாத்தோம். அவுக கேட்கிற மாதிரி இல்லை. அப்புறம் கொடுத்த சம்பளத்தை வாங்கிட்டு வந்து சின்னக்குறவகுடி வரைக்கும் நடந்து வந்து உசிலம்பட்டி பஸ்ல ஏறி ஊட்டுக்கு வந்துட்டோம்.

ஒரு தடவை மள்ளப்புரத்திற்கு மேக்கிட்டு கோணாங்கிப்பட்டி ஊருக்கு ஆட்டத்துக்குப் போயிருந்தோம். அந்த ஊரும், ஊருக்கு மேக்கிட்டு இருக்கிற மலையும் பக்க பக்கமா இருக்கும். அந்த ஊருல பத்து, பதினைஞ்சு ஊடுகதான் இருக்கும். எல்லாமே குடிசை ஊடுக. அந்த ஊருக்கு வடக்குட்டு எழுமலை மேலப்பட்டி, கீழப்பட்டி ஊரு வரைக்கும் கிட்டத்தட்ட எட்டு கிலோ மீட்டர் தூரம் வரைக்கும் பனங்காடுகதான். வெறும் மணல் மேடாத் தான் இருக்கும். அந்த ஏரியாப் பகுதியில கல்லை, கரும்பு, தட்டாம்பயறு இந்த மாதிரி விவசாயம்தான் பண்ணுவாக. அதனால அந்த ஊரு ரெம்ப பச்சை பசேலன்னு இருந்துச்சு. இன்னைக்கும் அந்த ஊருக்கு பஸ் வசதி கெடையாது. நாங்க அந்த ஊருக்குப் போக மள்ளப்புரம் வெலக்குல எறங்கினோம். மள்ளப்புரத்துக்கும் எங்க ஊருக்கும் ஒரு கிலோ மீட்டர் தூரம் வித்தியாசம். ஊருக்குள்ள இருக்கிற கடையில சாப்பிட்டு அப்படியே மேக்கிட்டு நடந்து கோணங்கிப்பட்டி ஊருக்கு வர்ற வழியில செக் போஸ்ட் இருக்கு. அந்த ரோடு மலையைக் கடந்து கீழ எறங்கினா சோலைத் தேவன் பட்டி, மயிலாடும் பாறை, வருச நாட்டுக்குப் போகலாம். அந்தக் காலத்துல அந்தப் பகுதிக்கு போகணுமின்னா கழுதப்பாதை வழியாத்தான் போகணுமாம். இந்த மலைங்காட்டுப் பகுதிகளில் அரிய வகை சாம்பல் நிற அணில்க நெறையா இருக்காம். மழைக்காலங்கள்ல அந்த மலைங்காட்டுப் பகுதியில தண்ணி ஊத்து அடிச்சிட்டு வரும். பலவிதமான பறவக சத்தமும், அந்த இயற்கையான காத்தும், கண்ணுக்குக் குளிர்ச்சியா அந்தப் பசபசப்பு மனசுக்கு ரெம்ப இதமாக இருக்கும். அதனால அந்தப் பகுதியைச் சுத்திப் பார்க்க போறவக செக்போஸ்ட்ல அம்பது ரூபாய் பணத்தைக் கட்டிட்டுப் போகணும்ன்னு சொல்லி பாரஸ்ட் ஆபிசில் இருந்து போர்டு போட்டுருக்காக.

செக் போஸ்ட்டிலிருந்து வடக்கே நடந்தே வந்தோம். வர்ற வழியில ரோட்டுக்கு ரெண்டு பக்கமும் எழந்தப்பழம் சரம் சரமா வானத்துல பூத்த வெள்ளி மாதிரி காய்ச்சி இருந்தது. நாங்க எங்க பெட்டிகளை வச்சிப்புட்டு எழந்தப்பழம் பொறிக்கிப் பையில போட்டுகிட்டு அத ஒவ்வொண்ணா எடுத்து வாயில போட்டுக்கிட்டுத் தலையில எங்க பெட்டியைச் சுமந்துக்கிட்டு நடந்தே வந்தோம். கொஞ்ச தள்ளி வந்துடனே பனம்பழம் வாசனை சும்மா கும்முன்னு இருந்துச்சு. கல்ல நல்லா வெளைஞ்சு போயி இருந்துச்சு. அதயும் ரெண்டு மூணு செடிகளப் புடுங்கி அதப் பக்கத்துல வாய்க்கால் தண்ணியில அலசிக் கையில வச்சிக்கிட்டு இப்படியே ஒவ்வொண்ணையும் வாயில போட்டுக் கிட்டே நடையைக் கட்டினோம்; எழவு ஊட்டுக்குப் போயி சேர்ந்துட்டோம்.

அங்க எங்களுக்கின்னு மேக்கப் போட ஊடு கொடுத்தாக. சின்ன ஊடு தகரம் போட்டது. ஆறு பேரு ஒக்காந்து மேக்கப் போட முடியல. சமாளிச்சுத்தான் ஒக்காந்து மேக்கப் போட்டோம். நா மேக்கப் போட்டுட்டு மூக்குல மூக்குத்தி வைக்க எங்களுக்கு அட்வான்ஸ் கொடுத்தவருக்கிட்ட ஒரு வாழைப்பழம் வேணுமின்னு கேட்டேன். ஏன்னா வாழப்பழத்துல கண்மை போடுற தீக்குச்சியில கொஞ்சம் போல வாழைப்பழத்தை உருட்டி மூக்குத்தி வக்கிற எடத்துல வச்சிக்கிட்டு அதுக்கு மேல சிகப்பு சிகினாத் திருநங்கை மேல வச்சிடுவோம். அதுக்கப்புறம் அதச் சுத்தி வெள்ளை பொட்டு வச்சிடுவோம். இது நைட்டு நேரத்துல உண்மையான மூக்குத்திப் போல பளப்பளன்னு தெரியும். அதுக்காகத்தான் வாழைப்பழம் கேட்டேன்.

சின்ன ஊரு. இங்க அதெல்லாம் இருக்காது. அரைக்கிலோ மீட்டர் தூரம் மள்ளப்புரம் போயிதான் இதெல்லாம் வாங்கணும்ன்னு அட்வான்ஸ்காரரு சொன்னாரு. நா வேணாங்க, ரெம்ப லேட்டா ஆயிடும். மைக்கில ஆட்டக்காரவுக வரணும்னு சொல்லிக்கிட்டு இருக்காக. வேணாம். கொஞ்சம் போல கூழு மட்டும் கொண்டு வாங்கன்னு சொல்லி அன்னைக்கு வாழைப்பழத்துக்கு பதிலா கூழைத்தான் மூக்குத்திக்குப் பயன் படுத்தினேன். இது மாதிரி பல ஊருகள்ல சம்பவம் நடந்துச்சு.

எனக்கு எட்டு வயசு இருக்கும்னு நினைக்கிறேன். அப்போ எங்கப்பா பொம்பளை வேசம் கட்டி ஆடுறத விட்டுப்புட்டு நாயனம்தான் வாசிப்பாரு. தொழில் இல்லாத அன்னைக்கு பகல்ல மேட்னி ஷோவுக்கு எங்கப்பா என்னய்ய கல்லுப்பட்டி பழனியப்பா தியேட்டருக்குப் படம் பார்க்கக் கூப்பிட்டுப் போவாரு. அப்ப டிக்கெட் எழுபத்தஞ்சு பைசாதான். தரை

டிக்கெட்டுதான் எடுத்து உட்காருவோம். படம் பாக்கறதுக்கு முன்னாடி, தியேட்டர்ல முதப்பாட்டு விநாயகனே விண்ணுக்கும் மண்ணுக்கும் நாதனுமாய் சீர்காழிப் பாட்டைப் போட்டுட்டுதான் மத்த பாட்டை போடுவாக. ஒரு செல நாள்கள்ல எங்க அப்பா, அம்மா, நானு மூணு பேரும் படம் பார்க்க வருவோம். அப்போ எங்க அம்மா கூட டிக்கெட் எடுக்கிற வழியில போவேன். இடைவெளி விடுறதுபோது தேங்காய் மிட்டாய், கல்ல மிட்டாய்ன்னு தட்டுல கொண்டுவந்து விப்பாக. தேங்காய் மிட்டாய் காலு ரூபாதான். அப்பயெல்லாம் தியேட்டர்ல கூட்டம் குமுஞ்சிப் போயி கெடக்கும். இப்பயெல்லாம் டி.வி. செல்லுலேயே டி.வி. பார்க்கிற சிஷ்டம், எம்.பி. திரின்னு கேம், இப்படி எல்லாமே அந்த சின்ன செல்போன்ல வந்திருச்சு. அதனால இப்ப தியேட்டரையெல்லாம் இழுத்து அடைச்சிட்டாக. சில தியேட்டர்களையெல்லாம் கல்யாண மண்டபம், பயர் ஆபிசுன்னு மாத்திட்டாங்க. கிராமப்புற தியேட்டர்கள்ல படம் பார்த்ததே தனி சுகம்தான்.

ooo

எங்கப்பா கூட நான்தான் அதிகமா இருந்திருக்கேன். ஏன்னா நான்தான் கடைசிப் பைய்யன் எங்கிறதுனால அப்ப சின்ன வயசுல என் காலுல எலும்பு நோய் வந்து அதுல புண்ணு விழுந்து அதிலிருந்து ரத்தமாத்தான் வடிஞ்சிக்கிட்டு இருக்குமாம். அப்பயெல்லாம் இப்ப இருக்கிற மாதிரி மருத்துவ முறைகள் கெடையாது. ஆபரேசனுக்குப் பணம் இல்லாம ஊருக்குள்ள இருக்கிற பெரிய சாதிக்காரங்ககிட்ட கடனை வாங்கி என்னைய்ய தூக்கிட்டு டி. கல்லுப்பட்டியில ஒரு டாக்டர்கிட்ட காட்டி, ஆபரேசன் பண்ணுனாக. கொஞ்ச கொஞ்சமாய் புண்ணு ஆறிப் போய்டுச்சு. ஆனா அந்தத் தழும்பு மட்டும் இன்னும் மாறல.

விக்கிரமங்கலம் பக்கம் கல்புளிச்சான்பட்டியில எழவு ஊட்ல நைட்டுல ஆடிட்டு, பகல்ல ஆடினோம். அப்போ கோமாளி ஜோக்கப் பார்த்துட்டுக் கூட்டத்திலிருந்து வந்த பெரியவர், கோமாளிக்கு அன்பளிப்பு கொடுக்க எந்திரிச்சாரு. அப்போ அவருடைய வேட்டி அவிந்திடுச்சு. உள்ளே டவுசர் போட்டிருந் தாரு. அங்யன உக்காந்த அவுக சொந்தக்காரவுக பொம்பளைக சில பேரு கையில மணலை அள்ளி அவரு மேல எறிஞ்சாக. சில பேரு அவரு மேல சின்ன சின்ன கல்லெடுத்து எறிஞ்சாக. அந்தப் பெரியவரு ஏய் கொக்கா, கொத்தான்னு பேசினாரு. இதெல்லாம் நாங்க ஆடுற பக்கத்துல நடக்குது. பொம்பளைக எல்லாருமே அவரைப் பார்த்து சிரிச்சுக்கிட்டே இருந்தாக. அந்தப் பெரியவரு ஒரு கையில வேட்டியை வச்சிக்கிட்டு இன்னொரு

கையில பத்து ரூபாயை வச்சிக்கிட்டு நாங்க ஆடுற எடத்தை நோக்கி வந்து கோமாளிகிட்ட இந்தாட பயலே நல்ல பாட்டு பாடுன்னு சொல்லிட்டு கிளம்புனாரு. நாங்க பாட்டுப் பாடி ஆடிக்கிட்டிருந்தோம். நாங்க ஆடுற பக்கத்து எடத்துல சின்ன சந்துல நாலு பேரு கூட்டத்தில நிகழ்ச்சி பார்த்த ஒருத்தரு சூலப்புரம் செட் ஒரு செட்டுக்குத்தான் அட்வான்ஸ் கொடுத்தோம். ரெண்டு செட் வந்திருக்காங்களேன்னு சொன்னாரு. அந்த நாலு பேரு ஆடுறதுல ஒருத்தரு கோமாளிக்கு சரடுல கத்தரிக்காய், கேரட், பீன்ஸ், பீடி, சிகரெட், ஒரு பெரிய பொட்டணம் கட்டி கோமாளி கழுத்துல போட்டாரு. கோமாளியும் எனக்குக் காய்கறி மாலையை அன்பளிப்பு செய்த ஐயா அவர்களுக்கு நன்றியைத் தெரிவிச்சிக்கிட்டு, பொட்டணத்தை மெல்லத் திறந்தாரு. பொட்டணத்திலிருந்து ஒரு பாம்பு வெளியே பொறப்பட்டுச்சு. கோமாளி பெப்பப்பேன்னாரு. நாங்க ஆடுறத விட்டுப்புட்டு ஆச்சரியமா பார்த்தோம். அது தண்ணிப்பாம்பு போலிருக்கு. உயிரோட இருந்துச்சு. கூட்டத்துல இருக்கிற ஆம்பிளைக பொம்பளைக கெக்க கெக்கன்னு சிரிச்சாக. அப்புறமா என் வாழ்க்கையில மறக்க முடியாத மாலை . . . நானும் எத்தனையோ ஊர்கள்ல எனக்கு மாலை போட்டிருக்காக. ஏனா இந்த மாதிரி மாலையெல்லாம் போட்டதே இல்லை. மாலையைப் போட்ட சாமிக்குக் கோடி கும்பிடுன்னு மைக்குல சொன்னாரு. நாங்க வேலை முடியற வரைக்கும் இதைப்பத்தித்தான் பேசினோம். ஊட்டுக்கு வந்த பிறகும்கூட அதப்பத்திதான் மத்த ஆளுககிட்ட சொல்லி சிரிச்சிக்கத்தான் முடிஞ்சது.

நாங்க ஆடிக்கிட்டு இருக்கும்போது எந்தச் சாதிக்கு ஆட்டத்துக்கு போயிருக்கோமோ அந்த சாதி மக்களுக்கேத்த பாட்டு அரசியல் தலைவர்களை வச்சிப் பாடுவோம். செல ஊர்கள்ல நாங்க பாடலியன்னா எங்க ஆட்டத்தப் பார்க்குறவுக இந்த மாதிரி அரசியல் தலைவரைப் பத்திப் பாடச் சொல்வாக. முத்து, வெள்ளை, சிகப்பு, இந்த மாதிரி பவுடர்களை முகத்துல பூசி ஜிகினாத்துணி, வில்வெட்டு இந்த மாதிரி டிரெஸ்களப் போட்டு ஆடி வருவோம்.

தென் மாவட்டங்கள்ல மதுரை, தேனி, விருதுநகர், திருநெல்வேலி, கன்னியாகுமரி, திண்டுக்கல், இராமநாதபுரம் இந்த மாதிரி மாவட்டங்கள்ல திருவிழா, திருமணவிழா, பூப்புனித நீராட்டு விழா இது சம்மந்தமா நிகழ்ச்சிக்கு ஆடி வருவோம். சீசன் இல்லாத நேரங்கள்ல எங்க ஊரைச் சுத்தி இருபது இல்லையென்னா முப்பது கிலோ மீட்டர்க்குள்ள எழவு ஊட்ல ஆடுவோம். எழவு ஊட்ல ஆடுறது தெரிஞ்சா செல ஊர்கள்ல கோயில் விழா ஆட்டத்துக்குக் கூப்பிட மாட்டாங்க. அதனால

ரெம்ப தூரத்துக்கெல்லாம் எழவு ஊட்டு விசேசத்துக்குக் கூப்பிட்டா போறதும் கெடையாது.

நாங்க ஆடுற ராஜாராணி ஆட்டத்தை மதுரை, தேனி, விருதுநகர் இந்த மாதிரி பகுதிகள்ல நரிகுறத்தி ஆட்டம், குறவன் குறத்தி ஆட்டமுன்னு கூப்பிடுவாக. திருநெல்வேலிப் பகுதிகள்ல கதம்ப நிகழ்ச்சி தெருக்கூத்துனு கூப்பிடுவாக. திண்டுக்கல் மாவட்டம் பூலத்தூர், பண்ணைக்காடு பகுதிகள்ல நாலு பேர் ஆட்டம், பல வேசம்ன்னு இப்படி ஒவ்வொரு இடத்துக்குத் தக்கனவாறு கூப்பிடுவாக.

இப்படித்தான் வத்தலக்குண்டுப் பக்கம் கொடைக்கானலுக்கு கீழே பூலத்தூர் எஸ்டேட்டுக்கு ஸ்ரீராமஜெயம் கோயிலுக்கு ஆட்டத்துக்குப் போனோம். நா ஆடுறதுக்கு முன்னாடி எங்க அப்பா, அந்தக் கோயிலுக்கு பத்து பதினைஞ்சு வருசமா ஆடியிருக்காரு. அப்புறமா எங்க மூத்தவுக மகாலிங்கமும், பிலாவடியும் சுமார் பத்து வருசமா ஆடியிருக்காக. நா கிட்டத்தட்ட ஆறு ஏழு வருசமா ஆடியிருக்கேன். கொடைக்கானலுக்குக் கீழே தெக்கமென்ன ஒரு ரோடு பிரியும். அதுலயிருந்து உள்ளே வந்தா சுமார் ஆறு கிலோ மீட்டர் தூரம் இருக்கும்னு நினைக்கிறேன். அங்கே எல்லா சாதிக்காரவுகளும் இருக்காக. ஆனா அதிகமா இருபத்தி நாலு மனை தெலுங்குச் செட்டியாருகதான் இருக்காக. நாங்க ஆட்டத்துக்குப் போனது செட்டியார் கோயிலுக்கு. அந்த ஊரைச் சுத்தி மலைகளாதான் சூழ்ந்து இருக்கு. ரெம்ப பசுமையா, மேகமூட்டம் எங்களை யெல்லாம் முத்தமிட்டுத்தான் போச்சு, சாயங்காலம் நாலு மணியானா மழைப் புடிச்சுப் பின்னி எடுக்கும். தேயிலை, ஆரஞ்சு, வாழைகள் சொச்சக்காதான் நிறையா போட்டிருந்தாக.

நாங்க எங்க செட்டோட போயிருந்தோம். அந்த ராமர் கோயில்ல எங்க பெட்டிகளை வச்சிட்டுக் கோயில்ல சாப்பிட ஆரம்பிச்சோம். நாங்க அந்த ஊருக்குக் கிட்டத்தட்ட அப்பா காலத்திலிருந்து போனதுனால எங்க செட்டுக்கு அந்த ஊரு முழுக்க நல்ல மரியாதை கொடுப்பாக. சிறுசிலயிருந்து பெரியாட்கள் வரைக்கும் ஆணும், பெண்ணுமாக எங்கள அன்பா வச்சிக்கிருவாக. கோயில்ல எங்க கூடக் கரகாட்டக்காரவுக மேள செட்டுக்காரவுக, கோயிலுக்கு லைட்டு சுமக்கிறவுக இவுக கூட சேர்ந்துதான் சாப்பிட்டோம். அப்போ சாயங்கால நேரம், சடச் சடச்சுன்னு மழை பேஞ்சது, வாடைக்காத்து லேசா அடிச்சது, குளிரு ரெம்ப ஓவரா அடிக்க ஆரம்பிச்சது. அங்க பச்சத்தண்ணியக் குடிக்க முடியாது. சுடுதண்ணியத் தான் கொடுத்தாக. நாங்க எல்லாரும் சாப்பிட்டு மேக்கப் போட போயிட்டோம்.

கரெக்டா ஒன்பதரை இருக்கும். கோயில் சப்பரம் ரெடியா யிடுச்சு. அங்கே கரகாட்டமும் ஆட ஆரம்பிச்சிட்டாக. எங்களுக்கு அட்வான்ஸ் கொடுத்தவரு எங்களை அவசரப்படுத்துனாரு. நாங்களும் அவசர அவசரமா மேக்கப் போட்டுக்கிட்டுக் கோயில்ல வந்து ஆட வந்தோம். எங்களுக்கு நையாண்டி மேளக் காரவுக வாசிச்சாக. கரகாட்டக்காரவுகளுக்கு பேண்ட் செட் வாசிச்சாக. பத்து பத்தரை இருக்கும். சப்பரத்துக்கு முன்னாடி ஆடினோம்.

குளிரு ரெம்ப அடிக்க ஆரம்பிச்சிச்சு. என்னால குளிரு பொறுக்க முடியல. வாயைத் தொறந்தா புகையாத்தான் வருது. வேடிக்கை பார்த்தவுக எல்லாரும் தலையில மப்புளரும், சால்வையும் பொத்திக்கிட்டுப் பார்த்தாக. அதுல சில பேரு சப்பரம் பொறப்படத் தயாரானதுனால கன்னத்துல போட்டுக் கிட்டாக. பொறி வானம் போட்டாக. நாங்க ஆடுற எடத்துல விழா கமிட்டியாளரு விசில் ஊதுவாரு. அப்ப நாங்க அந்த ஆடுற எடத்துல இருந்து அடுத்து ஆடக்கூடிய எடத்துல ஆடணும். எங்களுக்க முன்னாடி கரகாட்டக்காரவுக ஆடுவாக. ரெண்டு நா புரோகிராமுன்னா முத நா சப்பரத்துக்கு முன்னாடி நையாண்டி மேளத்தோட ஆடணும். ரெண்டாவது நாள்னா பேண்ட் செட்டோட ஆடணும். இதுதான் அங்குள்ள விதிமுறை. ஒவ்வொரு எடத்திலேயும் நாப்பத்தஞ்சு நிமிசம் இல்லையன்னா ஒரு மணி நேரம் சப்பரம் நிக்கும். அதுக்கப்புறம் விசிலடிப்பாரு. தெரிஞ்சவுக அந்த ஊருக்காரரு ஆக கொஞ்ச முன்கூட்டியே அடுத்த ஆடுற எடத்துல இடம் போட்டு ஒக்காந்துக்கிருவாக.

கோயிலிலிருந்து பொறப்பட்ட சப்பரம் ஒவ்வொரு எடத்திலேயும் நிண்டு நிண்டு வரும். இப்படிப் பத்து பதினைஞ்சு எடங்கள்ல இருக்க ஒரே தெருவுதான், சும்மா அரைகிலோ மீட்டர் கூட அதிகம்தான். கடைசி எடத்துக்கு வரும்போது விடிஞ்சுரும். இதுதான் அங்குள்ள பழக்கம்.

இப்படி எட்டாவது எடத்துல ஆடுறபோது பெரிய மழை பிடிச்சிருச்சு. நாங்களெல்லாம் ஆடுற ஊட்டுப் பக்கத்துல ஊட்டுல ஒக்காந்துகிட்டோம். அரை மணி நேரமா மழை பேய்ஞ்சது. அதுக்கப்புறமா லேசான மழைத்தூறல் விழுந்தது. அப்போ பேண்ட் செட்டுக்காரவுக பழைய பாட்டு

அனுபவம் புதுமை நான் அவரிடம் கண்டேன்
சொல்லாத எண்ணங்கள் பொல்லாத எண்ணங்கள்
ஓஹோ ஓஹோ.. (அனுபவம்)

இந்த பாட்டை கிளார்நெட்டுல வாசிச்சார், இந்தப் பாட்டுக்கும் வெளியில மழை பேய்றதுக்கும் மனசுக்கு ரெம்ப இதமா இருந்தது.

தூறல் நிண்ட உடன் கரகாட்டக்காரவுக ஆடுனாக. அப்புறமா நையாண்டி மேளத்துல நாங்க ஆட ரெடியா இருந்தோம். எங்களுக்கு நாயனம் வாசிக்க வந்தவரு வயசுல பெரியவரு. அவரு தன்னுடைய நாயனத்துல

ஊரு சனம் தூங்கிடிச்சு
ஊதக் காத்து அடிச்சிருச்சு
பாவி மனம் தூங்கலியே
அதுவும் ஏனோ தெரியலையே

என்று 'மெல்ல திறந்தது கதவு' என்ற திரைப்படத்திலிருந்த அந்தப் பாட்டை பெரியவரு வாசிச்சாரு. அந்த லேசான தூறலுக்கும் அடிக்கிற வாடைக்காத்துக்கும், அந்த பாட்டை கேட்கும்போது ஆடுறதை விட்டுப்புட்டுத் தன்னையே மறந்து கேட்கணும்போல் இருந்தது. அந்த பாட்டு முடிஞ்சதும் அந்த பெரியவரைப் பார்த்து கோமாளி,

ஏண்டி உனக்கு ஏழு கழுதை வயசாகிப் போச்சு
ஊருசனம் தூங்கிடுச்சு, ஊதக்காத்து அடிக்குதா
வாடி வா பாட்டிகிட்ட சொல்லி, வாயில
சூடு போடச் சொல்றேன்னு நக்கலடிச்சாரு

வேடிக்கை பார்த்த ஆணும் பெண்ணும் அந்த கிழவரைப் பார்த்து சிரிக்க ஆரம்பிச்சாக.

காலையில ஆறுமணிக்குத்தான் சப்பரம் கீழ வந்து சேர்ந்துச்சு. கீழ ஒரு கோயில் இருக்கு. அங்கு வந்து சப்பரம் திரும்பும். அங்ஙன கரகாட்டத்தையும், ராஜாராணி ஆட்டத்தையும் மொத்தமா ஆட விட்டுருவாக. அப்படி ஆட விடும் போதுதான் கோமாளி கரகாட்ட பொம்பளைகளோட சேர்ந்து ஆடும் போது ஹேய்ன்னு சவுண்ட் விட்டாக. அப்புறம் சப்பரம் மேல உள்ள கோயில்ல அது புறப்பட்ட எடத்துக்குப் போய் சேர எட்டு மணி ஆயிடும். அதுக்கப்புறமாத்தான் நாங்க எங்க மேக்கப்பை அழிச்சோம்.

அன்னைக்கு நைட்டு சப்பரம் வந்ததுக்கு லைட் சுமக்க வந்த ஆளுக எங்க ஆளுகதான். அந்தப் பழக்கத்துல எங்களை அவுக ஊட்டுக்குக் கூப்பிட்டுப் போனாக. டீ, காப்பின்னு கொடுத்தாக. அந்த ஊரோட அருமைபெருமையெல்லாம் சொன்னாக. அவுக ஊடுகயெல்லாம் நாங்க தங்கியிருக்கிற எடத்திலிருந்து சுமார் அரை கிலோ மீட்டர் தூரம் இருக்கும். ஆனா அது பள்ளத்துல இருக்கு. அதுக்குப் பக்கத்துல வானுயர்ந்த மலை, அந்த மலைகள்ல மேக மூட்டங்கள், அந்த பகுதிக்கு நாலா புறமும் பச்ச பசேல்ன்னு அருமையா இருந்துச்சு.

பூலத்தூர் எஸ்டேட்ல ரெண்டு நா ஆடுவோம். தொடர்ந்து மூணுநாளைக்குக் கூப்பிடுவாக. நாங்க மூணு நா ஆடுனா, ஜனங்க ஆர்வமா பார்க்க மாட்டாக. ரெண்டு நாளுனா சும்மா நச்சுன்னு இருக்கனும் அதுதான் எங்களுக்குப் பிடிக்கும்னு சொல்லி அண்ணே மகாலிங்கம் அட்வான்ஸ் வாங்குவாரு. நாங்க அந்த ஊருல ஆடும்போது பொம்பளைகதான் எங்ககிட்ட அதிகமா பார்ப்பாக. ஆம்பளைக, எளந்தாரிக இவுகயெல்லாம் கரகாட்டப் பொம்பளைக ஆடுற எடத்துல பார்ப்பாக. அங்கே ரெண்டு நாளும் பக்திப் பாட்டத்தான் ரேடியோவில போடுவாக. வேற காதல் பாட்டு, சினிமாப் பாட்டயெல்லாம் அங்க போட மாட்டாக.

தொடர்ந்து ரெண்டாவது நா ஆடிட்டுக் காலையில பத்தரை பஸ்சுக்கு அனுப்புவாக. பணத்தைக் கொடுக்கும்போது ராமர் கோயில்ல வச்சு தேங்காய், வாழைப்பழத்தோட சாமியைக் கும்பிட்டு கொடுப்பாக. பல வருசமா ஆடுறதைப் பாராட்டி பீரோ ஒண்ணு அன்பளிப்பா கொடுத்தாக. செல பழக்கமான ஊடுகளிலிருந்து ஆரஞ்சுப்பழம் ரெண்டு மூணு சாக்குகளில்ல கொடுத்தாக. அதயெல்லாம் மொத்தமா கொண்டுவந்து வத்தலக்குண்டு பஸ்டாண்டுல வச்சு எட்டு பேத்துக்கும் பகிர்ந்துக் கிருவோம். ஊடு வந்து சேர்ந்ததும் யாரையெல்லாம் சந்திச்சோம். இப்படி என் நினைவுக்குள்ள வந்துபோகும்.

ரெண்டாயிரத்து மூணுல சின்னாளப்பட்டிப் பக்கமா ஒரு ஊருக்கு ஆட்டத்துக்குப் போனோம். அந்த ஊருல மறக்க முடியாத சம்பவம் நடந்துச்சு. நாங்க மேக்கப் போட்டு ஆடிக்கிட்டு இருந்தோம். நைட்டு ரெண்டு மணி இருக்கும். அங்க காமன் எரிப்புச் சம்பவம் நடந்துச்சு. காமன் எரிப்பு சம்பவம்ன்னா? சிவன் கடுந்தவம் செஞ்சிக்கிட்டு இருக்கும்போது தன் மகளைக் கட்டுன புருஷன் சிவனோட மருமகன் அடிக்கடித் தொல்லை பண்ணினாராம். அந்தத் தொல்லையை பொறுக்க முடியாம, மருமகனைச் சிவன் கொன்டுறுவாராம். இந்த விசயத்தைக் கேள்விப்பட்டுச் சிவனோட மக தன் அப்பாகிட்ட ஊட்டுக்காரரு உயிரோட வரணும்ங்கிறதுக்காக, அப்பாகிட்ட மக கடுந்தவம் செய்வாளாம். இதுதான் காமன் எரிப்பாம். இந்தச் சடங்கு அந்த ஊருல வருசா வருசம் நடக்குமாம். அப்ப நைட்டு ஒரு மணி இருக்கும். இந்தச் சடங்குக ஆரம்பிப்பாங்க. நாங்க ஆடக்கூடிய எடத்து பக்கத்துல வடக்கே தள்ளி மூங்கில் கம்பங்களை ஊண்டி ஒரு மாடி ஊடு உயரமா கம்புகளைப் போட்டு அதுக்கு மேல பலகை அடைச்சு உட்கார்ந்து தவம் பண்ணறதுக்குப் பலகையைப் போட்டு அடைச்சு வச்சிருந்தாக.

அந்தச் சடங்குல பங்கு எடுக்கிறவுரு விரதமிருந்து காவி உடை அணிந்திருந்தாரு. அவரு மேல ஏறிப்போயி விளக்கைப் பொருத்தித் தவம் பண்ண ஆரம்பிச்சாரு.

மேல மின்விளக்குக கெடையாது. வெறும் தீபவிளக்கு மட்டும்தான் எரிஞ்சிச்சு. அவரு முகம் மட்டும்தான் லேசா தெரியும். மத்த பகுதியெல்லாம் இருட்டு. அப்பயெல்லாம் எங்க ஆட்டத்தை நிப்பாட்ட சொல்லிட்டாக. விழாக் கமிட்டியாளர், வேடிக்கை பார்த்தவுக எல்லாருமே ரெம்ப பய பக்தியா கும்பிட ஆரம்பிச்சாக. சுமார் முக்கா மணி நேரம் இந்தச் சடங்கு நடந்துக் கிட்டு இருக்கு. அந்தத் தவம் பண்ற காட்சியைப் பாக்கும் போது இப்பக்கூட ஏதோ மனசுல ஒரு பயம் வந்திட்டுப் போகுது. அப்புறம் கொஞ்ச நேரம் கழிச்சு எந்தப் பொங்க ஊர்லயும் பாடக் கூடாதப் பாட்டைப் பாடச் சொன்னாக. அது என்னா பாட்டுன்னா?

மேல சிவன் கடுந்தவம் செய்யுறாரு. மருமகன் மீண்டும் உயிரோட வரணும் எங்கிறதுக்காக. அதனால எங்களை ஆடக்கூடிய எடத்துல ஒப்பாரிப் பாட்டு பாடச் சொன்னாக. பொம்பள வேசம் போட்டவுக ஆளுக்கு ரெண்டு ஒப்பாரிப் பாட்டு பாடினோம்.

இந்தச் சடங்கு முடிஞ்சதுக்கு அப்புறமா வழக்கமா நாங்க பாடுற கதைகளை வச்சு ஆடிப் பாடினோம். ஏனென்னா எந்தப் பொங்க ஊருலயும் இந்த மாதிரி ஒப்புப் பாட்டு பாடுனதே கெடையாது. இந்த ஊருலதான் முத தடவை பொங்க ஊருக்கு ஒப்புப் பாட்டு பாடினோம். மறக்க முடியாத சம்பவம்தான்.

நாங்க சீசன் நேரத்துல ஆடக்கூடிய டிரஸ்க ஆட்டத்துக்குண்டான பொருட்கள் என்ன என்ன தேவைப்படுதோ அதையெல்லாம் பாதுகாப்பா, பத்திரமா வச்சிக்கிருவோம். எந்தப் பொருள் இல்லையோ, அத ஆடுறதுக்கு முன்கூட்டியே வாங்கி வச்சிக்கிருவோம். ஒரு சில பொருள்களெல்லாம் ஆடிக்கிட்டு இருக்கும்போதே விழுந்துரும்.

ரெம்பத் துரித நடையில ஆடிக்கிட்டு இருப்போம். மணிக்கயிறு அந்திடும். கால்ல இருக்கிற மணி தெறிச்சி விழுந்திடும். அப்படியே ஆடுற எடத்திலேயே ஓரமா ஒக்காந்து சரடு இல்லையன்னா நூல், அதுவுமில்லையன்னா ஒரு செல ஊருகள்ல ஆடுற எடத்துல பந்தல் போட்டு அதுல வாழைமரம் ஊண்டி இருப்பாக. அந்த வாழை நாரை எடுத்து அந்துபோன மணியைக் கட்டிக்கிருவோம். குறிப்பாப் பொம்பளை வேசக்காரவுக கால்ல கட்டின மணி அந்து போச்சுன்னா அவரு அந்த மணியைக் கழட்டிக் கால்லயிருந்து மணியைக்

கழட்டி மேளக்காரவுக, இல்லையன்னா சிங்கி போடுறவக்கிட்ட கொடுத்துட்டு ஆடப்போயிருவோம். கூட்டம் ரெம்ப கம்மியா இருந்துச்சுன்னா அவுகளே அந்துபோன மணியை ஜாயின்ட் பண்ணிக்கிட்டு அதக் கால்லுல கட்டிக்கிட்டு ஆட வருவாக. கூட்டம் ஜெகஜோதியா இருக்கும். ஒரு ஆளு மட்டும் விடுபட்டு ஆடுறபோது அது பாக்குற ஆளுக்கு விட்டுத்தெரியும்.

ஒரு செல கிராமங்கள்ல நாங்க ஆடப் போகும்போது அங்குள்ள ஊடுகளோட அமைப்பு, ஊரோடத் தன்மை, அங்குள்ள இயற்கை அமைப்புகள், அங்க குடியிருக்கிற மக்கள் பழக்க வழக்கங்கள் இதயெல்லாம் பாக்கும்போது இன்னைக்கு இந்த ஊர்ல நல்லா ஆடினோம், வருசா வருசம் இந்த ஊரு ஆட்டத்துக்கு வரணும்ன்னு சொல்லிச் சாப்பிட்டுட்டு மேக்கப்போடுற எடத்துல ஒக்காந்து அதுக்குண்டான பொருட்களை எடுத்து வச்சிக் கிட்டு இருக்கும்போது கரண்ட் கட் ஆயிடும். இப்படித்தான் திருமங்கலம் பக்கம் ஒரு ஊருக்குப் போயிருந்தோம். மேக்கப் போடுறபோது கரண்ட் கட் ஆயிடுச்சு. அன்னைக்கு நைட்டு மழை வேற ஓங்கி பேய்ஞ்சிக்கிட்டுருந்துச்சு. மின்னல் வெட்டு கண்ணைப் பிடிங்கிப் போனது மாதிரி அடிச்சது. நாங்க ஒரு சின்ன சாவடியில ஒக்காந்து மேக்கப் போட்டோம். அது சின்ன எடம். அதுலதான் ரேடியோ செட் போடுறவங்களும் நையாண்டி மேளக்காரவங்களும் ஒத்தக் கொம்பு வாசிக்கிறவுகளும் இருந்தாக. ஊர்க்காரவுகளும் சில பேர் இருந்தாக.

கிட்டத்தட்ட ரெண்டு மூணு மணிநேரம் கரண்ட் வல்ல. அப்ப மணி பன்னிரெண்டரை, ஒரு மணி ஆயிடுச்சு. இப்படி யெல்லாம் வரும்னு தெரிஞ்சுதான் எங்க பெட்டிகள்ல ரெண்டு மூணு மெழுகுவர்த்தியைப் போட்டிக்கிருவோம்.

அன்னைக்கு மெழுகுவர்த்தியைப் பொருத்திக்கிட்டு அதுல உள்ள வெளிச்சத்துலதான் மேக்கப் போட்டோம். மேக்கப் போடுறதுக்கான வெளிச்சம் கம்மியா இருந்துச்சு. அதனால முத்து, வெள்ளை பவுடர்களை எல்லாம் நெறையப் போட்டுட்டோம். எவ்வளவுதான் மேக்கப் போட்டாலும் இருட்டு வீடு மாதிரிதான் இருந்துச்சு. எங்களுக்கே மனத் திருப்தி இல்லாம மேக்கப் போட்டோம். எப்படியோ ஒரு வழியில ஊருக்காரவுக திருமங்கலத்திற்குப் போயி ஜெனரேட்டரைத் தூக்கிட்டு வந்து திருவிழாவை நடத்துனாக. மழை பேஞ்சும் ஓஞ்சிச்சு. ஆடுற எடத்துற ரெண்டு எதிர் எதிரே போகஸ் லைட் கட்டியிருந்தாக. அந்த எடம் பட்டப்பகல்ல வெயிலடிச்சது மாதிரி இருந்துச்சு.

நீங்கள் ஆவலுடன் எதிர்பார்த்த சூலப்புரம் ஸ்ரீ ஆதிபராசக்தி குழுவினர் வழங்கும் பெருமாள் அவர்களின் ஆசிர்வாதத்துடன்

மகாலிங்கம் குழுவினரின் ராஜாராணி ஆட்டம் இன்னும் சில மணித்துளிகளில் நடைபெற இருப்பதால் பொதுமக்கள் அனைவரும் விழாவினையும் நிகழ்ச்சியினையும் கண்டு களித்துச் செல்லுமாறு மிகத் தாழ்மையுடன் கேட்டுக்கொள்கிறோம். இப்படிக்கு விழாகமிட்டியாளர்கள்னு மைக் செட்டுக்காரரு அனௌன்ஸ் பண்ணினாரு.

நாங்க எல்லாம் மேக்கப்பை முடிச்சிட்டு ஆடுற எடத்துக்குப் போனோம். எங்களுக்குள்ள ஒருத்தரை ஒருத்தர் பார்த்தோம். சிரிப்பு தன்னால வருது. ஏன்னா மாவுல விழுந்த பூனை மாதிரி எங்க எல்லாருடைய முகத்துல மேக்கப் அதிகமாகவும் பவுடர் திரளத் திரள நிக்குது. என்னா செய்றது? வெந்தது போதும் முந்தியில போடுன்னு சொன்னது மாதிரி அதோடதத்தான் அன்னைக்கு ஆடி முடிச்சிட்டு ராஜபாளையம் பக்கம் சோழாபுரம் காலனிக்கு ஆட வந்தோம். அன்னைக்கு மேள செட்டு கிடையாது. ஏன்னா அவுக செவ்வாய், புதன் மட்டும்தான் அந்த ஊருக்கு அட்வான்ஸ் வாங்கியிருந்தாக. வியாழக்கிழமை சாத்தூர் பக்கம் போயிட்டாக. அதனால எங்களுக்கு அட்வான்ஸ் கொடுத்தவக உங்க ஆட்ட செட்டுல இருக்கிற ஒரு தவுலை மட்டும் வச்சு ஆட்டத்தை நடத்துங்க. இது சீசன் நேரம், வேற மேள செட்டுக கெடைக்காதுன்னு சொல்லி அட்வான்ஸ் கொடுத்திருந்தாரு. அதே மாதிரித்தான் அந்த காலனித் தெருவுல மேளக்காரவுக கெடையாது. நாங்க சீக்கிரமே ஆடணும் எங்கிறதுக்காக மேக்கப் போட்டுக்கிட்டு இருந்தோம். அப்பதான் தெரிஞ்சது அவரோட தவிலு வளந்தரைத் தட்டு சவ்வு கிழிஞ்சிடுச்சுன்னு. ஏற்கனவே மூணு நா முன்னாடி வளந்தரைத் தட்டு கிழிஞ் சிடுச்சு. அதனால தவில்காரர் சித்தப்பா ஆறுமுகத்துக்கு என்னா பண்றதுன்னு தெரியலை. பக்கத்து ஊருகளிலும் மேளக்காரவுக கெடையாது. தெக்க போனா இடையன்குளம் பாலமுருகன் செட் இருக்கு. ஆனா இங்கிருந்து இருபத்தஞ்சு கிலோ மீட்டர் அப்படியே வடக்கே வந்தா ராஜபாளையத்துக்கு வந்து பத்து பதினைஞ்சு கிலோமீட்டர். என்னா பண்றதுன்னு தெரியலை. சீக்கிரமா ஆடணும்ன்னு சொல்லி பெரியாளுக நச்சரிக்கிறாங்க. எங்களுக்குக் காலு, கை ஓட மாட்டேங்கது. என்னா பண்ணினாரு தெரியுமா சித்தப்பா ஆறுமுகம், ஊட்டுல பிளாஸ்டிக் பேப்பரை வாங்குனாரு. ஒரு மண்பானையை வாங்கி அந்த முகப்புல பிளாஸ்டிக் பேப்பரைச் சுருங்கல் இல்லாமல் இழுத்துப் புடிச்சுக் கட்டி ஒரு விரலைத் தட்டிப் பார்த்தாரு. சும்மா கும்கும்கும்ன்னு இருந்தது. அத அப்படியே எடுத்துக்கிட்டு வந்து ஆடுற எடத்துல வச்சு மண்பானைத் தாளத்துக்கு ஸ்பெசலா மைக் போட்டு ஆடுற எடத்துக்கு நேரா ரேடியோ பாக்ஸைத் திருப்பிவச்சு உட்கார்ந்தாரு. மேக்கப்பெல்லாம் முடிச்சிட்டு ஆடுற

எடத்துக்கு வந்து நிகழ்ச்சியை ஆரம்பிச்சோம். நையாண்டி மேளம் இருந்துச்சுன்னா ரெண்டு, மூணு பாட்டுக்கு ஆடிட்டு எங்க நிகழ்ச்சியை ஆரம்பிப்போம். ஆனா, இங்க நையாண்டி மேளம் இல்லாம பானைத் தாளத்தை வச்சதுனால ஆட்டம் கீட்டம் ஆடாம, அப்படியே பாட்டைப் படிச்சு நிகழ்ச்சி ஆரம்பிச்சோம். விடிய விடிய இந்த மாதிரிதான் சமாளிச்சோம்.

அதே மாதிரி தொண்ணூத்தி எட்டுல முதுகுடிக்கு எங்க ஆளுக தெருவுக்கு ஆட்டத்துக்குப் போனோம். அப்போ நல்லு மாமா தவில்காரரு வந்திருந்தாரு. இவரு எங்கப்பா காலக் கட்டத்துல மிகச் சிறந்த குறவ வேசக் கலைஞரு. ராஜபார்ட் நல்ல தவில் கலைஞரு. குறவன் குறத்தி வேசம் போடுறதுக்கு முன்னாடி பத்துமணியிலிருந்து ரெண்டுமணி வரைக்கும் ராஜாராணி ஆட்டம் நடக்கும். இந்த ராஜாராணி ஆட்டத்துக்கு எங்க ஆட்டத்துக்கு மட்டும் தவில் வாசிப்பாரு. விரல்லை கூடுபோட்டு வாசிப்பாரு. ஒவ்வொரு தாள முறிவிலயும் பறவக படப்படன்னு சவுண்ட் கேட்கறது மாதிரி அவருடைய விரல்ல உருட்டு இசையை எழுப்புவார். இவரு இறக்கறதுக்கு முன்னாடி எங்க செட்டுலதான் வேலைப் பார்த்தாரு. அப்போ முதுகுடி ஊருல மேளக்காரவுக இல்லை. மண்பானையை வாங்கி அதுல பிளாஸ்டிக் பேப்பரைக் கட்டி, ஐயப்ப சாமிக்கு மாலைபோட்டு பஜனைப் பாட்டு பாடுறத மாதிரிதான் அன்னைக்குப் பாடினோம். மறக்க முடியாத அனுபவம்தான்.

ரெண்டாயிரத்து எட்டுல உசிலம்பட்டி, ஆண்டிப்பட்டி பக்கமா ஏதோ ஒரு பந்த் நடந்ததுனால பஸ்சுகயெல்லாம் அந்த வழியாப் போகல. நாங்க அன்னைக்கு நைட்டு தேனி ஓடைப்பட்டிக்கு ஆட்டத்துக்குப் போகணும். எங்களுக்கு என்னாப் பண்றதுன்னே தெரியல. அப்போ எங்க மூத்த அண்ணனுக்கு அட்வான்ஸ் கொடுத்தவரு ஒரு வண்டியை அனுப்பி வச்சிருக் கேன்னு அதுல நீங்க ஊரு வந்து சேர்ந்திருங்கன்னு போன்ல சொல்லிட்டாரு. நாங்க வண்டிக்காக எங்க ஊர்ல காத்துக்கிட்டு இருந்தோம். வண்டியும் வந்துச்சு. மினி டோர் வண்டி, காய்கறி ஏத்துறது, வெறும் சாணியும், வக்கிலுமா இருந்துச்சு. என்னத்த சொல்றது, ஊரு போய் சேர்ந்துதான் ஆகணும். அந்தச் சாணியை வழுச்சி எறிஞ்சிட்டு வக்கலக் கூட்டி அள்ளிப் போட்டுக்கிட்டு வண்டியில ஒக்காந்தோம். வண்டியும் எங்க ஊரை விட்டு மள்ளப்புரத்துக்கு மேக்கு போகும்போது சாயங்காலம் நாலு மணி இருக்கும்.

வெயிலே இல்லே, மேகமெல்லாம் கருப்பா ஒண்ணு திரண்டு இருந்துச்சு. காத்து ஒரு மாதிரியா அடிக்க ஆரம்பிச்சுச்சு. நாங்க போன வண்டியில மேல தார்பாய் போடல. லேசா

புனுப்புனுப்புன்னு பேஞ்ச சாரலு ரெம்ப வேகமா மழை பெய்ய ஆரம்பிச்சிருச்சு. வண்டியும் மள்ளப்புரத்தத் தாண்டி மேக்கட்டு போயிருச்சு. எடையில பஸ் ஸ்டாப்பே கிடையாது. மலையில மேஞ்சு ஆடுக நனைஞ்சிக்கிட்டே ரோட்டு ஓரமா தலைய்ய தலைய்ய ஒதறிக்கிட்டு வந்திச்சு. தோட்டங்கள்ல வேலைக்குப் போன ஆணும் பெண்ணும் தலைய்ய துணியைப் பொத்திட்டு வேகமா எட்டு வச்சு நடந்து வந்துக்கிட்டு இருந்தாக. நாங்க கொண்டுபோன பெட்டி, மேளக்காரவுக வச்சிருந்த சாமான் ரெம்ப நனைய ஆரம்பிச்சிருச்சு. அதனால டிரைவர் பக்கத்துலயிருக்கிற பஸ் ஸ்டாப்புல வண்டியை ஓரங்கட்டினாரு. நாங்க எல்லாரும் எறங்கி பஸ் ஸ்டாப்புல மழைக்கு ஒதுங்கிக்கிட்டோம். அதுக்குப் பக்கத்துல களம் இருந்துச்சு. அதுல கல்லைய்யக் காயப்போட்டவுக ரெம்ப வேகமா அள்ளிக்கிட்டு இருந்தாக. அரைமணி நேரம் கழிச்சு மழை விடவும் வண்டியில உக்காந்து புறப்பட்டோம்.

வண்டியும் மலைக்குள்ள மேலே போயிட்டுக்கிட்டு இருக்கும்போது அப்படியே அடிவாரத்துல இருக்கிற காட்சியப் பார்த்தா அவ்வளவு அற்புதமா இருந்துச்சு. பனைக்காடும் அதுக்குப் பக்கத்துல தோட்டங்கள்ல போட்ட அந்தப் பச்ச பசப்பு. அதுக்குக் கொஞ்ச தூரம் ஊருக. அப்ப அப்ப ரெம்ப அருமையா இருந்துச்சு.

வண்டியும் சாயங்காலம் ஏழு மணிக்கு ஓடைப்பட்டிக்கு போய்ச் சேர்ந்துச்சு. மெயின் ரோட்டுல இருந்து கோயில் வரைக்கும் பந்தலு போட்டுருந்தாக. அதுல பலவிதமான கலர் சிகினாப் பேப்பர்ல ரெம்ப அழகுப்படுத்திருந்தாங்க. வீதி முழுக்க சீரியல் பலுப்பு. நாலு அடிக்கு ஒரு டியூப் லைட்டு ரெம்ப ஜெகஜோதியா இருந்துச்சு. நாங்க எங்க பெட்டிகளச் சாவடிக்குள்ள வச்சிட்டு அட்வான்ஸ்காரருக்காக வெயிட் பண்ணிக்கிட்டு இருந்தோம்.

அப்போ வயசுல பெரியம்மா எங்களப் பாத்து ஏம்பா நீங்கதான் ஆட்டக்காரவுகளா நல்லா ஆடணுமுனு சொன்னாக. நாங்களும் சரிங்கம்மான்னு சொன்னோம். நா அந்தக் கோயிலோட வரலாறைக் கேட்டேன் அந்தம்மாகிட்ட. அப்போ நீங்க எத்தனையோ ஊருக்கு ஆட்டத்துக்குப் போயிருப்பீங்க, ஆனா இந்தச் சாமின்னு சொல்ல ஆரம்பிச்சாக. ஊரு தேனி மாவட்டம், ஆண்டிப்பட்டி பக்கத்துல ஒரு சின்ன ... அந்த ஊருக்குப் பேரு ராஜஸ்தான் கோட்டையின்னு சொல்லுவாக. அந்தக் கோட்டையில கம்பளத்து நாயக்கன்மார்களும் குறும்பக் கவுண்டன்மார்களும் இந்த ரெண்டு சாதியும் அந்த ஊருல ஏழு தலைக்கு முன்னாடி வாழ்ந்தாங்களாம்.

அப்படி வாழ்ந்த காலக்கட்டத்துல பொம்மின்னு நாயக்கமாருப் பொண்ணும், பெருமாளுன்னு கவுண்டமாருப் பையனும் தினமும் குமரிக்கல் ஏரியாவுக்கு ஆடு மாடுகள மேய்ச்சுக்கிட்டு வர்றது வழக்கம். அவுக ரெண்டு பேருமே ஒருத்தர ஒருத்தர் புரிஞ்சிக்கிட்டு சந்தோசமா இருந்தாங்களாம்.

குமரிக்கல் பாறையை ஒட்டி கொஞ்சதூரம் இன்னொரு பாறை இருந்துச்சாம். ஒரு நா பொம்மி பெருமாளைப் பார்த்து இந்தக் குமரிக்கல் பாறை மேலிருந்து இந்த இடைவெளியைத் தாண்டி பக்கத்திலிருக்கிற பாறை மீது தாவணும், அப்படித் தாவிட்டா, உன்னை நான் கல்யாணம் பண்ணிக்கிறேன்னு சத்தியவாக்கு கொடுத்துச்சாம்.

பொம்மியின் சத்தியவாக்கை ஏத்துக்கிட்டுப் பெருமாள் அதே மாதிரி பாறையைத் தாண்டும்போது ரெண்டு பாறைக்குள்ளே கீழே விழுந்துட்டான். ரெம்ப ஓசரத்துல இருந்து விழுந்ததுனால பெருமாளுக்கு ஒரு காலு ஒடிஞ்சிப் போச்சு. அதோட கெடந்தான். என்னால் தானே அவருக்கு இப்படி ஆயிடுச்சுன்னு சொல்லி பெருமாளு இருக்கிற இடத்தைத் தேடி ஓடினா.

என்னாச்சுன்னா? நாங்க எல்லாருமே ஆர்வமா, கவனிப்பா கேக்க ஆரம்பிச்சோம். எங்கள வேடிக்கை பாக்க வந்த சின்னப் பசங்களும் அந்தப் பெரியம்மா சொன்ன கதையை ரெம்ப ஆர்வமாக் கேட்க ஆரம்பிச்சாங்க.

பொழுது ரெம்ப மசங்குனதுனால ஆடு, மாடுக அதோட நாய் எல்லாமே அவனோட ஊட்டுக்குப் போயிருச்சு. அதே மாதிரி பொம்மியோட ஆடு, மாடுக ஊட்டுக்குப் போயிருச்சு. பொம்மியோட ஆடு மாடுக வர்றதப் பாத்துட்டு பொம்மிக்கு என்ன ஆச்சு, ஏதாச்சுன்னு சொல்லி பதறிப் போயி குமரிப் பாறை, அந்தப் பாறை, இந்தப் பாறைன்னு ரெம்ப எடத்துல தேடிப் பார்த்தாக. கடைசியில பெருமாள் விழுந்த எடத்துல வந்துப் பார்த்தாக. பெருமாள் எறந்து போயி கெடக்க. அவன் மேல பொம்மியம்மா அழுது புலம்பிக்கிட்டு இருக்க, இதப் பார்த்துட்டு பொம்மியம்மாவை அவுக அப்பா, அம்மா, சொந்தக்காரவுக எல்லாரும் அவ மனசை தேத்திக்கிட்டு ஊட்டுக்குக் கூப்பிட்டுப் போனாக.

அங்க பெருமாள் உடம்பை எரிக்க ஆரம்பிச்சாக. கட்டை களை வச்சு அதுக்கு மேல அவன் உடலை வச்சு தீ மூட்டிட்டாக. ஆனா தீ எரியல்ல. என்ன ஆச்சு, ஏது ஆச்சுன்னு திகைச்சிப் போய் இருந்தாங்களாம்.

அதுல சில பேரு பொம்மிய சந்திச்சு நடந்த விவரத்தைக் கேட்க நானும் பெருமாளும் சத்தியவாக்கு செஞ்சிக்கிட்டோம்.

நீங்க எல்லாரும் மயானம் போங்க நா அங்க வர்றேன்னு சொல்லி எல்லாரையும் அனுப்பிவெச்சுட்டுச் சுடுகாட்டு வர்றா பொம்மி.

பெருமாள் உடல் பக்கத்துல நிண்ட பொம்மி பச்ச வாழை மரத்துப் பட்டையைக் கொண்டு வாங்கன்னு சொல்லி உத்தமி, பத்தினி, ஒரு சொல் ஒரு செயல்னு சொல்லி கடவுளைப் பிரார்த்தனை செஞ்சிக்கிட்டு கையில வச்சிருந்த எலுமிச்சை பழத்தை நறுக்கி நாலு பக்கமும் வீசிட்டு அந்த பச்ச மட்டையைக் கையில எடுத்தா உடனே அது தீ பிடிச்சிருச்சாம். அந்தத் தீயைப் பெருமாள் உடல்ல வச்சுச் சிதை மூட்டுனா. அப்புறமா பெருமாள் உடலை மூணு தடவை சுத்தி வந்துட்டு எரியற தீயில பொம்மியும் விழுந்து உடன்கட்டை ஏறிட்டா. இதுதான் நடந்த சம்பவம்ன்னு சொல்லி முடிக்கும்போது அந்த பெரியம்மாவோட கண்ணுக்குள்ளிருந்து கண்ணீர் வர்றது மாதிரி உணர்வு இருந்துச்சு.

இந்தக் கதையைக் கேட்கும்போது எனக்கு மனசுக்குள்ளே அந்தக் கதையோட நிகழ்வுகள் என் கண்ணுக்குள்ளே வந்து போச்சு. ஆக மொத்தம் என்ன, உடன்கட்டை ஏறுன விசயத்தை இந்தப் பெரியம்மா சொல்லியிருக்காக. பாவம் அந்த அம்மாவுக்குத் தெரியாது போலிருக்கு. அந்த ஊருல ஆடிக்கிட்டு இருக்கும்போது நல்லதங்காள் பாட்டைக் கேட்டு ஒரு பொம்பளையாளு அழுதுட்டாக. நா அப்போ குறத்தி வேசம் போட்டிருந்தேன். ஏன் இந்தப் பாட்டை கேட்டவுடனே அழுகிறீங்கன்னா அவரும் பொம்பளை தானே. நாங்க படுற கஷ்டம் தானே அவளும் பட்டுருப்பான்னு நினைச்சு அழுதேன்னு சொன்னாக. ஆட்டத்தை முடிச்சிட்டு காலையில பெருமாள் – பொம்மி கோயிலைப் போயி பார்த்தோம். நைட்டுல கதை சொன்ன அந்தப் பெரியம்மா ஞாபகம்தான் வந்துச்சு.

டி. கல்லுப்பட்டி பக்கம் நாங்க ஆட்டத்துக்குப் போனா, அங்க கொட்டானிப்பட்டி பொன்னழகர் தாத்தா நையாண்டி மேளசெட், சோலைப்பட்டி சுப்பையா மாமா செட், அதே ஊருல பிலாவடி செட்டும் நல்லமரம் சுருளியோட இவுகதான் எங்க ஆட்டத்துக்கு வாசிக்க வருவாக. பேரையூர் பக்கம் சிலமலைப்பட்டி பாண்டி, முருகன், நையாண்டி மேள செட்டு கருப்பையா செட், சாப்டூர் பக்கம் கருப்பசாமி, கந்தசாமி, அழகிரி செட்டு வருவாக. அதுல பொன்னழகர் தாத்தா வயசுல பெரியவரு. எப்பவுமே வாயில நெறையா வெத்தலையைப் போட்டுக்கிட்டுருப்பாரு. இவரோட நாயனச் சத்தமும் ரெம்ப இதமா இருக்கும். சுதிப்பெட்டி இல்லையன்னா ஒத்தூதக் குழல் இல்லாம வாசிக்க மாட்டாரு. இப்படித்தான் ஒரு தடவை நா ஆட்டம் பழகி நாலாவது வருசம் இருக்கும். அப்போ

டி. கல்லுப்பட்டி பக்கத்துல வில்லூர்ல எறங்கி அதுலயிருந்து மேக்குட்டு மூணு கிலோ மீட்டர் தூரம் போனா தென்னம நல்லூர்ன்னு ஊரு. அந்த ஊருக்கு எழவு ஊட்டுக்கு நைட்டு மட்டும்தான் ஆடுறதுக்கு அட்வான்ஸ் வாங்கியிருந்தோம். மறு நா காலையில பத்துமணிக்குத் தேர் தூக்கிருவோம். அப்ப வரைக்கும் ஆட வேணாம். நீங்க நைட்டு மட்டும் ஆடுனா போதும்ன்னு சொல்லி அட்வான்ஸ் கொடுத்துட்டாக. நாங்க வில்லூர்ல எறங்கி அங்க ஆளுக்கொரு சைக்கிளை எடுத்துக்கிட்டு தென்னம நல்லூர் ஊருக்குப் போறோம். அப்போ நெல் அறுவடை சீசன். அந்த ஏரியா எல்லாமே சில தோட்டங்கள்ல நெல்லை அறுத்து சூடு அடுச்சுக்கிட்டு இருந்தாக. சில தோட்டங்கள்ல மாடுகளை வச்சு பெணையல்ல மிதிக்க விட்டாக. அங்கொண்ணும் இங்கொண்ணுமா காதுல லேசான களத்துல வேலைப்பாத்த ஆட்களோட சத்தம் கேட்டுச்சு. நாங்களும் இருட்டு நேரத்துல ஊரைப் பார்த்து கரெக்டா போய் சேர்ந்திட்டோம்.

எழவு ஊட்டுக்கு முன்னாடி எங்களோட பெட்டிகள வச்சிட்டு மேக்கப் போடுறதுக்கு ஒவ்வொரு ஊடுகளா பார்த்துட்டு வந்தாரு அட்வான்ஸ்காரரு. எங்களுக்கு அடுத்துதான் பொன்னழகர் தாத்தாவோட நையாண்டி மேள செட், எழவு ஊட்டுலயிருந்து நூறடி தூரமா இருந்து தவில், பம்பை, உருமி அடிச்சிட்டு சுச்சுடு சுச்தசச்சாடா சுச்சுடும் சுச்சாடா சுஞ்சுடம் சுச்சாடா இப்படி மேளத்தை வாசிச்சிட்டு வந்தாக. எழவு ஊட்டுக்கு முன்னாடி தார்பாய் போட்டிருந்தாக அங்க மேளக்காரவுக வந்தவுடனே இதே தாளத்தை ரெம்ப வேகமா வாசிச்சாக. ஆனா இதுல ஒரு விசயம், எழுமலை குறிப்பா உசிலம்பட்டி பகுதிகள்ல எழவு ஊடுன்னா அங்க பொங்க ஊரு மாதிரி இருக்கும். ராஜாராணி ஆட்டம், ஒத்தக் கொம்பு, கரகாட்டம் இப்படி ஒரே ஊட்டு விசேசத்துக்கு இத்தனை செட்டு வந்து வாசிப்பாக. கொஞ்சம் பணவசதி இல்லாதவக ஒரு நையாண்டி மேளசெட்டும், ஒரு ராஜாராணி ஆட்டத்தையும் கூப்பிடுவாக. ஆனா பேரையூர், டி. கல்லுப்பட்டி பக்கம் இந்த மாதிரி பரபரப்பு இருக்காது. இத ஒரு பெரிய விசேசமா எடுத்துக்கிற மாட்டாக. இப்படி இருக்கும்போது தென்னம நல்லூர் எழவு ஊட்டுல பொன்னழகர் தாத்தாவோட செட்டு முதல்ல ரெம்ப வாசிட்டு நிப்பாட்டுனாக. அதுக்கப்புறமா நாயனத்துல முதப்பாட்டு

பத்து மாதம் சுமந்திருந்து பெற்றாள்
பகல் இரவாய் விழித்திருந்து வளர்த்தாள்
வித்தகனாய்க் கல்வி பெற செய்திடுவாள்
மேதினியில் நாம் வாழச் செய்திடுவாள்
ஆ... ஆ... ஆ

இப்படி வாசிக்கும் போது தவிலு எதுவும் தட்டக்கூடாது. ஏன்னா இது தொகையறா, இதுக்குத் தாளம் போடக்கூடாது. மேளக்காரவுக ரெம்ப அமைதியா இருக்கணும். ஆனா அதுல ஒரு தவில்காரரு. சுதி பாக்கிறதுக்க லேசா தட்டிப் பாத்தாரு. தாத்தா வாசிக்கிறத விட்டுப்புட்டு அந்தத் தவில்காரரைப் பார்த்துப் பார்வையாளர்களுக்குத் தெரியாம திட்டுனாராம். வாயில இருந்த நாயனத்தை எடுத்து அவரைப் பார்த்துக்கிட்டு தலையைச் சாச்சுக்கிட்டு, பல்லைக் கடிச்சிக்கிட்டு ஏய்யா உயிரை வாங்கறன்னு திட்டுனார். அத நாங்க உன்னிப்பா கவனிச்சுக்கிட்டே இருந்தோம். தாத்தா தவில்காரரைத் திட்டுறது நையாண்டி மேளத்தைப் பார்க்குற பார்வையாளர்களுக்கு தெரியாது. அத நாங்க கவனிச்சிக்கிட்டு இருந்து சொல்லிச் சிரிச்சிட்டோம். ஏன்னா அடுத்த வரி

அன்னையைப் போல ஒரு தெய்வம் இல்லை
அவள் அடித் தொழ மறப்பவர் மனிதர் இல்லை
மனிதர் இல்லை, மண்ணில் மனிதர் இல்லை

இப்படி வாசிக்கும்போதுதான் தவில் வாசிக்கணும். தொகையறா வாசிக்கும்போது தவிலை வாசிக்கக்கூடாது. அப்படி தவில்காரரு வாசித்ததுனால, தாத்தா திட்டுனாரு. நாங்க கொஞ்ச நேரம் வேடிக்கை பார்த்துட்டு வேசம் போடப் போயிட்டோம்.

மேக்கப்பைப் போட்டுட்டு ஆடுற எடத்துக்கு எழவு ஊட்டுக்கு முன்னாடி வந்து ஆடினோம். எழவு ஊட்டுல ஒப்பாரிச் சத்தம். எங்களுக்கு மைக் செட்டு கிடையாது. எழவுக்கு வந்த சொந்தக்காரவுக, பக்கத்து ஊட்டுக்காரவுக எல்லாருமே நாங்க ஆட ஆரம்பிக்கவும் ஒக்காந்து பார்த்தாக. எழவு ஊட்டுல ஆம்பளை இறந்தா

தந்தையைப் போல் உலகினில் தெய்வம் உண்டோ

பொம்பளை இறந்தா

பத்து மாதம் சுமந்திருந்து பெற்றாள்
அம்மா நீ சுமந்த பிள்ளை
சிறகொடிந்த கிள்ளை

இந்தப்பாட்டு

அம்மா என்று அழைக்காத உயிரில்லையே

இந்த மாதிரி பாட்டுகளைப் பாடுவோம். அம்மா, அப்பா இந்த மாதிரி வரிசையுள்ள பாடல்களைப் பாடினோம். எழவு ஊட்டுக்காரவுகளுக்கு ஆறுதல் சொல்ல, எங்க பாட்டு மூலமே ஆறுதல் சொல்லுவோம்.

மன்னவனே அழலாமா
கண்ணீரை விடலாமா
உன்னுயிராய் நானிருக்க
என்னுயிராய் நீயிருக்க
மன்னவா மன்னவா மன்னவா

இப்படி இந்த மாதிரிப் பாட்டுகளைப் பாடிப் பார்வையாளர்க்கு ஆறுதல் கொடுப்போம். அப்புறமா எங்க ஆட்டத்துப் பாட்டை பாடுவோம்.

கொட்டு வரும்
கொழவி வரும்
கோவிந்தனும் பெயரும் வரும்
சட்டியில தீயும் வரும்
சாதிசனம் கூட வரும்

இப்படி இறந்துபோனவரைப் பற்றிப் பாடுவோம். நேரம் ஆக ஆக ரெம்ப பனி விழுக ஆரம்பிச்சது. பொம்பளைக தலைக்குப் போத்திட்டாக. இன்னொரு பக்கம் ஆம்பளைக சீட்டு விளையாடிக்கிட்டுயிருந்தாக. எழவு ஊட்டுலயிருந்து ரெண்டு மூணு வாட்டி கடுன் டீ கொடுத்தாக. நாலு நாலரை ஆயிருச்சு. நாங்களும் ஆடி முடிச்சிட்டு மேக்கப்பை அவித்துக்கிட்டு இருந்தோம். வேசத்தை அழிக்கும்போது தேங்காய் எண்ணெய்யக் கையில ஊத்தி அத அப்படியே முகத்துல வச்சுத் தேய்ச்சிக்கிட்டு நல்ல துணியை எடுத்துட்டு முகத்த தொடச்சா வேசமெல்லாம் அழிஞ்சுபோகும்.

இப்பத்தான் அங்க பிரச்சனையே வருது. அதெப்படி பெணத்தைத் தூக்காம ஆட்டக்காரவுக போக முடியும்னு சொல்லிப் பிரச்சனை பண்ணினாக. நாங்களும் மேக்கப் அவித்திட்டோம். எழவு ஊட்டுக்கு முன்னாடி இந்தப் பிரச்சனை நடக்குது. அதுல ரெண்டு பெருசுக ஏப்பா இது உங்களுக்கே நாயமா இருக்கா? பெணத்தை அடக்கம் பண்ணுற வரைக்கும் ஆடணும். ஒங்க பாட்டுக்கு இப்பயே போனீங்கன்னா எப்படி? எப்படிச் சம்பளம் வாங்குவீங்கன்னு பார்ப்போம். இனி கொஞ்ச நேரம் மேக்கப் போட்டு பத்து மணிவரைக்கும் ஆடுங்கன்னு சொன்னாக. ஊருக்காரவுக எல்லாம் ஒண்ணா சேர்ந்துட்டாக. நாங்க என்னதான் பேசினாலும் எடுபட மாட்டீங்குது. என்னாப் பண்றது? “கழுதைக்கு வாக்கப்பட்டாச்சு ஒத பெத்துத்தானே ஆகணும்” இந்த மாதிரியெல்லாம் வர்றது இருந்துச்சுன்னா நாங்க நைட்டு மூணு மணிக்கு ஆட்டத்தை முடிச்சிட்டுக் கொஞ்ச நேரம் கண் அசந்துட்டு மீண்டும் காலையில மேக்கப் போட்டு ஆட ரெடியா இருப்போம். இப்போ நைட்டு புல்லா விடியற வரைக்கும் ஆடியாச்சு. போயி கடையில டீ சாப்பிட்டு

அப்படியே மேக்கப் போட்டு ஆட ஆரம்பிச்சோம். பகல் ரெண்டு மணி ஆயிடுச்சு. அதுக்கப்புறமா நீர் மாலைக்குப் போயிட்டு ஊரு பச்சக்கு ஆடிட்டு, ஊரு பச்சையின்னா மேளக்காரவுக கூட அந்த ஊரச் சுத்தி எல்லாத் தெருவுலயும் அவக அவக ஊட்டுக்கு முன்னாடி ஆடணும். ஒவ்வொரு ஊட்டுலயிருந்து மரக்காலுல நெல், கம்பு, சோளம்ன்னு கொண்டுவருவாக. அதோட சீலை, மாலை, சில பேரு எழவு ஊட்டுக்கு வருவாக இதுதான் ஊரு பச்சையின்னு சொல்லுவாக.

இப்படி ஊரு பச்சைக்கு ஆடி வரும்போது சில பொம்பளைக தலைமுடியை விரிச்சுப் போட்டுக்கிட்டு அழுதுகிட்டு வருவாக. சில பேரு எழவு ஊட்டுல யாரு யாருக்கு எத்தனை சேலை போகுதுன்னு பேசிட்டு வருவாக. ஆம்பளைக நாங்க ஆடிப் போறதுக்கு முன்னாடி பட்டாசு கொளுத்தி, அதோட அணுகுண்டு வேட்டையும் போட்டு அந்த எடத்தையே புகை மண்டலமா ஆக்கிடுவாக. அப்படியே ஆடிக்கிட்டே எழவு ஊடு வரைக்கும் போகணும். எங்க கூட சேர்ந்து தண்ணி அடிச்ச ஆளுகளும் ஆடுவாக. சில நேரங்கள்ல என் கூட சேர்ந்து ஆடுன்னு வற்புறுத்துவாக. அவரு கூட சேர்ந்து ஆடலியன்னா அங்க பிரச்சனை வரும். பக்கத்திலிருந்த ஆளுக அந்த ஆளை தள்ளிட்டுப் போயிருவாக.

அப்புறம் தேர்தூக்க ஆரம்பிச்சாக. நாங்க தேருக்கு முன்னாடி ஆடுனோம். இப்பயெல்லாம் அமரர் ஊர்தியின்னு வண்டி வந்திடுச்சு. இன்னும் சில கிராமங்கள்ல ஏணியை வச்சு பாடை கட்டுவாக. உசிலம்பட்டி பகுதிகளில் எல்லாம் தேருக்கு மட்டும் இருபதாயிரம் ரூபாய்ல எத்தனை வகை பூக்கள் இருக்கோ அத்தனை வகையும் அந்தத் தேருல இருக்கும். அந்தத் தேரு முத்தாலம்மன் சப்பரம் வர்ற மாதிரி இருக்கும். ஆனா தேர் தூக்கும்போது மேளக்காரவுக பெணத்தைப் பார்த்து கும்பிடற வழக்கம் இன்னைக்கும் இருக்கு. இந்தப் பழக்கம் டி. கல்லுப்பட்டி பக்கம் இல்ல.

தேரைத் தூக்க ஆரம்பிச்சாக. ஆணும் பெண்ணும் ஏய்மான்னு ரெம்ப அழ ஆரம்பிச்சாக. தேரு நகரும்போது ஒவ்வொரு இடத்திலேயும் அஞ்சு அஞ்சு நிமிசம் நிப்பாட்டி ஆடச் சொல்லுவாக. அந்த ஊருல மெயின் வீதிகள்ல இந்த மாதிரி ஆடச் சொல்லுவாக. தெருவுல இருக்கிற ஆணும் பெண்ணும் தேர்ல இருக்கிற பெணத்தைப் பார்ப்பாக. சில பேரு அழுவாக. ஒவ்வொரு ஊட்டு வாசப்படிகள்ல ஒரு செம்பு தண்ணீரைத் தேரு போனதுக்கு அப்புறமா ஊத்துவாக. ஏன்னா செத்துப் போனவரு மீண்டும் ஆவியா வந்து தண்ணி கேட்குமாம். அதனால அப்படிச் செய்வாங்களாம்.

தேருக்கு முன்னாடி நாங்க ஆடிப் போய்கிட்டு இருக்கோம். அஞ்சு அஞ்சு நிமிசம் ஆடுற எடத்துல மட்டும் டப்பாங்குத்து அடி மட்டும் நையாண்டி மேளத்துல வாசிப்பாக.

சுச்சு சுடுமா நச்சுநக்குன
சுச்சு சுடுமா நச்சுநக்குன

இப்படி வாசிக்கும்போது எங்க கூடச் சேர்ந்து வேடிக்கை பார்க்க வந்திடுவாக. அப்புறம் ஆடிட்டு அடுத்த எடத்துக்குப் போகும்போது நையாண்டி மேளத்துல

சஞ்ச சஞ்ச சச்சனக்கடி
சஞ்ச சஞ்ச சச்சனக்கடி

தேரு போகுற அறிகுறியை தவில்ல வாசிட்டு வருவாக. நாங்க ஊரு எண்டர் வரைக்கும் ஆடி வந்தோம். அப்புறமா மேக்கப் போட்ட எடத்துக்கு வந்து ஒப்பனைகளை முடிச்சிட்டுச் சம்பளம் வாங்க வந்தோம். அப்போ மணி கிட்டத்தட்ட சாயங்காலம் மூணுமணி ஆயிடுச்சு. நைட்டு புல்லா முடிச்சிட்டு பஸ்ல ஆடுனது கண்ணெல்லாம் கோவப் பழம் மாதிரி செவந்து போயிடுச்சு. சம்பளம் வாங்க வந்தா இங்க ஒரு பிரச்சனை நைட்டு ஆடுனதுக்கு மட்டுந்தான் சம்பளம் கொடுத்தாக. பகல்ல மூணு மணி வரைக்கும் ஆடியிருக்கோம். அதுக்குச் சேர்த்து சம்பளத்தைக் கேட்டோம். ஐநூறு மட்டும் எஸ்டா கொடுத்தாக. நாங்களும் எங்க கூட மேளக்காரவுகளும் கெஞ்சி கெதறி சம்பளத்தைக் கேட்டோம். அதெல்லாம் அந்தப் பாச்சா அங்க பலிக்கலை. என்ன செய்றது? ஆத்து நிறையா தண்ணி போனாலும் நாய் நக்கித்தான் குடிக்கும். அது மாதிரி எங்க பொழைப்பாகிப் போச்சு.

கிராம மக்களோடு மக்களாய், மக்களின் உறைவிடமாய்த்தான் இந்த ராஜாராணி ஆட்டம் இருக்கு. இந்த ஆட்டத்துல ஆம்பளை பொம்பளை வேசம் கட்டி ஆடுவாக. ஏன்னா ஆம்பளை பொம்பளை வேசம் கட்டி ஆடுறபோது கூட்டத்துல நெஞ்சைப் பிடிச்சு கிள்ளுறான், இடுப்பை பிடிச்சு கிள்ளுறான். முத்தம் கொடுக்க முயற்சியும் பண்றான். இத்தனை வேலைகளும் இங்க நடக்குது. ஆனா இதேது பொம்பளையே ஆடுனா எப்படி இருக்கும்? யோசனை பண்ண வேண்டியதா இருக்கு. அதனால பெரும்பாலும் ஆட்டக்காரவுக குடும்பத்துப் பொம்பளைகளை இந்த ஆட்டத்தில் பங்கெடுத்து ஆட விடுறது கெடையாது. அப்படின்னா கரகாட்டத்திலே பொம்பளைகளே ஆடுறாங்க அவுகளுக்கெல்லாம் இந்தப் பிரச்சனையே கெடையாதா?

கரகாட்டத்தின் தன்மை வேறு ராஜாராணி ஆட்டத் தன்மை வேறுன்னு சொல்லலாம்.

கரகாட்டத்துல பொம்பளைகதான் அதிகமா ஆடுவாக. மூணு நாலு பேர்ன்னு. கோமாளி ஒரு ஆளுத்தான் இருப்பான். ஆனா ராஜாராணி ஆட்டத்துல எட்டு பேருமே ஆம்பிளைகதான். அது மட்டுமல்லா ஒரு காலக்கட்டத்துல ஆட்டங்கள் எல்லாமே சடங்கு சார்ந்த சூழல்லதான் நிகழ்த்தணும். குறிப்பா தெருக்கூத்துல ஒரு வாரம் பத்து நாளும் தொடர்ந்து கோயிலுக்கு முன்னாடி ஆடணும். அப்போ பொம்பளை ஆடுனாங்கன்னா அவுகளுக்கு உடலமைப்பு ரீதியில மாதவிடாய்ப் பிரச்சனை வர்றதுனால கோயிலுக்கு முன்னாடி நிகழ்த்த முடியாது. அது தீட்டு ஆயிடும். அதனால பொம்பளைங்க இதுல பங்கெடுக்கிறது இல்லை. அது மட்டுமில்ல உசிலம்பட்டி, எழுமலை, மதுரை, தேனி, விருதுநகர், திருநெல்வேலி இந்த மாதிரி தென் மாவட்டங்களில் வேடிக்கை பார்க்க வர்றவுங்களே ஆண்கள் பொம்பளை வேசம் ஆடுறதுதான் பிடிக்கும்ன்னு சொல்றாங்க. பொம்பளை வந்து ஆடுனாங்கன்னா அசிங்க அசிங்கமா பேசுறாங்கன்னு சொன்னாக.

முதல்ல ஆடக்கூடிய கலைஞர்க வந்து பெண்களை ஆட வைக்கணும்ங்கறதை விரும்பறதுயில்லை. அதுமட்டுமில்லாம அந்த ஊட்டுப் பொம்பளையாளுக்கு விருப்பம் இல்லைன்னு கூடச் சொல்லலாம்.

இன்னைக்கும் தேனி, ஓடைப்பட்டி, காமாட்சிபுரம், எறக்கோட்டைப்பட்டி, இந்த மாதிரியான கிராமங்கள்ல ராஜாராணி ஆட்டத்துல, ஆம்பளையே பொம்பளை வேசம் கட்டி ஆடுறது அந்த நடை, உடை, பாவனை இருந்தாதான் அந்த ஊரு பொம்பளையாளுக்கு ரெம்ப பிடிக்குமாம்.

ராஜாராணி ஆட்டம் உலக நாடுகளில் பல்கேரியா பகுதிகள்ல கெகளரி என்ற குரூப் இளைஞர்கள் சேர்ந்து ராஜாராணி ஆட்டத்தை வேசம் போட்டுக்கிட்டுக் கிராமப்புறத்தில சாமி கும்புடுற எடத்துல ஊட்டுக்கு முன்னாடி ஆடுவாங்களாம். இப்படி வேசங்கட்டி ஆடுறது என்ன நோக்கமின்னா வேளாண்மை பெருகணுமாம் (*www.villagefestivelperformingkingandquinperformance*) அதே மாதிரி இங்கிலாந்துல சைப்ரஸ் நதிக்கரையில கிறிஸ்துமஸ், ஈஸ்டர் பண்டிகை காலக்கட்டத்தில் ராஜா, ராணி வேசம் கட்டிக்கிட்டுக் கையில மது பாட்டிலும் இன்னொரு கையில சிகரெட்டும் வச்சுக்கிட்டு ஆடிப்பாடி வருவாங்களாம்.

ஆனா உலகத்துல மத்த பகுதிகள்ல இந்த ஆட்டம் ஆடினாலும், அந்த அந்த நாட்டுப் பண்பாடுகளுக்கு ஏத்தவாறு, மக்களோட பழக்கவழக்கங்களுக்கேத்தவாறு இந்த ஆட்டம் நடக்கும். நம்ம நாட்டுல நடக்கிற ராஜாராணி ஆட்டத்தையும்

உலக நாடுகள்ல நடத்துற ராஜாராணி ஆட்டத்தையும் நாம ஒப்பிட்டுப்பார்க்க முடியாதுன்னே சொல்லலாம்.

நாங்க இருக்கிற ஊர்களில ஆதிக்க சாதிக்குத் தோட்டி வேலையைத்தான் செஞ்சிட்டுவர்றோம். அதனாலதான் எங்க தாத்தாவுக காலக்கட்டத்திலிருந்து மேச்சாதி ஆளுகளுக்குக் கோயிலுக்குக் கொட்டு அடிக்கிறது, எழவு சொல்லப் போறது, பாடை கட்டுறது, பொங்கலுக்குத் தோரணம் கட்டுறது, செத்த மாட்டைத் தூக்கிறது இன்னும் சில எங்க ஆளுக ஊருல இருக்கக்கூடிய தெருவைக் கூட்டுறது, சுத்தம் பண்றது இப்படித் தான் இருக்காக.

உள்ளூர்ல எழவுன்னா நாங்கதான் ஆடணும் பாடணும். அப்படி எழவு ஊட்டுக்கு முன்னாடி ஆடிக்கிட்டு இருக்கும்போதே ரெஸ்ட்டான நேரத்துல எங்க ஆளுக, மேளக்காரவுக செத்தவர்க்குப் பாடைக் கட்டுறது, நாங்கதான். பாடை கட்ட வர முடியாது, எழவு ஊட்ல கொட்டு அடிக்க வர முடியாது பொங்கலுக்குத் தோரணம் கட்ட முடியாதுன்னு சொன்னா அங்க எங்களுக்கு அடி விழுகும். ஓங்கியும் குரலும் கொடுக்க முடியாது. ஏன்னா சமூக, பொருளாதார நிலையில நாங்க ரெம்ப ரெம்ப அடித்தட்டுல வாழ்ந்துகிட்டுவர்றோம். அவுகள எதிர்த்து நின்னுட்டுப் பேசிட்டு மறுநா காலையில அவுக தோட்டங்கள்ல தான் போகணும். அவுகள நம்பித்தான் வாழவேண்டியதா இருக்கு. இப்படி இருக்கிற சூழ்நிலையில நாங்க எப்படி அவுகள எதிர்த்து நிண்டு பேச முடியும்?

அதனாலதான் ஒரு ஆட்டக் கலைஞரு நிலைமை எப்படி இருக்கின்னா எழவு சொல்லப் போற தோட்டியாவும் ஊரு வேலைகளைச் செய்யுற தோட்டியாவும்; அதே தோட்டிதான் எழவு ஊட்டுக்கு முன்னாடி ராஜா மாதிரி ராணி மாதிரி வேசம் போட்டுக்கிட்டு மக்களுக்கு நல்ல கருத்துகளைச் சொல்லுற கலைஞனாக மாறுறதும் அந்தத் தோட்டித்தான்.

ஆக ஒரு தோட்டிதான் ராஜாவாகவும் ராணியாகவும் வேசம் போட்டு, அதிலயாவது ராஜா எங்கிற தோரணையோட எழவு ஊட்டுல ஆட முடியுமா? இல்லை அவுகளுக்கு மேச்சாதி ஆளுக மரியாதை கொடுப்பாங்களா? அதுவும் இல்லை. ராஜா வேசத்தைப் போட்டு இருக்கிற கலைஞனை மேச்சாதி ஆளுக ஏண்டா வாக்காளோலி, கோத்தாளோலி, நல்லப் பாட்டைப் படிறா வெண்ணெய், இப்படி மட்டுமா பேசுவாக?

இன்னுங் கேட்கக் கூடாத வார்த்தையெல்லாம் பேசுவாக. இப்ப கேட்டாலே ரெம்ப அருவருப்பா இருக்கு. அப்ப ராஜா வேசம்

போடக்கூடிய அந்தத் தோரணை, அதுக்குண்டான மரியாதை, கௌரவம், எல்லாமே அடிபட்டுப் போய்டும். இப்படி ஊரு சனமே வேடிக்கை பார்க்கக்கூடிய எடத்துல இந்த மாதிரி பேசக் கூடாத வார்த்தைகள்ல பேசுனா அந்த ஆட்டக்காரவுங்களோட மனோநிலை எப்படி இருக்கும்னு கொஞ்சம் யோசனை பண்ணிப் பாருங்க. இந்த மாதிரி வசவுகளையெல்லாம் காதுல கேட்டுக் கேட்டு அவுகளுக்கே சலிப்பாகிப் போச்சு. இந்த ஊருக்கு இந்தச் சாதிக்கு ஆட்டத்துக்குப் போனா இப்படித்தான் பேசுவாகன்னு... நிலைமை அந்த மாதிரி ஆகிப்போச்சு.

இந்த மாதிரியான வசவுகளையெல்லாம் ஆட்டக்காரவுக காதுல வாங்கிட்டு கண்டும் காணாம இருந்து, பார்வையாளர் களுக்கு முன்னாடி சந்தோசமா ஆடிப் பாடுறாங்களே, மக்களை சந்தோசப்படுத்துறாங்களே, ஆட்டத்தை முடிச்சிட்டு ஊட்டுக்குப் போயி அவுகளோட குடும்பத்துல நடந்த சம்பவத்தைப் பத்தி எப்படிச் சொல்ல முடியும்? அதை மீறிச் சொன்னா அவுக மனசு என்னாபாடு படும்! இதையெல்லாம் மனசுல ஓரமா வச்சிக்கிட்டு மேச்சாதி ஆளுகளைப் பார்த்தா ஐயா வணக்கங்கய்யான்னு கும்பிடறது, தோள்ல இருக்கிற துண்டை எடுத்து கக்கத்துல வச்சிக்கிறது. இப்படியெல்லாம் நிஜ வாழ்க்கையிலும் ஆட்டக் காரவுக வேசம் போட வேண்டியதாயிருக்கு.

நாப்பது வருசதுக்கு முன்னாடி இருந்த இந்த ராஜாராணி ஆட்டத்துக்கு இருந்த மௌஸ் எல்லாம் இப்ப போயிடுச்சு. பிள்ளை பிறந்ததிலிருந்து சாகற வரைக்கும் என்னென்ன நிகழ்ச்சிகள் இருக்கோ அத்தனை நிகழ்விலும் இந்த ஆட்டம் நடக்கும். குறிப்பா காதுகுத்து, பூப்புனித நீராட்டு விழா, திருமண விழா, இறப்புச் சடங்கு இந்த மாதிரி விழாக்களுக்கு இந்த ஆட்டம் நடத்திக்காட்டி நல்ல கருத்துக்களை மக்களுக்கு அறிவூட்டுறது மாதிரி எடுத்துச்சொல்லுவோம்.

ஆனா இன்னைக்குச் செத்த ஊட்ல நாட்டுப்புற ஆட்டங் களை வச்சு நிகழ்த்தாம ரேடியோ குழாய் மூலமா சி.டி, டி.வி.டி இந்தக் குறுந்தகடு மூலமா ஒப்பாரிப் பாடல்களைப் போடுறாங்க. காலங்காலமா மக்களோட மக்களாய் ஆடி வந்த கலைஞருக்குப் பெரிய சவுக்கடி ஒண்ணு விழுந்துச்சு.

காலனிய ஆதிக்கத்தின் மூலமாப் பன்னாட்டு கம்பெனிகள் தயாரித்து வெளியிடக்கூடிய சி.டி., டி.வி.டி., கேசட்டுகள் மூலமா நம்ம ரத்தத்தை உறிஞ்சி இதுதான் நம்ம பண்பாடு, கலாச்சாரம்னு சொல்லி நம்மகிட்ட திணிச்சுக்கிட்டு இருக்காங்க. குறிப்பா நம்ம நாட்டுப்புற ஆட்டக் கலைஞர்களை வச்சு அவுக பாடக்கூடிய பாடல்களை மொத்தமா பதிவு பண்ணி பல

லட்சக்கணக்குல சிடி போட்டு விக்குறாங்க. இதனால அந்த ஆட்டக்கலைஞர்க்கு வருமானம் கெடையாது. அவுக கொடுத்த சம்பளம் வெறும் அய்நூறுதான். அந்த ஆட்டக்கலைஞருக்கு வேறு வருமானம் கெடையாது. அவுக கொடுத்த சம்பளம் வெறும் அய்நூறுதான் அந்த ஆட்டக் கலைஞருக்கு. ஆனா பன்னாட்டு கம்பெனிக்காரனுக்குக் கோடிக்கணக்குல சம்பாரிப்போம். இதுதான் காலனி ஆதிக்கத்தின் சூழ்ச்சி.

ரெண்டாயிரத்துரெண்டுல உசிலம்பட்டியிலிருந்து திருமங்கலம் போற வழியில் ஒரு கிராமத்துக்கு மட்டை வேலைக்குப் போனோம். ஊரு மேக்குட்டு பெரிய காடு இருக்கு. மழை சீசன்ல பச்சை பசுமையா இருக்கும். மெயின் ரோட்டுல எறங்கி அந்தக் கிராமத்துக்கு நடந்தேதான் போகணும். அந்தக் கிராமத்துல பல வருசமா எங்க செட்டு எழவு வீட்டுக்கு ஆடியிருக்கோம். ஊருல ஏதாவது எழவுன்னா அட்வான்ஸ் கொடுக்க வருவாக. நாங்க பறையர் தெருவுக்கு ஆட்டத்துக்குப் போனோம். அந்த கெழவி எறந்து ரெண்டு நாள் ஆச்சாம். செத்த கெழவியோட மகன் காஷ்மீர்ல மிலிட்டரியில இருக்காராம். அதனால ரெண்டு நாள் ஆச்சு. நாங்க பகல் ஆட்டத்துக்கு மட்டும் பேசியிருந்தோம். பெணத்துப் பக்கத்துல பொம்பளைக, ஆம்பளைய யாருமே உக்காரல. பெணம் வீச்சமெடுக்க ஆரம்பிடுச்சு. மரக்கா, சேலை துணிமணி கொண்டு போனவுக யாருமே உள்ளே உட்காரல. உள்ளே போயி வச்சிட்டு வந்திட்டாக. மதியம் ரெண்டு மணிக்கு மகன் வராமலே தூக்க ஆரம்பிச்சிட்டாக. ஊட்லயிருந்து பெணத்தைக் கொண்டுவந்து தேருல வைக்கும்போது யாருமே இல்லை. பூராவும் வீச்சம் பொறுக்க முடியாம மூக்கைப் பொத்துனாக. பொம்பளக வாயில சேலையெடுத்துப் பொத்திக்கிட்டு இருந்தாக. ஒரு செல ஆளுக பாண்ட்ஸ் பவுடரையும் பன்னீர் பாட்டிலையும் பெணத்து மேல போட்டுத் தெளிச்சாக. அப்புறமும் அந்த வீச்சம் போகல. ஆட்டக்காரர்களும் மேளக்காரர்களும் ஓடி ஒளிய முடியவில்லை. தேருக்கு முன்னாடி நின்னுட்டு ஆடுனா ஆட்டம் வரல. மூக்கைப் பொத்திக்கிட்டுக் கொஞ்சம் நேரம் நின்டோம். அதல செல ஆளுக யேய் ஆடுங்கப்பா. காசா ஓசியா ஆடுங்கன்னு சவுண்டு விட்டாக. பெறகு நாங்க தேருக்கு முன்னாடி போய் ஆடினோம். என்ன செய்றது “நாய் வேசம் போட்டா குரைச்சு தானே ஆகணும்”.

எங்க செட்டுல நான் பொம்பளை வேசம், கூடப் பிறந்த அண்ணன் மகாலிங்கம் ராஜபார்ட், அண்ணே பிலாவடி கோமாளி, அண்ணே பாண்டி பொம்பளை வேசம், மாமா ராமர் ராஜா வேசம், மாமா காளியப்பன் குறவன் வேசம்,

சித்தப்பா தவில்காரர் ஆறுமுகம் இவுகளெல்லாம் சேர்ந்து ஒரு குழுவாக இருப்போம்.

திருவிழாவுக்கு நைட்டு பத்து மணிக்கு மேக்கப் போட்டு ராஜா ராணி ஆட்டம் ஆடுவோம். பத்து மணியிலிருந்து ரெண்டு மணி வரைக்கும் ராஜா ராணி ஆட்டம் நடக்கும். ரெண்டு மணியிலிருந்து மூன்றரை மணி வரைக்கும் குறவன் குறத்தி ஆட்டம் நடக்கும். மூன்றரை நாலு மணியிலிருந்து முக்கால் ஆட்டம் நாலு மணி அஞ்சு வரைக்கும் நல்லதங்காள் ஆட்டம். அஞ்சரை ஆறுமணியிலிருந்து ஏழு மணி வரைக்கும் பேயாட்டம் நடக்கும். நைட்டு பத்து மணியிலிருந்து ஒரு மணி வரைக்கும் கூட்டம் ஜோரா இருக்கும். அப்புறம் எளவட்டக படுத்திரும். பெரிசு, பட்டக மட்டுமே முழிச்சிக்கிட்டுப் பாப்பாக. காலையில ஆறு மணியிலிருந்து ஏழு மணி வரைக்கும் கூட்டம் குமுஞ்சிரும். அதுக்கப்புறமா மேக்கப் அவுத்துட்டுச் சம்பளத்தை வாங்கிட்டு ஊருக்குப் பொறப்படுவோம். இந்த ஆட்டத்தைக் கதம்ப நிகழ்ச்சியின்னு சொல்லுவாக. கதம்ப மாலையில பல விதமான பூ தொடுத்தது மாதிரி பல விதமான நிகழ்ச்சிகள் நடக்கும். இந்த ஆட்டத்துல ஆம்பளையே பொம்பள வேசம் கட்டி ஆடுவாக. அதுக்கு பொம்பளை மாதிரி நீளமா முடி வளப்பாக. வெளியூருக்கு ஆட்டத்துக்குப் போகும்போது வெள்ளைத் துண்டை நாலா மடிச்சு தலையில கட்டிக்கிட்டுப் போவாக.

ரெண்டாயிரத்து ஒண்ணுல திருநெல்வேலி மாவட்டம் வாசுதேவநல்லூர் வட்டம் நெற்கட்டும் செவல் பாளையத்துக்கும் சக்கிலிய தெருவுக்கு ஆடப்போனோம். சக்கிலிய தெருவு மேச்சாதி ஊடுகளுக்குக் கெழக்கே இருக்கு. சுமார் ஐம்பது வீடு இருக்கு. அவுக செல ஊட்டுக்காரக பஞ்சம் பொழைக்க கேரளா எஸ்டேட்டுகள்ல வேலை செஞ்சிட்டுக் கொடை விழாவுக்கு வந்திருந்தாக. அவுக கொஞ்சம் கேரளக்காரக மாதிரி இருந்தாக. நெற்கட்டும் செவல் பாளையம் ஒண்டிவீரன் பெறந்த ஊரு. வரலாற்றுச் சிறப்பு மிக்க ஊரு. அந்த ஊரு பெரியாளுக "இஊருன்னா மனி மனிசி தளபதிக உண்டே. வெள்ள காத்த ஒத்தை போயி சப்பே, ஊரு வீர வெளைஞ்ச மண்ணு." அதே மாதிரி பூலித்தேவன் "வெள்ளைக் காத்த சப்பே" அம்மனிசிக்கு ஊருன பெத்தே செல உடுத ஆனா மனி மனிசிக்கு செல ரேசன்னு சொன்னாரு.

இந்த ஊருல நம்ம சாதிக்காரரு இருந்தாரு. அவரு ஒண்டிவீரன் வெள்ளைக்காரனை ஒண்டியாளா இருந்து அடிச்சு விரட்டுனாரு. இந்த ஊரு வீரம் வெளைஞ்ச மண்ணு. அதே மாதிரி பூலித்தேவன் வெள்ளைக்காரர அழிச்சாரு. அண்ண மகாலிங்கம் ஒண்டிவீரனைப் பத்தி

நெற்கட்டாம் சேவலில் பெறந்தவராம்
ஒண்டிவீரன் என்பவராம்
வெள்ளையனை எதிர்த்தவராம்
வீரமாக வாழ்ந்தவராம்...

இந்த வரிகள தெம்மாங்கு மெட்டுல போட்டுப் பாடினாரு. சட்டை முழுக்க பத்து, ஐம்பது, நூறு ரூபாய் நோட்டா இருந்தது.

நாங்க ஆடுறதுக்கு முன்னாடி பொம்பளைக ஒண்டிவீரனைப் பத்திக் கும்மிப்பாட்டு பாடினாக. நடக்கக்கூடிய கொடை விழாவைப் பத்தி, சாமியோட ஒண்டிவீரனையும் பாடினாக.

கொட்டுங்கடி பொண்ணுக கொட்டுங்கடி
கை குலுங்க குலுங்க கொட்டுங்கடி
வெள்ளையனை அடித்து விரட்டியவரே எங்க
ஒண்டிவீரனையும் பாடுங்கடி

அருந்ததியர் வரலாறும் பண்பாடும் என்கிற புஸ்தகத்துல எழில் இளங்கோவன் ஒண்டிவீரனைப் பத்திச் சொல்லியிருக்காரு. ஒப்பில்லா மன்னன் ஒண்டிவீரன் எழுதப்படாத சரித்திரம்னு பிரபஞ்சன் எழுதிய கட்டுரைகளைப் படிச்சிருக்கேன். அப்புறமா காலையில மேக்கப் அவுத்துட்டு செட்டுக்காரக எல்லாருமே பூலித்தேவன் செலயப் பாத்தோம். நெஞ்சை நிமித்திக் கையில வாளை ஏந்தின மாதிரி செல இருந்துச்சு. வெள்ளைக்காரர் போட்ட குண்டைப் பாத்தோம். பூலித்தேவன் பயன்படுத்திய வாளைப் பாத்தோம். அதத் தொட்டவுடனே உடம்பெல்லாம் ஜில்லுன்னு புல்லரிச்சிச்சு. என்னுடைய நினைவுகளெல்லாம் இந்தியாவில் முதல் சுதந்திரப் போராட்ட வீரர் ஒண்டிவீரன், பூலித்தேவன் காலக்கட்டம் கண்ணுக்குள்ளே அலை மாதிரி வந்து போச்சு.

பேரையூர் பக்கம் கணவாய்ப்பட்டின்னு ஊரு இருக்கு. சாப்டூர், பழையூர் கெழக்கே சாப்டூர்க்கும் பேரையூருக்கும் போற ரோட்லதான் இந்த ஊர் ஸ்டாப். இங்க நாயக்கரு மட்டும்தான், வேற சாதியே கெடையாது. ஊருக்குத் தெக்குட்டு கரடு. கரட்டுக்கு அடிவாரத்துல இந்த ஊரு. ஆத்துப் பாசனம் கெடையாது. மழை சீசன்ல கடலை, நெறையா போடுவாக. பூரா செம்மண்ணு. கணவாய்ப்பட்டி ஊரு பொங்க அத்திப்பட்டி பொங்கலை அன்னைக்கு எல்லா ஊருகளிலும் பொங்க நடக்கணும். அந்த அந்த ஊர்களில கரகாட்டம், ராஜா ராணி ஆட்டம், ஆடல், பாடல்ன்னு ஏகபோகமா நடக்கும்.

கணவாய்ப்பட்டி ஊருக்கு மேளக்காரக ஆமத்தூர் பக்கம் வெள்ளூர் கவனம்பட்டி மேளக்காரக வந்திருந்தாக. ஆட்டக்காரக நாங்க போயிருந்தோம். ஊருக்குத் தெக்குட்டு

ஸ்கூல்ல எங்க பெட்டி பேக்குகளை வச்சுட்டுத் தெக்கமன்னா வெளிய போய்ட்டு வந்தோம். பள்ளிக்கூடத்து வராண்டாவில கல்லய காயப் போட்டிருந்தாக. அப்ப ஆட்டக்காரகளும் மேளக்காரகளும் சாப்பிட ஒட்காந்தோம். வாழ எலைய விரிச்சுப் போட்டுத் தண்ணிய தெளிச்சு விட்டுக்கிட்டு இருந்தோம். விழா கமிட்டியாளர் சாப்பாடு வச்சாக. அதுக்குப் பின்னாடி கொழம்ப ஊத்துனாக. ஆசையா சாப்பிடலாம்னு கையில சாப்பாட்டை எடுத்தோம். பிசுபிசுன்னு இருந்துச்சு. அந்த ஊருக்காரக ஊட்டு ஊட்டுக்குச் சாப்பாடு எடுத்துவந்து ஆட்டக்காரகளுக்கும் மேளக்காரகளுக்கும் போடுவாங்களாம். பல விதமான வீட்டுக் கொழம்பு... சாம்பார், ரசம், கறி குழம்பு, இப்படி ஏகப்பட்ட குழம்பு கலப்பிடமா இருந்துச்சு. அப்புறம் நாங்க இந்தச் சாப்பாட்டை சாப்பிட்டு எப்படி அய்யா ஆடுறது. வகுத்த வலிக்குமேன்னு சொன்னோம். இந்த ஊர் வழக்கம் இதுதான். விருப்பம் இருந்தா சாப்பிட்டுட்டு ஆடுங்க விருப்பமில்லையன்னா சாப்பிடாம ஆடுங்கன்னு சொன்னாக. அந்த ஊர்ல சின்ன பெட்டிக்கடை மட்டும்தான் இருந்துச்சு. அந்த கடையில முறுக்கு, பொரிகடலை வாங்கிச் சாப்பிட்டோம். அதோட நைட்டு சாப்பிடாம மேக்கப் போட்டு ஆடினோம். காலையில மேக்கப் அவுத்துட்டுச் சம்பளம் வாங்கும்போதுகூட இந்தாங்கப்பா நைட்டு சாப்பிடயில்ல நூறு ரூபாய எஸ்டா வச்சுங்கன்னு சொல்லல. அங்கன இருக்கிற பெரியாளுக ஏம்பா 'மா ஊரு வழக்கம் இந்து ஏட்டி தொறுகுத்தனோ தாத்த தினி வேசிடி ஆடவாலே.'

ஏம்பா எங்க ஊருல என்ன கெடைக்கறதோ அதச் சாப்பிட்டுட்டு வேலைய்யப் பாக்கணும்னு சொன்னாரு. ஆட்டக்காரக, மேளக்காரக நைட்டுல சாப்பிடல. நூறு ரூபாய் எஸ்ட்டா கேட்டோம். 'மிக்கு தெளிஞ் தாத்த சூடன்ட' உங்களுக்கு தெரிஞ்சத பாத்துக்குங்கோனு சொல்லிட்டாக. எங்க மூஞ்சியில ஈ ஆடல. அப்படியே வாங்கன சம்பளத்தை வச்சிக் கிட்டு மெயின் ரோட்டு வரைக்கும் நடந்துவந்து பஸ் ஏறி ஊருக்கு வந்து சேர்ந்தோம். அப்ப சோழவந்தான் அருகே மட்டை வேலைக்குக் கூப்பிட்டாக. நாங்க ஆட்டக்காரகளும் ஆத்தாங்கரைப்பட்டி பிச்சை மேளசெட்டும் பெறப்பட்டு கச்சிராப்புக்குப் போனோம். அந்த ஊரைச் சுத்தி பசுமையா இருந்துச்சு. தென்னைச் சோலைகளும், வயல்வெளிகளும் ரெம்ப பசுமையா இருந்துச்சு. ஆட்டக்காரக, மேளக்காரக ஊருக்குள்ள நுழையும்போது அட்வான்ஸ் கொடுத்தவரும் ஆட்டக்காரர்களும் ஆத்தாங்கரைப்பட்டி பிச்சை மேளசெட்டும் போனோம். அந்த ஊரைச் சுத்திப் பசுமையா இருந்துச்சு. ஆட்டக்காரக மேளக்காரக ஊருக்குள்ள நுழையும்போது அட்வான்ஸ் கொடுத்தவரு

ஆட்டக்காரர்களும் மேளக்காரர்களும் கையில செருப்பை எடுத்துக் கையில வச்சிக்கிட்டு வாங்கன்னு சொன்னாரு. இங்க துடியான சாமி இருக்குன்னு சொன்னாரு. மேளக்காரக ஒரு கையில தவிலு, மறு கையில செருப்பு. அதே மாதிரி ஆட்டக்காரக ஒரு கையில பெட்டி, மறுகையில செருப்பைத் தூக்கிட்டு எழவு ஊடு வரைக்கு வந்தோம். எங்களுக்கன்னா மனசு ரெம்ப வேதனை ஆயிருச்சு. எழவு வீட்டுக்காரக வேசம் போடுறதுக்கு எடம் தரல; சாமி இருக்குன்னு சொல்லிட்டாக. அதனால அந்த ஊர்ல பத்து பறைய ஊடுக இருக்கு. அங்கதான் அட்வான்ஸ்காரரு பறைய ஊட்ல வேசம் போடச் சொன்னாரு. நாங்களும் அட்வான்ஸ்காரருக்குப் பின்னாடியே போனோம். எழவு ஊட்டுக்கும் நாங்க வேசம் போடுற எடத்துக்கும் மூணு சந்து மாறி போகணும். எந்த ஊர்லயும் இந்த மாதிரி இல்லை. அப்புறம் பறைய ஊட்ல மேக்கப் போட்டு மூப்பமாரு எழவு ஊட்ல ஆடப்போனோம். கால்ல சலங்கை கட்டி சல்சல்ன்னு வரும்போது தெருவுல இருக்கிற நாய்களெல்லாம் எங்களைப் பாத்துக் கடிக்க வந்துச்சு. நாங்க அந்த நாயை அமட்டிக் கிட்டே நடந்தோம்.

காலையில பத்து மணிக்குத் தொடங்கினோம். மதியம் ரெண்டு மணிக்குச் சாப்பிடப் போனோம். ஏற்கனவே முத நாள் நைட்டு கணவாய்ப்பட்டியில முழிச்சதுனால ரெம்ப டையர்டு ஆயிடுச்சு. அப்புறம் சாயங்காலம் ஆறு மணிக்குத்தான் தேரைத் தூக்குனாக. சம்பளம் வாங்க மணி ஏழு ஆயிடுச்சு. பஸ் இல்ல. பெட்டியைத் தலையில தூக்கி வச்சிக்கிட்டு மேலக்கால் வரைக்கும் சுமார் மூணு கிலோ மீட்டர் வரைக்கும் நடந்து வந்து செக்காணம் வந்து ஊடு போயி சேர மணி பன்னிரெண்டு ஆயிடுச்சு. செல நாள் கடைசி பஸ்சை விட்டுட்டம்னா கொசுக் கடியில பஸ் ஸ்டாண்டிலேயே கெடப்போம். முத வண்டி அஞ்சு மணி வண்டியில ஏறி ஊரு போயி சேருவோம். இதுதான் எங்க பொழைப்பு.

ஆதிக்க சாதியினர் இவுகளுக்கு ஆட்டத்துக்குப் போனா மாட்டுக் கொட்டத்துலதான் சாப்பாடு போடுவாக. இவுக இருக்கிற ஊர்களில டீக்கடையில தனி கிளாஸ் இருக்கும். அதுலதான் டீ வாங்கிக் குடிக்கணும். இந்த மாதிரி ஊருகள்ல ஆட்டக்காரக, கொட்டுக்காரக பேசும்போது சிந்தையா இருக்கு. ஒரு குறியீடு சொல்லுவோம். டீக்கடையில தனி கெலாஸ் அப்படி யின்னு வெளிப்படையா சொல்ல முடியாததுனால டீக்கடையில ஆளு இருக்கும்போது எங்களுக்கான குறியீடுகளை வச்சுப் பேசுவோம். சம்பளத்துக்கு – கீஞ்சி, ஈவாரு, சாப்பாடுக்கு – தூகளு – தேவமாரை – கரவெட்டி – சித்தகாய், பள்ளர – குல்ல,

அடுசுவாடு, பறையர – மாலவாடு, மாலைப்பாடு, சக்கிலியர் – மாதியவாரு, நாயக்கமாரை – புல்லிலுவாரு. பிள்ளைமார – கிள்ளடை இப்படி எங்களுக்குள்ள குறியீடுகளை வச்சுப் பேசிக்கிருவோம். இந்தக் குறியீடு மத்த ஆளுகளுக்குத் தெரியாது.

ரெண்டாயிரத்து மூணு–ல கம்பத்துல சக்கிலிய தெருவுக்கு ஆட்டத்துக்குப் போனோம். அந்தப் பகுதியில் சின்னமனூர் பாளையம், கூடலூர் வழியா போகணும். பெரியார் டேம்லிருந்து தண்ணி விழுகிற எடம். அங்கிருந்துதான் வைகை அணைக்கு தண்ணி வரும். அதனால அந்தப் பகுதியில கரும்பு, நெல்லு மூணு போகம் வெவசாயம் பண்ணுவாகளாம். கண்ணுக்கு எட்டுற தூரத்து வரைக்கும் பச்சை பசுமையா இருந்துச்சு. பஸ்ல போறப்ப வெயில் அடிக்கிறதே தெரியாது. ஜில்லுன்னு குளுகுளுன்னு இருக்கும். சாயங்காலம் ஏழு மணிக்கு எங்க ஆளுக தெருவுக்கு ஆட்டத்துக்குப் போனோம். மொட்டை மாடியில மேக்கப் போட எடம் கொடுத்தாக. அங்க சாப்பிட்டு, மேக்கப் போட்டுக் கீழ எறங்கி வந்தோம். அப்ப எங்க தெரு பொம்பளைக 'ஓரம்மா! ஏ ஊரு வேசக்காரளு. மச்சி, பொடி பொடி மனிசிகளாய் உண்டேறம்பாய் நேடு தெள்ளத் தெரா ஆட்டம் சூசி வேயவல ஏமியாய். வேசக்காருளு நிஸ்சே தும்மு கொண்டேய்யா' ஓரம்மா எந்த ஊரு வேசக்காரங்க நல்லா சின்ன சின்ன ஆளுகளாய் இருக்காங்கம்மோய். இன்னைக்கி விடிய விடிய ஆட்டத்த பாத்துப் போடணும். நல்லா குதிச்சு ஆடணுமய்யானு சொன்னாக. சரிண்டம்மா, நிஸ்சே துமிகேமும்மா சரிங்கம்மா. நல்லா ஆடுறங்கம்மா சொல்லிட்டுக் காளியம்மன் கோயிலுக்கு முன்னாடி பல்லவராயன் பட்டி மேளக்காரக கொழுமேளம் வாசிச்சிட்டு "அம்மன் கோயில் கும்பம் இங்கே ஆடிவரும் நேரமடியே" தில்லானா மோகனம்பாள் படத்துல, நலம் தானா நலம் தானா பாட்டு, தில்லையம்பல நடராஜான்னு பாட்டு இப்படி சுமார் அரைமணி நேரம் வாசிச்சாக. அப்புறம் நாங்க போய் மேளம் வாசிக்கக் கூடிய எடத்துல ஆடினோம். அப்ப ரெம்ப துரித நடையில வாசிச்சாக. துக்கடி துண துக்கடி துண துக்கடி. எடுத்த ஸ்டெப்புல ரெம்ப பாஸ்ட்டா வாசிச்சாக. துரித நடை முடிஞ்சது. அப்புறமா பழைய, புதிய திரையிசைப் பாட்டு வாசிச்சாக.

பல்லவராயன் பட்டி மேளம் வாசிச்சு முடிஞ்சதுக்க அப்புறம் நாங்க எங்க ஆட்ட நிகழ்ச்சியை ஆரம்பிச்சோம். மொதல்ல கோமாளிதான் ஆரம்பிப்பான். அந்த ஊரு பேரு. அட்வான்ஸ் கொடுத்தவங்க பேரு எல்லாத்தையும் சொல்லி முடிச்சிட்டு நாங்க ஆடுற ஆட்டத்திலும் பாடுற பாட்டுலயும் ஏதேனும் சிறு பெழை இருந்தாலும் தாங்கள் வீட்டில் குழந்தை தவறு

செய்தால் எவ்வாறு மன்னிப்பீர்களோ அவ்வாறு என்னையும் அட்வான்ஸ்காரரையும் மேளக்காரரையும் பெண் வேசக்காரரையும் மன்னித்து ராஜபார்ட்காரரை அடிசாத்துமாறு மிகத் தாழ்மையுடன் கேட்டுக்கொள்கிறேன் என்று சொல்லும்போது பார்வையாளர்கள் ஒரக்க கை தட்டி விசிலடிச்சாக. அப்படியே ராஜபாட்டுக்காரக

விநாயகனே வினை தீர்ப்பவனே
வேத முதல்வனே ஞான முதல்வனே (விநாயகனே)
குணா நிதியே குருவே சரணம்
குறைகள் களைய இதுவே தருணம்
கன நான் மணியே மாங்கனி உண்டாய்
கதிர் வேலவன் உருவில் நின்றாய்

இப்படிப் பாடிக்கிட்டுயிருக்கும்போது ஆடுற எடத்து மைக்கு முன்னாடி ரெண்டு ராஜபார்ட், கோமாளி முன்பக்கம் சாமி கும்பிடுவது போல பாடுவாக. அவுகளுக்கு எதிர்த்த பக்கம் பெண் வேசக்காரக சாமி கும்பிட்டு பல்லவியை மட்டும் வாங்கிப் பாடிக்கிட்டுக் காலுல இருக்கிற சலங்கை ஒலியை அந்த தாளத்துக் கேத்தவாறு ஜல்ஜல்லுனு கால் சலங்கையை ஆட்டுவாக. பாட்டு முடிஞ்சதும் இன்னொரு ராஜபார்ட் ‘அகர முதல எழுத்தெல்லாம் அறிய வைத்தாய் தேவி’ இந்த பாட்டைப் பாடுவாரு. இங்குப் பெண் வேசக்காரக தாளத்துக்கேத்தவாறு ஆடுவாக. அப்புறம் பெண் வேசக்காரக ‘முத்துமாரியம்மனுக்குத் திருநாளாம். அவள் முகத்தழகைக் காணவரும் ஒரு நாளாம்‘. இந்தப் பாட்டைப் பாடுவோம். பாடி முடிச்சிட்டு கோமாளியோட கதயை ஆரம்பிப்பான். எங்காளுக தெருவுக்குப் போனா கோமாளிய்ய தெலுங்குப்பாட்டு பாடச் சொல்லுவாக.

அப்ப கத கத கங்கு
காமத் தாத்தா நொங்கு
மீ தாத்தா தொங்கு
கத கத கங்கு
காமத் தாத்தா நொங்கு
உங்க தாத்தா குனி
எங்க தாத்தா தொங்கு

இப்படிப் பாடும்போது கூட்டத்துல பொம்பளைக சேலைய வாயில வச்சுப் பொத்திச் சிரிப்பாக. ஆம்பளைக அல்ல தார கோமாளி அப்படித் தாய்யா கோமாளி. கைத்தட்டி விழுந்து விழுந்து சிரிப்பாக. ராஜபார்ட்டுக்காரக பொம்பளை வேசத்தை லவ் பண்றது மாதிரி பாட்டுவரும் அப்ப

அடி யாத்தாடி இள மனசு ஒண்ணு
றெக்கை கட்டிப் பறக்குது சரிதானா
கடலோர கவிதைகள்ல பாட்டைப் பாடுவாக

‘பாட்டு வரும். பாட்டு வரும். உன்னைப் பாத்துக்கொண்டிருந்தால் பாட்டு வரும்’ – இந்த மாதிரி பாட்டு பாடும்போது அந்தத் தெருவுல ஊருல லவ் பண்ற கோஷ்டி அவுக பேருல அந்தப் பாட்டைப் பாராட்டி அம்பது ரூபா அன்பளிப்பு கொடுத்தாக. அப்புறம் தெம்மாங்குப் பாட்டுக் குடிகாரன் பாட்டு, கம்மாய் கரைப் பாட்டு, வண்டிக்காரன் பாட்டு, அழகர்கோயில் பாட்டு, மதுரை வீரன், ஒண்டி வீரன், சமூக சீர்திருத்தம்ன்னு ராஜா ராணி ஆட்டத்துல வரும். அப்புறம் கொறவன், கொறத்தி ஆட்டம். ஒன்றரை மணி நேரம் நான்தான் கொறத்தி வேசம் போட்டு வருவேன். சித்தப்பா பெத்தணன் கொறவன் வேசம் போடுவாரு. முக்காயி ஆட்டம் பெத்தணன் போட்டுட்டு வருவாரு. நல்லதங்காள் ஆட்டம் அண்ணே பாண்டி போட்டுட்டு வருவாரு. இது ஒரு மணி நேரம் நடக்கும். பேயாட்டம் அண்ணே காளியப்பன் ஆடுவாரு. இப்படி நிகழ்ச்சி முடிய காலை ஏழு மணி ஆயிடும். மேக்கப் அவுத்திட்டுச் சம்பளம் வாங்க எட்டு எட்டரை ஆயிரும். காலையில பஸ் ஏறுவதற்கு பஸ்டாப்புல நின்றிருந்ததும் நைட்டு வேடிக்கை பாத்தவுக டீ சாப்பிட கூப்பிடுவாக. செல வசதியான ஆளுகின்னா கையில இருபது, அம்பது ரூபான்னு கையில கொடுப்பாக. எங்க ஆளுக பொம்பளைக எங்களைப் பாத்து ஆட்டக்காரரு நைட்டுன ‘நிஸ்சே துமிகினி வாரம்மா, ஓ அய்யா அடுத்த வருசம் ஒச்சுடண்டய்யா’. நைட்டுல நல்ல ஆடுனீங்க அடுத்த வருசம் மறக்காம வந்திருங்கய்யான்னு சொல்லி அனுப்புவாக.

செல ஊர்கள்ல கொறத்தி ஆட்டத்தைப் பாராட்டி அம்பது நூறுன்னு ஜாக்கெட்டுல குத்துவாக. அந்தப் பணத்தைக் காலையில சம்பளம் பகுறும் போது கேட்பாக. நான் செல நாள்ல இல்ல குத்தவே இல்லையின்னு பொய் சொல்லியிருக்கேன். ஒரு செல நாள்ல பணத்தக் கொடுக்க வேண்டிய சூழ்நிலை வந்திடுச்சின்னா குத்தன பணத்துல இருபது, முப்பதுன்ன எடுத்து வச்சுதான் கொடுப்பேன். மீதி பணத்த கேட்டா மேளக்காரங்களும் நானும் டீ சாப்பிட்டோம் அதுல முப்பது ரூபாய் செலவாயிடுச்சுன்னு சொல்லியிருக்கேன். ஏன்னா இந்தப் பணம் எல்லாம் என் படிப்புக்காக சேர்த்துவச்சேன். அதுக்காகப் பொய் சொல்றதாலே தப்பில்லன்னு தோணுச்சு. இது சரிதானா?

நான் ஆட்டம் ஆடின பதினைஞ்சு வருச அனுபவத்தில பல ஊரு ஆட்டக்காரங்கள பஸ்டாண்டிலே சந்திப்போம். அதுல அரவாணிகளும் ராஜாராணி ஆட்டத்தை ஆடுறவங்க சங்கரன் கோயில் பஸ்டாண்டிலயும் டி.கல்லுப்பட்டி பஸ்டாண்டிலயும் அவுக கூடப் பேசுவோம். இப்படித்தான் என் கூட பொம்பள வேசம் கட்டுறவன் அண்ணே பாண்டிக்கு ரெண்டாயிரத்து ஏழுல

குடல் வால்வு வந்திருச்சு. அப்ப சீசன் நேரம். அவனை மதுரை ஆஸ்பத்திரியில குடல் ஆப்பரேசன் பண்றதுக்கு சேத்தோம். உடலுக்கு அசைவு கொடுக்கக்கூடாது ஒரு மாசத்துக்குன்னு டாக்டர் சொன்னாரு. சீசன் நேரத்துல பொம்பள வேசத்துக்கு ஆள் கெடைக்கல. அப்புறம் பெரியப்பா மகன் அண்ணே காளியப்பன் எங்க ஊருக்காரரு ஆத்தாங்கரைப்பட்டி செட்டுல பொம்பள வேசம் கட்டி ஆடுனாரு. அவரக் கெஞ்சிக் கெதறிக் கூப்பிட்டு ஒரு மாசத்துக்குச் சமாளின்னு சொன்னோம். அதுக்கு எங்க செட்டுல வேல வாங்கியிருக்காக, அதனால நான் செல நாள் அவுக கூடப் போய் ஆட வேண்டியதாகி இருக்கும். அப்போ நீங்க வேற ஆளைப் போட்டுக்கன்னு சொன்னாரு. ஒரு நா சிவகாசிப்பக்கம் கட்டளைப்பட்டிக்கு ஆட்டத்துக்குப் போறப்ப அண்ணே காளியப்பனும் அவுக செட்டுக்கு வேலைக்கு போயிட்டாரு. அப்ப நாங்க செட்டுக்கு பொம்பள வேசம் இல்லாம கஷ்டப்பட்டுக்கிட்டு இருந்தோம். அப்ப ராஜபாளையத்துல இருக்கிற அரவாணி (சின்னத்தாயி) அவுகள கூப்பிட்டுக்கிட்டு கட்டளைப்பட்டிக்கு ஆட்டத்துக்குப் போனோம். எங்காளுக ‘அ படசுடுயாட அ படிசுடாயா யாட்’ன்னு கேட்டாக. நாங்க அந்த பய்ய எங்க அந்த பய்ய எங்க எங்கன்னு கேட்டாக. இந்த மாதிரி உடம்பு சரியில்லைன்னு சொன்னோம்.

அதனால வேற ஆள கூப்பிட்டு வந்திருக்கோம்ன்னு சொன்னோம். நல்லவேளை எங்ககூட ஆடுனாக. பாட்டும் பாடுனாக. காலையில பேயாட்டம் அவுகதான் ஆடுனாக. அந்த ஊர்ல வருசாவருசம் போறதுனால அந்த ஊர் நாட்டாமை எங்க செட்டுக்கு சிவகாசியில அவரு வேல பாக்குற ஆபீஸ்ல மகாலிங்கம் பேருல ஐநூறு விசிட்டிங்கார்டு அடிச்சுக் கொடுத்தாரு. அத வாங்கிட்டு சிவகாசி பஸ் டாப்புல காத்துக்கிட்டு இருந்தோம். அப்ப அரவாணிக பாதிக்கப்பட்ட பிரச்சனைகளக் கேட்டேன். அவுகள எப்படி இந்தச் சமூகம் பாக்குதுன்னு கேட்டேன். அதுக்கு அப்ப “நாங்க ஆணும் பெண்ணும் சேராம எடைப்பட்டு நிக்கிறதுனால எங்களுக்கு மத்தளத்துக்கு ரெண்டு பக்கம் அடின்னு சொன்ன மாதிரி எங்களுக்கு ரெண்டு பக்கமும் மரியாதை இல்ல. ஆம்பளைக எங்களக் காமக் கண்ணோட்டத்துல பாக்குது. ஏன் எங்களுக்குன்னு மானம் மரியாதை இல்லையா எங்களை ஏன் அன்பா அரவணைக்கக் கூடாது. ஆட்டத்துக்குப் போற ஊர்கள்ல அம்பது ரூபாய்க்கு வாறியாடின்னு கூப்பிடுவாக. பொட்ட, அலி, ஒன்பதுன்னு கூப்பிடுறாக. அப்பெல்லாம் நெஞ்சுல ஈட்டி வச்சுக் குத்துனது மாதிரி இருக்கும். நாங்க பகல் நேரத்தில்கூடத் தனியா போக முடியல. பின்னாடியே எளந்தாரிக வந்திடுறாக. எங்களுக்கு கௌர்மென்ட் வீடு வசதி, ரேசன் கார்டு கொடுக்கல. நாங்களும்

கலெக்டர் கிட்ட எத்தனையோ தடவ வீடு வசதி வேணும்னு மனு கொடுத்தோம். எங்க பிள்ளைகளுக்குக் கல்வி உரிமை வேணும்னு கேட்டோம். எந்த கௌர்மென்ட்டும் ஏறெடுத்துப் பாக்க மாட்டறாக"ன்னு வேதனையோடு சொன்னார்.

அதே மாதிரிதான் கொடைக்கானல் பக்கம் சீமைப்பூலத்தூர்ல யும் தெலுங்கு செட்டியார்க சுமார் இருபது வருசம் ஆட்டத்துக்குப் போனதப் பாராட்டி பீரோ ஒண்ணு அன்பளிப்பா கொடுத்தாக.

மேச்சாதி ஆளுக சக்கிலியர், பள்ளர், பறையனப் பாக்குறது மாதிரிதான் எங்களையும் நடத்தை கெட்டவக, மரியாதை குறைஞ்சவன்னு பாக்குறாக. நான் பத்து வருசமா பம்பாய்ல இருந்தேன். பெறந்து வளர்ந்த சங்கரன்கோயில் பக்கம் என்னைய இங்கிருந்து சமாத்துக்கு (சமாத்துன்னா ஆம்பளைய ஆப்பரேசன் பண்ணி பொம்பளையா மாத்தி விட்டுருவாங்க) கூப்பிட்டுட்டுப் போனாக. அங்க எனக்கு ஆபரேசன் பண்ணுனாக. அதுக்கு எனக்கு சீர் வரிசை, புது துணிமணிக கொடுத்தாக. அங்க பல வருசமா இருந்தேன். அப்புறம் தமிழ்நாட்டுக்கு வந்துட்டேன்ன்னு சொன்னாரு. அவுக சொல்லச் சொல்ல எனக்கு ரெம்ப மனசுக்குக் கஷ்டமா போச்சு. இப்ப நான் சம்பாரிக்கிறேன். ஏன் தம்பியைப் படிக்க வைக்கிறேன். என் அம்மா அப்பாவுக்குச் சோறு போடுறேன். என் குடும்ப சூழல்ல இப்படிப் போக வேண்டிய நிர்ப்பந்தம் ஆகிப் போச்சு. பாருங்க ஒரு ஜாண் வகுத்துப் பொழைப்புக்கு எப்படியெல்லாம் கஷ்டபட வேண்டிய திருக்குன்னு சொன்னாரு.

ரெண்டாயிரத்து ஏழுல விருதுநகர் மாவட்டம் ஸ்ரீவில்லி புத்தூர் வட்டம் அர்ச்சனாபுரத்திற்கு நல்ல தங்காள் கோயில் விழாவிற்கு ஆட்டத்துக்கு அட்வான்ஸ் கொடுத்துப் போனாக. நல்லதங்காள் கோயில் அன்னைக்கு வத்ராப், புதுப்பட்டி பகுதிகள்ல சாதிக் கலவரம் ஆகிப் போச்சு. பஸ்களும் ஓடல்ல. அப்ப அட்வான்ஸ்காரரு எங்களைக் கூப்பிட்டுப் போக அங்கிருந்து வேனை கொண்டுக்கிட்டு சூலப்புரத்துக்கு வந்திட்டாக. நாங்களும் சீக்கிரமா பொறப்பட்டு வேனில ஏறினோம். அப்ப வேனுக்கு முன்னாடி கருப்புத் துணி கட்டியிருந்தது. வேனுக்கு ரெண்டு சைடும் மாலை கட்டி இருந்தாக. அமரர் ஊர்தி மாதிரியே இருந்துச்சு. அப்புறம் நாங்க அதை பத்தி என்ன ஏதுன்னு கேட்டோம். அதுக்கப்புறமா எங்க ஊர் பக்கம் சாதிக்கலவரம் நடந்துக்கிட்டு இருக்கு. அதனால கருப்புத்துணி மாலை இப்ப பாத்த வண்டியில பெணம்தான் போகுது. வண்டிய்ய மறிக்க மாட்டாக. கண்ணாடிய்ய ஒடைக்க மாட்டாக. அதனால்தான் இப்படின்னாக. எங்களுக்கன்னா

ஒரே ஆச்சரியமா இருந்துச்சு. அர்ச்சனாபுரத்துக்க சாயங்காலம் ஆறு மணிக்குப் போனோம். பொங்க ஊர்ல கொறவ கொறத்தி வழி நெடுக பாசி மணி வித்துக்கிட்டு இருந்தாக. நாங்க அந்த ஊர்க்கு ஏழு எட்டு வருசமா போயிருக்கோம். அப்ப அந்த கொறவ, கொறத்தி ஆட்களும் எங்க ஆட்டத்தப் பாத்துயிருக்காக. அதனால அவுகளுக்கும் எங்களுக்கும் பழக்கமாகிப் போச்சு. அந்த ஊர்க்கு மேக்குட்டு நல்லதங்காள் கோயில். அந்தக் கோயில்ல நல்லதங்காள் செல ஏழு பிள்ளைகளுக்கும் செல. ஏழு பிள்ளைகளையும் தூக்கிப் போட்டுச் செத்த கெணறு அங்கதான் இருக்குது. அப்ப நல்லதங்காள் வரலாற அந்த ஊரு கிழவி சொன்னாக. நல்லதங்கா பெறந்து சின்னப்பிள்ளையிலேயே காசிமகாராஜாவுக்குக் கட்டிக் கொடுத்தாக. வாக்கப்பட்டு போயி ஏழு வருசத்தில ஏழு பிள்ளை பெத்தெடுத்தா. அங்க பஞ்சம், பசி, பட்டினியின்னு பெருகிருச்சு. அண்ணே நல்ல தம்பி ஊட்டுக்கு வர்ற இங்க நல்லதம்பியோட மனைவி மூளி அலங்காரி இந்த பிள்ளைகள ரெம்ப கொடுமை பண்ணுச்சாம். அழுகின மாம்பழத்தைக் கொடுத்துச்சாம். அதனால நல்ல தங்காள் ஏழு பிள்ளைகள கூப்பிட்டுக்கிட்டுப் போயி கெணத்துல விழுந்து சாகப் போறப்ப ஆடு மேய்ச்சவ கிட்ட கெணத்த கேட்டுருக்கு. அந்த ஆடு மேய்ச்சவனும் இந்தாங்கம்மா பாலு இதவாச்சும் குடிங்கன்னு சொல்லியிருக்கான். அத குடிக்காம கெணறு எங்கேன்னு கேட்டுருக்கு. அதே அங்கேன்னு காட்டியிருக்கான். ஆட்டுக்காரர். கெணத்துக்குப் போயி ஒவ்வொரு புள்ளகள புடிச்சு உள்ளே போடுறப்ப மூத்த மகன் தப்பிச்சு போறப்ப சொல்லியிருக்கான் ‘தப்பிச்சு போறேனம்மா தாயி. பேரு சொல்வேனம்மா’ன்னு சொல்லியிருக்கான். அதயும் கேட்காம அவனைப் புடிச்சு உள்ள தூக்கிப் போட்டு நல்லதங்காளும் கெணத்துல விழுந்து செத்துப் போயிருச்சு. அண்ணே நல்லதம்பி பல எடங்களும் தேடிப் பார்த்துக் கெடக்கலை. அப்ப ஆட்டுக்கார கிட்ட கேட்கும்போது ஆட்டுக்கார வழிய காட்டுனான். அந்த வழியா வர்றபோது கெணத்துல பிள்ளைகளோடு நல்லதங்காளும் பெணமா மெதந்துகிட்டுயிருந்துச்சு. இதுக்குக் காரணம் மூளிஅலங்காரிதான்னு தெரிஞ்சுக்கிட்டு ஊட்டுக்குப் போயி சுண்ணாம்புக் காளவாசலில அவளை எரிச்சிட்டு தானும் தற்கொலை செஞ்சிக்கிட்டான். இத பாத்த சிவபெருமான் நல்லதங்காள, ஏழு பிள்ளைகள, நல்லதம்பியை கொடுத்து உயிர் எழுப்பினாரம். அப்போ நல்லதங்காளும் நல்லதம்பியும் நாங்க உயிர் வாழ விரும்பவில்லை, நாங்க வன்னி மரமாகணும்னு வரம் கேட்டாங்களாம். அதே மாதிரி வன்னி மரமாக மாறிடுச் சாம். பாவம் மூளி அலங்காரி செலயைத் தோட்டத்துக்கு

வேலைக்கு போறவுக கால்ல ஓட்டுன செகதிய்ய அவ செல மேல தேய்ச்சிட்டு போவாங்களாம் ன்னு கெழவி சொன்னாக. அந்த கோயில்தான் வருசா வருசம் பொங்க வச்சு உங்க ஆட்டத்துல நல்லதங்காள் பாட்டை பாட வைப்போம்ன்னு கெழவி சொன்னாக. நல்லதங்காள் வேசம் அண்ணே பாண்டி போட்டுக்கிட்டு வருவாக. மத்த ஊர்ல காட்டிலும் தட்டுல காசு நெறய்ய போடுவாக. பொம்பளைக அஞ்சு, பத்து, அம்பதுன்னு போடுவாக. பொம்பளைக ஊட்லயிருந்து கொண்டு வந்து உப்பு, வத்த, அரிசி, பணம் நல்ல தங்காள் வேசம் போட்டவனுக்குக் கொடுத்தாக. உண்மையிலேயே நல்லதங்காள் ஊருக்குள்ள வர்ற மாதிரியே இருக்குமாம். அப்படின்னு பார்வையாளர்கள் சொல்றாங்க. நல்லதங்காள் வேசத்துக்கு முன்னாடி கொறவன், கொறத்தி வேசம் போட்டு ஆடினோம். அப்ப ஊசி, மணி, ஊசி விக்க வந்த கொறவ கொறத்தி அவுக பிள்ளைகளோட ஆட்டம் பாத்தாக. நாங்க அவுகளே மாதிரி பேசணும். ஆனா பாச புரியல. அதனால ஆட்டம் முடிஞ்சதுக்கு அப்புறம் அஞ்சலை, ரோஜா கிட்ட எங்களுடைய கொறவன் கொறத்தி ஆட்டத்துல உங்கள மாதிரி பேசணும்னு நான் கேட்டேன். அதுக்கு அரேசாமி சொல்லித் தாரேன் சாமின்னாக. அப்புறம் நாங்க ஆட்டத்துல ஆடுற கதிகள சொன்னோம். கொறவனும் கொறத்தியும் சண்டையில பேசினா எப்படிப் பேசுவாகனு கேட்டோம்.

கடிகி கடிகி – குழம்பு வச்சியா
பாணி பல்ரிதி – தண்ணி மோந்துட்டியா
சாணு வேலகிரி – நீ என்ன வேல செஞ்ச
கர்ம சுக்லகி ஆ வேல துணக்கரணு
நீ ஊட்ல சும்மா இருந்தவ நீ வேல செய்யக் கூடாதா
மரியாதிப் பாரு சலோஜா – (கொறத்தி வேடம்)
மரியாதையா போயிரு
கோயிறு கத்தோ சப்ள மாரு கைபகை (கொறவ வேசம்)

ஓழுங்கு மரியாதப் போயிடு செருப்பைக் கழட்டி அடிப்பேன்
ஏய் காத் தொணக்கதிசி
கைய்ய ஓடிச்சி தொங்க விடுவேன்

ஓ வாக்ரி நசறாயே வெங்க குயிலு பெட்னு குயிலு பெட்லு
குயிலு பெட்லு
ஓ மனிசா குருவிய சுடு
நரி டோலோ புட்டி லோய்
கண்ணு அழிச்சா போச்சு
கெஜ்கோ கெஜ்கே (எங்க எங்க)
ஓ பெட்டு ஓ பெட்டுகே பெட்டுகோ
அங்க உட்கார்ந்து இருக்கில்ல

இப்படிச் சொல்லிக் கொடுத்தாக. நானும் பெத்தண்ணா சித்தப்பாவும் பேசிப் பேசிப் பாத்தோம். எங்களுக்குச் சொல்லிக் கொடுத்தவுக சரோஜாவும், அஞ்சலையும் மதுரை சக்கிமங்கலம் காரக. இவுக கிட்ட நான் அடிக்கடி காண்டக்ட் பண்ணிக்கிருவேன். இவுக வாழ்க்கையில பாதிக்கப்பட்ட சம்பவங்கள, பிரச்சனைகள புது கதயா எழுதி விபரத்துக்கு நரிக்குறவர் இன வரைவியல் புத்தகத்தை பத்ம ரூரதி எழுதியிருக்காக. அதயும் முழுசா படிச்சு நரிக்கொறவன்னா யாரு. அவுக அங்கிருந்து வந்தாகன்னு, வரலாறு விசயமா ஆட்டத்துல சொன்னேன். இப்படித்தான் ரெண்டாயிரத்து ஆறுல சென்னை சங்கம் நிகழ்ச்சியில குறிஞ்சி அரங்கத்து நான் கொறத்தி வேசம். சித்தப்பா பெத்தண்ணன் கொறவ வேசம். அண்ணே பிலாவடி கோமாளி வேசம் போட்டு மேடையில நரிக் கொறவகள மாதிரி பேசினோம். அவர்களுடைய வரலாறு:

கி.பி. ஆயிரத்து அறுநூறுல மகாராஷ்டிராவில வீர சிவாஜி மன்னனுக்குப் படைவீரர்களாக இருந்தோம். அப்ப வடக்குல யிருந்து மொகலாய மன்னர் பெரும் படையோட திரண்டு வந்தாரு. வீர சிவாஜிக்கும் மொகலாய மன்னருக்கும் பெரிய போர் நடந்துச்சு. அந்த போர்ல வீர சிவாஜி தோத்துப் போனாரு. மொகலாய மன்னர் ஆட்சி புரிந்தாரு. அந்த ஆட்சி எங்கள ரெம்ப கொடுமை பண்ணிச்சு. அதனால நாங்க பெறந்த மண்ணை விட்டுப்புட்டு, எங்க தாய் மண்ணை விட்டுப்புட்டு மலை காட்டுப் பக்கமா போய் வாழ்ந்தோம். உடுத்தறதுக்கு டிரெஸ் இல்லாம மர இலைகளைக் கட்டி வாழ்ந்தோம். பசிக்கு நரிகளை வேட்டையாடி வாழ்ந்தோம். அதனால காலப்போக்கில எங்கள நரிக்கொறவன்னு சொல்லிட்டாகன்னு நரிக்குறவர் இனவரைவியல் புத்தகத்திலிருந்து படிச்சத சொன்னேன். இந்த வசனத்தக் கேட்ட வரலாற்றுத் துறை பேராசிரியர் நான் மேடைய விட்டு கீழ எறங்கி வர்ற போது கை கொடுத்தார். கையில நூறு ரூபாய் கொடுத்தார். வெறும் ஆட்டத்தை மட்டும் ஆடாம கொறவனுடைய வரலாற்று விசயங்களைச் சொன்னீக. அது எனக்கு ரெம்ப சந்தோஷமா இருந்துச்சு. அவருடைய வீட்டுக்காரம்மாவை அறிமுகப்படுத்தி வச்சாரு. இந்த படம்தான் ரெண்டாயிரத்து ஆறுல நக்கீரன் இதழில வந்துச்சு. இந்த வசனத்தை மதுர சக்கிமங்கலம் நரிக் கொறவர் தெருவுல ஆடப் போயிருந்தப்ப சொன்னேன். ஆணும் பெண்ணும் என்னைய்ய பாராட்டுனாக. மதுர கரும்பால ஸ்ரீகாளியம்மன் கோயிலுக்கு இந்த வசனத்துக்கு கை தட்டும், சால்வையும் போட்டாக. எனக்கு ரெம்ப சந்தோசமா இருந்தது. ஒவ்வொரு சமூக வரலாறும் மறைக்கப்பட்டிருக்கு அதை மக்கள் மத்தியில சொல்லும்போது அவ்வளவு சந்தோஷப்படுறாங்க பாருங்க.

இந்த மாதிரியான சந்தோஷமான சூழ்நிலையிலதான் ரெண்டாயிரத்து ஏழு சனவரி மாசம் பதினெட்டாம் தேதில எங்க அம்மா எறந்துட்டாக. எங்க அம்மா வெத்தல நெறைய போடுவாக. அதோட லூஸ் போயிலை சேர்த்துப் போடுவாக. பொடி போடுவாக. எங்க குடும்பம் பெரிய குடும்பம். நாங்க சின்னஞ் சிறுசுகளா இருக்கும்போது ரெம்ப கஷ்டப்பட்டாக. காலையில களம் பெடைக்க போனாங்கன்னா நைட்டு எட்டு மணிக்குத்தான் வருவாக. எங்க ஊட்ல பசி ஆத்த சோறு இருக்காது. ரெண்டு நாள் வச்ச கூழு இருக்கும். அது கூடச் சட்டியில ஒட்டி கரி பிடிச்சிருக்கும். அதத் தண்ணிய கரைச்சு எங்களுக்குக் கொடுத்துட்டு எங்க அம்மா வெத்தலையப் போட்டு பசிய ஆத்திக்கிடுவாக. லூஸ் போயில பொடி நெறைய போட்டதினால புற்று நோய் வந்திருச்சி. கரெக்டா ஒரு மாசம்தான் இவுக உயிரோடு இருப்பாகன்னு டாக்டர் சொன்னாரு. இந்த விசயம் பேசண்டுக்குத் தெரியக் கூடாதுன்னாரு. இந்த விசயத்தக் கேள்விப்பட்டதும் எங்க ஊட்ல ஒரே அழுகைச் சத்தம்தான். நிம்மதியா சாப்பிட முடியல. வேலைக்குப் போன எடத்துல நிம்மதியா ஆட முடியல. பெரியண்ணே சம்சாரம் வேலம்மாள், மதினி ரெண்டாவது அண்ணே சம்சாரம் பாண்டீஸ்வரி, கூடப்பிறந்த மூத்த அக்கா சுந்தரம்மாள், ரெண்டாவது அக்கா வள்ளி, மூணாவது அண்ணே சம்சாரம் மினி இவுக ஊட்ல அம்மாவை கவனிச்சுக்கிட்டு இருப்பாக. அப்ப எங்க ஊட்ல நிம்மதியில்லாம் இருந்தது. ரெண்டாயிரத்து ஏழு சனவரி மாசம் பதினேழுல எழுமலை பள்ளர்க தெருவுல ஆடிட்டுக் காலையில பஸ்ஸ்டாண்டுல நின்டுறுந்தோம் அப்ப ஊர்லயிருந்து சித்தப்பா பரமன் வந்திருந்தாரு. இன்ன மாதிரி அம்மா எறந்துட்டாகன்னு சொன்னாரு. எங்க எல்லாருக்குமே மனசுல இடி விழுந்தது மாதிரி ஆகிப்போச்சு. அப்புறம் கண்ணீரோட ஊட்டுக்குப் போனோம். அம்மாவை குளிப்பாட்டிச் சாத்தி வைச்சோம். அப்ப தெரு ஆளுக என்னைய கட்டிப்புடிச்சு அழுதாக. 'சென்று வானிக ஓக காலு கட்டித்த வேசிடி போயின்டந்தா நிஸ்ஸே உண்டு' சென்று வாடனுக்கு ஒரு காலு கட்டய்ய போட்டுட்டுப் போயிருந்தா நல்லாயிருக்கும், அவனை அனாதியில விட்டுட்டுப் போயிட்டா பாவி மகன்னு சொல்லி அழுதாக. எழவு விசாரிக்க ஆட்டக்காரக, கொட்டுக்காரக நெறைய வந்திருந்தாக. சாயங்காலம் ஆறு மணிக்கு அம்மாவை அடக்கம் பண்ணினோம். அம்மா இல்லாத ஊடும் விளக்கு இல்லாத ஊடும் ஒண்ணுதான். அதனால பெருமாள் கரட்டுப் பக்கமா போயி ஒட்காந்து அழுவேன். வாரத்துல ரெண்டு நாள் அழுகாம இருக்க முடியல. அப்புறம் வேலம்மாள், பாண்டீஸ்வரி, மினி இந்த மூணு மதினிங்கதான்

எனக்கு சாப்பாடு போட்டுக் கொடுப்பாக. எனக்கு அம்மா இல்லாத குறை மாதிரியே இல்ல.

எழவு ஊட்டுக்கு ஆட்டத்துல ஒப்பு வைக்கும்போது எங்க அம்மாவையும் அப்பாவையும் நெனைச்சு அழுவேன். ஆனா வெளியில ஒப்புப் பாட்ட கேட்டவுக உண்மையிலேயே அழுகிறது மாதிரி ஒப்பு வைக்கிறேன்னு கேட்பாக. ஆனா உண்மையிலே அழுதுதான் பாடினேன். அம்மாவை நினைத்து. ஆனா அத வெளியில சொல்லிக்கிறதுல்ல.

தேனி மாவட்டம் வருசநாட்டுக்கு தெக்கே காமராஜபுரம்ன்னு ஊரு இருக்கு. அந்த ஊருக்கு வருசநாட்டிலிருந்து பஸ் ஏதும் கெடையாது. நடந்துதான் போகணும் வரணும். அந்த ஊரு மலைங்காடு ஏரியாவுக்குப் பகலே ஒத்தையில போக முடியாது. அந்த ஊர் திருவிழாவுக்கு ஆடப் போனோம். வருசநாட்டிலிருந்து தலையில பொட்டிய சொமந்துகிட்டு அந்த ஊருக்குப் போற பாதை கரடு முரடா இருக்கும். அப்ப மணி சாயங்காலம் ஆறே கால் ஆயிடுச்சு. லைட்டா இருட்டாயிடுச்சு. இன்னும் கொஞ்சம் தள்ளி சுமார் ரெண்டு கிலோ மீட்டர் நடந்தோம். ரெம்ப இருட்டிடுச்சு. பாத தெரியல. நாங்க நாலுபக்கம் சுத்தி முத்திப் பாக்கிறோம். எங்கள சுத்தி மல. ஓழவ மரம் காத்துக்கு விர்விர்னு அடிக்குது. பறவக சவுண்டு கஜகஜன்னுங்குது. எங்களுக்கு ரெம்ப பயமா போயிருச்சு. அப்ப அந்த ஊர்லயிருந்து நாலு எளந்தாரிக சைக்கிள் எடுத்துக்கிட்டு எங்களக் கூப்பிட வந்தாக. இருட்டுல எங்களப் பாத்து ஏப்பா நீங்கதான் ஆட்டக்காரகளான்னு கேட்டாக. ஆமாங்கன்னோம். உங்களத்தான் கூப்பிட்டு வாரச் சொல்லி நாட்டாமை சொன்னாரு, வாங்க உங்க பேக்குகளைக் கொடுங்கன்னு சைக்கிள்ல பேக்குகளை வச்சிக்கிட்டு – ஊருக்கு சரியான ஏத்தம் ஏற முடியல – கொஞ்சம் கொஞ்சமா மேல ஏறிப் போயிட்டோம். ஊர்ல போயி நாட்டாமையைச் சந்திச்சுப் பேசிட்டுச் சாப்பிட்டு மேக்கப் போட்டு ஆடினோம். அந்தப் பகுதியில கஞ்சா செடிக நெறையப் போடுவாக. ஆட்டக்காரக எங்களுக்கும் கொட்டுக்காரவுகளுக்கும் கொடுத்தாக. நிகழ்ச்சி நல்லபடியா நடத்தினோம். காலையில சம்பளத்தை வாங்கிட்டு காமராஜபுரத்திலிருந்து கூமாப்பட்டிக்கு பிளவக்கல் டேம் வழியாக கழுதைப் பாதை இருக்கு, இப்படியே போறீங்களான்னு நாட்டாமை கேட்டாரு. இல்லங்கய்யா கம்பத்துல நைட்டு புரோக்கிராம் இருக்கு. நாங்க வருசநாட்டு வழியாப் போயிருவோம்ன்னு சொன்னோம். அப்ப இன்னைக்கு நைட்டு மதுரயிலிருந்து கரகாட்டம் பிள்ளக வர்ராக எப்படி ஆடுறாளுகளோன்னு சொன்னாரு. அப்புறம் சொல்லிட்டுப்

பொறப்பட்டுக் கம்பத்துல தென்னந்தோப்புல வந்து தூங்கினோம். சாயங்காலம் ஆறு மணிக்கு எந்திரிச்சு ஆத்துல குளிச்சிட்டு பக்கத்தூரு காளியம்மன் கோயில் ஆட்டத்துக்குப் போனோம். அனுமந்தன்பட்டி பாண்டி மாமா மேளம். கோயிலுக்கு முன்னாடி ஆடிக்கிட்டு இருந்தோம். நாங்க ஆடுறதுக்கு முன்னாடி எங்க ஆட்டத்த பாக்க ஆணும் பெண்ணும் ஒட்கார்ந்து இருந்தாக. அதுல கொமரிப் பொண்ணுக ஒட்கார்ந்திருந்த எடத்துக்கு மேல மொட்டை மாடியில எளந்தாரி பசங்க ஒக்காந்து இருந்தாக. அப்ப நைட்டு பன்னிரண்டு மணி இருக்கும். மொட்டை மாடியிலிருந்து எளந்தாரி பசங்க பொம்பளைக ஒட்காந்த எடத்துல கொமரிப் பொண்ணுக மேல நிரோத்தை ஊதி மேல மூணு, நாலுன்னு போட்டுட்டாக. அவ்வளவுதான், தெருவுல ஒரே கரச்சல். இத யாருடா போட்டது தேவடியா பசங்களான்னு பொண்ணோட அம்மா, அவுக சொந்தக்காரக வசவு பின்னி எடுத்துட்டாக. எங்க ஆட்டம் சுமார் ஒரு மணி நேரம் நின்னுடுச்சு.

இப்படி இருக்கும் தருணத்தில் ரெண்டாயிரத்து எட்டில விருதுநகர் மாவட்டம் எரிச்சநத்தம் பக்கம் தவசிலிங்காபுரத்துக்கு ஆட்டத்துக்குப் போனோம். அங்க தாழ்த்தப்பட்ட சாதியினர் அவுக சொந்தக்காரக ஊருலயிருந்து லாரி பிடிச்சு சாமி கும்பிடுவாங்களாம். அன்னைக்கு நைட்டு பிச்சை மேளமும், எங்க ஆட்டமும் போயிருந்தோம். அந்தக் கோயில் இருக்கிற எடம் அது ஒரு காடு. அந்தக் காட்டுக்குள்ளதான் இந்த நிகழ்ச்சி நடக்குது. நாங்க லாரியிலதான் மேக்கப் போட்டோம். பத்து மணிக்கு ஆட்டம் ஆடக்கூடிய எடத்துக்கு வந்து ஆடினோம். அப்போ அங்க கெடா வெட்டுறதுல பிரச்சனை வந்து பெரிய சண்டையா வந்திருச்சு. இந்தப் பிரச்சனைக்கு அப்புறமா நாங்க ஆட்டத்த ஆரம்பிச்சோம். அப்போ ஆடிக்கிட்டு இருக்கும்போது ஒரு ஆளு ஓடி வந்து டியூப்லைட்டைக் கழட்டி வந்து என் மேல எறிஞ்சாரு. அந்த டியூப்லைட்டு என் மேல முதுகுல பட்டு வெறும் பீங்கான் குத்திடுச்சு. ஜாக்கெட்டெல்லாம் ரத்தமா ஒழுகிச்சு. அப்படியே என்னை அண்ணே மகாலிங்கம், பிலாவடி, பாண்டி எங்க செட்டுக்காரவுக என்னைக் கூப்பிட்டு லாரியில ஒக்காந்து ஜாக்கெட்டை அவுத்தோம். ரத்தமா கொப்பளிக்கிச்சு. குத்தியிருந்த பீங்கானை ஒவ்வொண்ணா எடுத்தாக. ஜாக்கெட்டே ரவுண்ட் சைஸ்ல ஓட்டையாகிப்போச்சு. அப்புறம் நாங்க இதுக்குத் தீர்வு காணாம ஆட மாட்டோம்னு சொன்னோம். அதுல ஒரு ஆளு காசா, ஓசியா வந்து ஆடுங்கடா. ஒரு ஆளுக்குத்தான் காயம். மத்த ஆளுக ஆடுங்கன்னு சொன்னாரு. அதெல்லாம் ஆட முடியாது. எங்களுக்குச் சம்பளமும் வேணாம் ஒண்ணும் வேணாம்ன்னு சொல்லிட்டு மேக்கப் அவுத்திட்டோம். திருவிழா

ரெம்ப பரபரப்பா ஆயிடுச்சு. நான் மேக்கப் அவுத்துட்டுக் கோயிலுக்கு வந்தவங்ககிட்ட டூவீலர் வாங்கிக்கிட்டு அவரோட திருத்தங்கல் ஆஸ்பத்திரிக்குப் போனோம். அப்ப ரெண்டு மணியிருக்கும். அந்த ஊரிலிருந்து திருத்தங்கலுக்குக் கிட்டத் தட்ட இருபத்தைந்து கிலோ மீட்டர் போய் டாக்டர் கிட்ட காட்டினோம். அவரு செப்டிக் ஆகாத அளவுக்கு மருந்து போட்டு ஊசியும் போட்டாரு. அவரு என்னைத் துருவித் துருவிக் கேட்டாரு. ஏதும் அடிதடியான்னு கேட்டாரு. உண்மைய சொன்னா டாக்டர் ஊசி போட மாட்டாரு. போலீஸ் ஸ்டேசன்ல எப்.ஐ.ஆர். போட்டீங்களான்னு கேட்பாரு. அதனால நான் ஊட்ல இருந்த டியூப்லைட்டு மேல விழுந்திருச்சின்னு சொன்னேன். அதுக்கு அப்புறமா எனக்கு ஊசி போட்டு ஆடக்கூடிய எடத்துக்கு வந்தோம். காலையில சம்பளம் ஏதும் கொடுக்கல. நாங்களும் அட்வான்ஸ் வாங்கின முன்னூறு ரூபாயோட திரும்பி வந்துட்டோம். இதுவரைக்கும் எதுவும் வாங்கல. அந்தத் தழும்பு கூட இன்னும் என் முதுகில இருக்கு. ஒரு கலைஞனுக்குக் கொடுக்கிற மரியாதையும் மதிப்பும் இதுதானா? இதுதான் சமூகமா? இதுதான் மனிதநேயமா? எங்கே நாம் வாழ்கிறோம்? இந்த மாதிரியான வெந்துபோன புண்ணில வேலை வச்சு ஆட்டுனது மாதிரி அடுத்தடுத்த பிரச்சனையைப் பாருங்க.

தொண்ணூத்தி எட்டுல நா மொத மொதல்ல எங்கண்ணாவு களோட கேரளா மாநிலம், மூணாறு தாலுகா சூரியநல்லி எஸ்டேட்டுக்கு ஆட்டத்து அட்வான்ஸ் பேசியிருந்தோம். அப்பயெல்லாம் இப்ப இருக்கிற மாதிரி பஸ் வசதி கிடையாது. அதனால மொத நா நைட்டு போடி பஸ் ஸ்டாண்டுல எங்க பெட்டிகள வச்சுட்டு செகண்ட் சோ படம் பாத்தோம். பாத்துட்டு நைட்டு மூணு மணிக்கு அந்த எஸ்டேட்ல இருந்து போடிக்கு வண்டி கொண்டு வருவாக. அதுலதான் எங்க செட்டும், தஞ்சாவூர் கரகாட்டம், மதுரை நையாண்டி மேளமும் வேனுல ஏறினோம். வண்டியும் போடிய விட்டுப் பொறப்பட்டுச்சு. போடிமெட்டுல டீ சாப்பிட கீழ எறங்கினோம். சரியான வாடைக்காத்து. குளிர் ஓவரா அடிச்சது. அப்படியே டீ சாப்பிட்டு வேனுல ஏறி ஒட்காந்த நையாண்டி மேளக்காரருடன் கரகாட்டக் கலைஞர்களும்கூடப் பேசிக்கிட்டே போனோம். காலையில ஏழு மணிக்குக் குண்டுமலை எஸ்டேட்டுக்குப் போனோம். போற வழியே கண்ணுக்கு விருந்து வச்சது மாதிரி தேயிலைத் தோட்டம் பச்சை பச்சையா இருந்துச்சு. பனி மூட்டம் எங்கள எல்லாம் முத்தமிட்டு போச்சு. பக்கத்திலிருக்கிற ஆளுக நிக்கிறது கூடத் தெரியல. வானுயரத்துக்கு ஒசரமா மரங்க.

ரோட்டுக்குக் கீழ இருந்த ஓடையில சலசலன்னு தண்ணிச் சத்தம் மனசுக்கும் கண்ணுக்கும் ரெம்ப இதமா இருந்துச்சு. ராஜா ராணி ஆட்டக்காரக, கரகாட்டம், நையாண்டி மேளம் இந்த மூனு செட்டையும் தங்க வைக்க ஒரு ரூம் மட்டும் கொடுத்தாக. தேயில தோட்டத்துல வேல பாக்குற ஆட்களுக்கு ஆபீஸ் கட்டிடம் கட்டி கொடுத்திருக்காக. அதுலதான் எங்கள தங்க வச்சாக. அந்த ரூம்ல தரையெல்லாம் ஜில்லென்னு விருவிருன்னுச்சு. ரூம்ல ஏங்கல்ஸ், டார்வின், கம்யூனிஸ்ட் தலைவர்க படம் நெறைய இருந்துச்சு. பகல்ல அந்த ஊர் எஸ்டேட்காரககிட்ட பேசினோம். சாயங்காலம் நாங்க எங்க செட்டுக்கார எல்லாம் சால்வ போத்திக்கிட்டு வெளியே போனோம். அதுல சில கலைஞர்க இந்தப் பனியில வெளிய வர மாட்டேன்னு சொன்னாக. நாங்க அதக் கேட்டுட்டுச் சிரிச்சிக்கிட்டு இருந்தோம். நேர ஆக ஆக ரெம்ப குளிரடிக்க ஆரம்பிச்சுச்சு. சாப்பிட்டு மேக்கப் போட்டோம். அப்போ எங்களுக்குப் பக்கத்துல கரகாட்ட பொம்பளைக மேக்கப் போட்டுக்கிட்டு இருந்தாக. அப்ப நாங்க டிரெஸ் மாத்தப் போறோம், எல்லாரும் ரூம் விட்டு வெளிய போங்கன்னு சொன்னாக. பொம்பள வேசம் போடுறவுகள மட்டும் உள்ள ஒக்கார சொல்லிட்டாக. எங்களுக்குப் பின்னாடி தா அவுக டிரெஸ் மாட்டுனாக. முடிச்சதுக்கு அப்புறம் எல்லாருமே உள்ளே வந்துட்டாக. மேக்கப் எல்லாம் போட்டுக்கிட்டுச் சால்வையை போத்திக்கிட்டு ஆடக்கூடிய எடத்துக்குப் போனோம். அங்க எட்டு மணிக்கெல்லாம் ஆணும் பெண்ணும் கூட்டமா கோயிலுக்கு முன்னாடி சால்வையைப் போத்திக்கிட்டு ஒக்காந்திருந்தாக. மொதல்ல நையாண்டி மேளம் வாசிச்சாக. அப்புறம் கரகாட்டம் ஆடுனாக. பசங்க ஏய்வுய்யின்னு சத்தம் விட்டாக. அப்புறம் நாங்க ராஜா ராணி ஆட்டம் ஆடப் போனோம். அப்ப பனிக்குப் போத்தியிருந்த சால்வையை எடுத்து ஆட ரெடியா இருந்தோம். எனக்கு அந்தப் பனியில வாயெல்லாம் நடுக்கம் எடுக்க ஆரம்பிச்சு. அதோடு தா சமாளிச்சேன். மோகன் பாட்டு பாடச் சொல்லி ஒரு துண்டுச் சீட்டுல எழுதிக் கொடுத்தாக. அதையும் படிச்சிக்கிட்டுருந்தோம். அப்போ ஒரு மணி ஆயிடுச்சு. அப்ப குண்டுமலையிலிருந்து அப்பா சூரியநல்லி எஸ்டேட்டுக்கு வருவாங்களாம். குண்டுமலையில இருக்கிற மாரியம்மன் சாமி சூரிய நல்லி எஸ்டேட்ல இருக்கிற தங்கச்சி மாரியம்மன்ன பாக்க வருமாம். அதுதான் அங்க வழக்கமாம். ஒரு மணிக்கெல்லாம் ஆட்டம் முடிஞ்சிடுச்சு. சப்பரத்தில் சாமி வச்சு அந்தப் பனி வாடையில கரடுமுரடான மலைப்பாதைல நைட்டு ரெண்டு மணிக்கு ஊராள்களோடு சேந்து நடந்தே கீழ உள்ள குண்டுமலை டிவிசனுக்கு வந்தோம். அப்ப கோயிலுக்கு முன்னாடி நாங்க எங்க

செட், கரகாட்டம், நையாண்டி மேளத்தை வச்சு நாங்க கொஞ்ச நேரம் கரகாட்டம் ஆடினோம். அப்ப நைட்டு மூணு மணிக்கு முடிஞ்சு சூரியநல்லியில இருக்கிற மாரியம்மன் சப்பரமும் இந்த ஊர் மக்க கொண்டு போன குண்டுமலை மாரியம்மன் சப்பரமும் ரெண்டு சப்பரமும் பேட்டரியில எல்.ஆர். ஈஸ்வரி பாடுன பாட்டு முத்துமாரி அம்மனுக்குத் திருநாளாம். அவ முகத்தழகக் காண வரும் ஒரு நாளாம் அப்படின்னு பாட்டைப் போட்டுக்கிட்டு ரேடியோ செட்டுக்காரரு வந்தாரு. மேல சூரியநல்லிக்கு வந்துட்டோம். சூரிய நல்லியில குண்டுமலையில ஆடுன கரகாட்டக்காரகளும், நாங்களும் சேந்து ஆடுனோம். அப்ப காலையில அஞ்சு மணி ஆயிருச்சு. அப்புறம் மேக்கப் எல்லாம் அவுத்துட்டுத் தூங்கினோம். காலையில பத்து மணிக்கு எந்திரிச்சோம். உப்புமாவும் டீயும் கொடுத்தாக. குடிச்சிட்டு வெளிய போனோம். அங்க நைட்டுல யானை வந்து சாணி போட்ட எடமும் கால் தடமும் இருந்துச்சு. பக்கத்துல ஓடையில தண்ணி சலசலன்னு போற சத்தமும் அங்குள்ள இயற்கையும் என் மனசுக்கு ரெம்ப எதமா இருந்துச்சு. கேரளாவுல நெறைய ஏசு சிலுவைகளாதான் இருந்துச்சு. அந்த வெளையாட்டுப் பருவம் தான் என்னய்ய ஏசு சிலுவை மாதிரி செஞ்சு விளையாட ஊக்கப்படுத்திச்சு. சூரியநல்லி, குண்டுமலை எஸ்டேட்ல இருக்கிறவுக எல்லாருமே திருநெல்வேலி, சங்கரன்கோயில் காரக. அதுல எங்களுக்குச் சொந்தக்காரவுக எங்கப்பாவோட தங்கச்சிய கட்டின மாமாவுக்குச் சொந்தக்காரவுக அங்க தேயில தோட்டத்துல வேல செய்யுறாக. அதனால சூலப்புரம் ஆட்ட செட்டு வந்திருக்குன்னு சொன்னதுமே அந்த மாமா எங்களை யெல்லாம் அவரோட ஊட்டுக்குக் கூப்பிட்டு போனாரு. அவரோட ஊடு நாங்க இருக்கிற எடத்திலிருந்து கெழக்கு மலை உச்சியில இருக்கு. அங்க மேட்டுல பத்து ஊடு. பள்ளத்துல பத்து ஊடுகளா இருந்துச்சு. அங்க நம்ம ஆளுக ஊடு பத்து ஊடு இருக்கு. நாங்க போன உடனே தெருவுல இருக்கிற எல்லாருக்கும் ஒரு நடிகரைப் பாத்த சந்தோசம் அவுகளோட மொகத்துல தெரிஞ்சது. பொம்பளைக மொகத்துல காதைக் கட்டி மப்புளர் கட்டியிருந்தாக. நைட்டு ஆடுனத பத்தி நல்லாயிருந்துச்சுன்னு சொன்னாக. கோமாளியோட ஜோக்கு நல்லாயிருந்துச்சுன்னு சொன்னாக. அப்புறம் மாமாவோட ஊட்டுக்குள்ள போனோம். ஊட்டுக்கு மேல பலகையில நியூஸ் பேப்பரா ஒட்டியிருந்தாக. ஆட்டக்காரக டீ குடித்துவிட்டுச் சாப்பிட்டு வெளியேறி மேக்கப் போட்ட எடத்துக்கு வந்து கொஞ்ச நேரம் ரெஸ்ட் எடுத்துட்டு மறுநாள் நைட்டு மேக்கப் போட்டு அதே எடத்துல ஆடப் போனோம். கோயில்ல கட்டுன குழாய் மலை முழுக்க எதிரொலி அடிச்சிச்சு. நைட்டு எட்டு மணிக்கு ஆட்டத்தை ஆரம்பிச்சோம்.

ரெண்டு மணிக்கு ரெம்ப பனி அடிச்சதுனால ஆட்டத்தை நிப்பாட்டிட்டோம். காலையில சம்பளத்தை வாங்கிட்டு வேன்ல ஏறி போடி பஸ்டாண்டுல வந்து எறங்கவும் மனசுக்கு ஒரு திருப்தியாயிருந்துச்சு. ஆனா சம்பளந்தான் கட்டுப்படி ஆகல. மலகாசு மருந்துக்குக் கூட காணாதுன்னு சொன்னது சரியாப் போச்சு. ஆனா அவ்வளவு பனியிலும் ஆணும் பெண்ணும் ஆட்டத்தப் பார்த்த சந்தோஷம். எங்களுக்குப் பணம் பெரிய மேட்டராக இல்ல.

தமிழ்நாட்டில் தென்மாவட்டங்கள்ல ராஜா ராணி ஆட்டம் ரெம்ப ஆர்வமா பாப்பாக. விடிய விடிய கூட்டம் கலையாம பாப்பாக. இதுல வடக்கத்தி ராஜா ராணி ஆட்டம், தெக்கத்தி ராஜா ராணி இப்படி ரெண்டு வகையான ராஜா ராணி ஆட்டம் இருக்கு. வடக்கத்தி ராஜா ராணி ஆட்டம் சூலப்புரம், மள்ளப்புரம், எழுமலை, உசிலம்பட்டி, தேனி பகுதிகளில் இருக்கிற ஆட்டம். இந்த ஆட்டம் ரெம்ப விறுவிறுப்பாக ஓடும். ஆட்டம், பாட்டம், செட்டு ஆளுக கச்சிதமா இருக்கும். மொத ஆடும் போது துரித நடையில ஆரம்பிச்சு ரெம்ப விறுவிறுப்பாக பாடி ஆடுவாக. ஆனா தெக்கத்தி ராஜா ராணி இந்த மாதிரி நையாண்டி தாளத்துல ஆடுவாக. பேச்சுக தெக்கத்தி ஆளுக மாதிரி வட்டார வழக்கு இருக்கும். அதனால தெக்குத்தி ஆட்டக்காரக மதுரை, தேனி, திண்டுக்கல் பகுதிகள்ல ஆடுறது ரெம்ப ரெம்ப கம்மியா இருக்கும். ஆனா வடக்கத்தி ராஜா ராணி ஆட்டக்காரக பேரையூரிலிருந்து கன்னியாகுமரி வரைக்கும் சீசன்ல ஆறு மாசம் அந்தப் பக்கம்தான் ஆடுற வாய்ப்பு கிடைக்கும். கலைப் பயணத்தில இருக்கும்பொழுது ஒவ்வொரு மாவட்ட ஆட்டக்காரர்களைச் சந்திக்கும் வாய்ப்பும், தொடர்பும் அது ஒரு விதமான சந்தோஷத்தைக் கொடுத்தது.

ரெண்டாயிரத்து ஆறில் தேனி மாவட்டம் அரண்மனை புதூர் பக்கத்துல கோணாம்பட்டி ஊருக்குக் கோனார் தெருவுக்கு ஆட்டத்துக்கு போனோம். அன்னைக்கு நைட்டு ஆடிட்டுச் சம்பளத்தை வாங்கிட்டு பஸ் டாப்புல தேனிக்கு வர பஸ்சுக்குக் காத்துக்கிட்டு இருந்தோம். அப்ப காலையில எட்டு மணியானதால எல்லா பஸ்சுகள்லயும் பள்ளிக்கூட பிள்ளைகளுடைய கூட்டமா இருந்துச்சு. நாங்க எங்க பெட்டி, பேக்குகளை வச்சு ஏற முடியல. அதனால ரெண்டு, மூணு பஸ்கள விட்டுட்டு பஸ் ஸ்டாப்புல காத்துக்கிட்டுஇருந்தோம். கண்டமனூரிலிருந்து தேனிக்கு வந்த வேனில ஏறினோம். அதுல கூட்டமா இருந்ததுனால நானும், சித்தப்பா தவில்காரரு, அண்ணே கோமாளி, குறவ வேசக்காரரு மாமா காளியப்பன் நாங்க எல்லாருமே வேன் டாப்புல ஏறிட்டோம். வேனுக்குள்ள

அண்ணே மகாலிங்கம், மாமா ராமர், அண்ணே பாண்டி இவுக எல்லாருமே வேனுக்குள்ள நின்னுக்கிட்டாக. மொத நா நைட்டு சாரல் விழுந்ததுனால நாங்க வந்த வண்டி அரண்மனைப் புதூர் பக்கத்துல ஊருக்கு முன்னாடி பாலத்துல ஒரு கௌருமெண்ட் பஸ் வந்துச்சு. நாங்க போன வண்டி டிரைவர் பிரேக் சடர்ன் பண்ணி ஓரத்தில ஒதுங்குனாரு வண்டி கண்டிசன் இல்லாம வண்டி கூட்டத்தத் தாக்கு பிடிக்காம தென்னந்தோப்புக்குள்ள கவிந்திருச்சு. டாப்புல ஒக்காந்த எங்காளுகளுக்குச் சரியான அடி. அந்த ஆக்சிடண்டுல என்னுடைய இடது கை மூட்டு எலும்பு கிராக் ஆயிடுச்சுன்னு டாக்டர் சொன்னாரு. அண்ணே மகாலிங்கத்துக்கு வேன் டிரைவர் பக்கத்துல ஒக்காந்ததுனால கண்ணாடிக ஒடைஞ்சு கையில குத்தி வெறும் ரத்தமா ஒழுகிச்சு. எங்க செட்டுக்கார எல்லாருக்குமே காலு, கை, உடம்பெல்லாம் காயம். அந்த வழியா வந்த ஆளுக எங்களையெல்லாம் தூக்கி விட்டாக. அப்புறம் தேனி ஆஸ்பத்திரியில எல்லாருக்குமே ட்ரீட்மென்ட் பாத்தோம். இந்த வேன் ஆக்சிடேண்ட் ஆன விசயம் ஆடுன ஊர்ல விசயம் தெரியவும் எங்காளுக ஆம்பளை பொம்பளைக மொத்தமா பாக்க வந்தாக. எங்க ட்ரீட்மென்டை முடிச்சிட்டு ஊருக்கும் வந்தோம். நைட்டு ஆடுன ஊருல கொடுத்த சம்பளம் ஆஸ்பத்திரி செலவுக்கே சரி ஆயிடுச்சு. ஊட்டுக்கு வெறும் கையோடத்தான் வந்தோம். இது கலைப்பயணத்தில முக்கியமான மறக்க முடியாத சம்பவம்தான்.

தேனி பக்கத்துல காமாட்சிபுரம் வேப்பம்பட்டி ஊர்க்குக் கவுண்டருக்கு ஆட்டத்துக்கு போயிருந்தோம். அந்த ஊர்க்கு தொடர்ந்து எட்டு வருசமா நா எங்க செட்டோட போயிருக்கேன். அந்த ஊர்க்கு சின்னமனூர், கோட்டூர், ஐங்காலப் பட்டி வழியா போகலாம். அந்த ஊர்ல செம்மண்ணாத்தான் இருக்கும். கவுண்டமாரு தோட்டங்கள்ல பச்ச திராட்சைக் கொடிக போட்டிருந்தாக. தோட்டங்களச் சுத்தி கல்லுல கம்பி கேட்டு போட்டிருந்தாக. நாங்க அந்த ஊர் திருவிழாவுக்கு ரெண்டாவது நா ஆட்டத்துக்குப் போயிருந்தோம். மொத நா நிகழ்ச்சியா மதுரையிலிருந்து ஆடலும் பாடலும் போட்டிருந்தாங்க. அப்ப ஊமை விழிகள் படத்துல ராத்திரி நேரத்து பூஜையில் இந்தப் பாட்டுக்கு மேடை பக்கத்துல இருக்கக்கூடிய மொட்டை மாடியில் டிரம்ல தண்ணிய நெரப்பி அதுலயிலிருந்து மேடைக்கு பைப்ல கொண்டு வந்து மேடையில தண்ணி கொட்டுற மாதிரி செட்ப் பண்ணி இந்த பாட்டுக்கு அந்த பொம்பளை ஜட்டியும் பாடியோட வந்து ராத்திர நேரத்து பூஜையில் இந்த பாட்டுக்கு ஆடுனாங்களாம். அப்போ கவுண்டமாரு பொம்பளைக வெளக்கமாத்தையும், செருப்பையும் மேடையில

எறிஞ்சாங்களாம். புரோகிராம் கட்டாகிப் போச்சு. மறு நா நாங்க ஆடப்போனோம். எங்ககிட்ட அந்த ஊர்ப் பெரியவுங்க சொன்னாக.

எடை எடையில கன்னட பாசையில 'மீரு சென்னாகி ஆட பேக்கு, பாலம்மாள் பாட்டு, நல்லதங்காள் பாட்டு பாட பேக்கு, கென்ட வேசக்காரு சென்னி ஆட பேக்கு'

நீங்க நல்லா ஆடனும். பாலம்மாள் பாட்டு, மணிக்கொறவர் பாட்டு, பள்ளிக்கூட விபத்து பாட்டு. நல்லதங்காள் பாட்டு பாடனும் பொம்பளை வேசக்காரக நல்லா ஆடனும்ன்னு அந்தப் பெரியம்மா சொன்னாக. எங்க ஆட்டத்துக்குப் பொம்பளைகளா சேர்ந்து வசூல் பண்ணி நடத்துறோம். அதனால நல்லா ஆடணும்ன்னு சொன்னாக. நாங்க சரிங்கம்மான்னு சொல்லிட்டு எங்களுக்கு வாட்டர் டேங்ல மேக்கப் போட எடம் கொடுத்தாக. சின்ன ரூம்ல உள்ளூர் மேள செட்டுக்காரவுக தவிலுக்குச் சுதி ஏத்திக்கிட்டு இருந்தாக. நாயனக்காரு சீவாளியைப் பதம் பாத்துக்கிட்டுருந்தாரு. உருமிக்காரரு டிவ் டிவ் டிவ்ன்னு இழுத்துப் பாத்துக்கிட்டு இருந்தாரு. அந்தக் கூட்டத்துல நாங்க எங்க பெட்டிய வச்சிக்கிட்டு சாப்பிட்டு மேக்கப் போட்டோம். அப்புறம் மேக்கப் முடிஞ்சு கோயிலுக்கு முன்னாடி போயி ஆடினோம். அந்த ஊருக்கு நாங்க ஒண்ணும் புதுசு இல்ல. தொடர்ந்து எட்டு வருசமா ஆடிட்டு வர்றோம். காலையில சிறப்பா ஆடினிங்கட்டு கோயில் விழாகமிட்டி தலைவரு, நாட்டாமை, கோயில் பூசாரி இவுகளெல்லாம் சேர்ந்து கோயில்ல சூடம் பத்தி பொருத்தித் தட்டுல வெத்தல பாக்கு தேங்காய் வச்சு அதுல சம்பளத்தை வச்சு எங்களுக்குக் கொடுத்தாக. நாங்களும் அதச் சாமி கும்பிட்டு வாங்கினோம். அப்புறமா சின்ன பசங்களிலிருந்து பெரியாள்க வரைக்கும் ஊருக்காரவுக எல்லார் கிட்டயும் சொல்லிட்டு பொறப்பட்டு சின்னமனூர் வந்து குச்சனூர் கோயில் பக்கம் தென்னந்தோப்புல பகல்ல படுத்திருந்துட்டுச் சாயங்காலம் அஞ்சு மணிக்கு எந்திரிச்சுக் குளிச்சிட்டுப் பக்கத்துல பாளையம், அம்மாப்பட்டி ஆட்டத்துக்குப் போனோம். இப்படியே செல தோட்டத்துக்கார மேச்சாதி ஆளுக தோட்டங்கள்ல படுக்க விட மாட்டாக. அதனால ஆடுற ஊர்க்குப் போயி சாவடி, பள்ளிக்கூடம், மடம் இந்த மாதிரி எடத்துல தூங்குவோம். ஊருக்குள்ள போனா ரேடியோ குழாய் சவுண்டுல படுக்க முடியாது. அது போக ஆட்டக்காரவுக வந்திட்டாகன்னு ஊரு ஆளுக எங்களைத் தூங்க விட மாட்டாக. இதையெல்லாம் சமாளிச்சுதான் ஆடிக்கிட்டு இருக்கோம்.

திருநெல்வேலி மாவட்டம் புளியங்குடி தாலுகா சிவகிரி ஊராட்சி ஒன்றியம் ராயகிரிக்குப் பொங்கலுக்கு ஆட்டத்துக்குப் போனோம். அந்த ஊர்ல எல்லா சாதியுமே இருக்காக. நாடாருக மெஜாரிட்டியா இருக்காங்க. நாங்க பறையர் தெருவுக்குப் போயிருந்தோம். அந்த ஊரு பக்கத்தில தென்மலை, கொத்தாடப் பட்டி, கூடலூர் இந்த மாதிரி ஊருக்கு வருசா வருசம் ஆடப் போயிருக்கோம்.

ராயகிரியில பறையர் எறநூறு எறநூத்தம்பது வீடுக இருக்கும். இந்தப் பொங்கலன்னைக்குத்தான் நாடாரு பொங்க கும்பிடுவாக. நாடார் தெருவுக்கு முத நாள் திருநெல்வேலியிலிருந்து கரகாட்டம், மறுநாள் ஆடலும், பாடலும் இப்படி ஒரு வாரம் பொங்க நடக்கும். ஒரு தடவை போயிருந்தப்பக் கூட நாடார் தெருவுல இருக்கக் கூடிய மேடையில காலையில பதினொரு மணிக்கு நடிகர் ராமராஜன் வந்து பேசினாரு. இந்த விசயம் நாங்க பறையர் தெருவுக்கு ஆடப் போயிந்ததுனால, அந்த தெருவுக்காரக சொன்னாங்க. நாங்க முத நா நைட்டு விடிய விடிய ஆடுனதுனால அசதியில தூங்கிட்டோம். எங்களுக்கு மேளக்காரங்க பக்கத்து ஊர்லயிருந்து வந்திருந்தாக.

ரெண்டாவது நா நைட்டு பத்து மணிக்குக் கோயில பக்கத்துல இருக்கிற பால்வாடியில் மேக்கப் போட்டு ஆடினோம். ரெண்டு மணிக்குச் சப்பரம் பொறப்படுறது அந்தத் தெருவோட வழக்கம். அப்ப அரை மணி நேரம் ரெஸ்ட் கிடைக்கும். அந்த நேரத்துல வந்திருந்த நையாண்டி மேளக்கலைஞரு அசதிக்குத் தண்ணியடிச்சு படுத்திருந்தாரு போலிருக்கு. இங்க சப்பரம் ஜோடனை பண்ணிப் புறப்படும் நேரத்தில மேளக்காரக வாசிக்கிறது வழக்கம்.

அப்ப தெருவுக்காரக படுத்திருந்த நாயனக்காரரை ஏய் நாயனக்காரு அண்ணாவி எந்திரிம்ய்யா ஓங்கி குரல் கொடுத்து எழுப்புனாக. அவரு எந்திரிக்கவேயில்லை. அவரு இறந்து போயிட்டாருன்னு அப்பதான் தெரிஞ்சது கமிட்டியாளர், தெருவுக்காரகளுக்கு எல்லாருமே தெரிஞ்சது. பெணத்தை நாயனக்காரரு ஊருக்குக் கொண்டு போனதுக்கு அப்புறமா சப்பரம் போகக்கூடிய எடத்திலெல்லாம் பனை ஓலையைக் கட்டி அதுல தீயைப் பொருத்திச் சடங்கு செஞ்சதுக்கு அப்புறமா சப்பரம் பொறப்பட்டுச்சு. சப்பரத்துக்கு முன்னாடி ஆடிக்கிட்டே முன்னாடிப் போனோம். ஆனா மொத ஆடுன விறுவிறுப்பு எங்கிட்ட இல்ல. அங்க இருக்கக்கூடிய ஆட்கள் கிட்ட அந்த ஒரு கலகலப்பு இல்லை. சப்பரத்துக்கு முன்னாடி ஒரு செல எடங்களில

முக்காமணி நேரம் சப்பரம் நிக்கும். அந்தத் தெருவுக்காரக, அந்தத் தெருவுக்குள்ளே சின்னச் சின்னச் சந்துக்குள்ள இருக்கிற வீட்டுக்காரக தேங்காய், வாழைப்பழம், மாலையின்னு வந்து அபிஷேகம் பண்ணுவாங்க. சப்பரத்துக்கு முன்னாடியே ஆடிக்கிட்டிருந்தோம். அருந்ததியர் தெருவும் பறையர் தெருவும் ஜாயின் பண்ற எடுத்துல பேயாட்டம் நடத்தனோம். சப்பரம் கோயிலுக்கு வர காலை எட்டு மணி ஆயிருச்சு. அப்புறமா நாங்க வேசம் போட்ட எடத்துல மேக்கப் அவித்துட்டு இருந்தோம். நைட்டு ஆட்டம் பார்க்க வந்தவுக பக்கத்துத் தெருவுக்காரக காட்டுநாயக்கரு ஆம்பளைக, பொம்பளைக எங்க தெருவுப் பக்கம் வாங்கன்னு சொல்லி எங்களை அவுக கூப்பிட்டுப் போயி டீ, காபி கொடுத்தாக. அவ்வளவு அன்பா எங்களை அரவணைச்சாக.

ராயகிரிக்குப் பறையரு. அருந்ததியரு தெருவுக்கு மாறி மாறி வந்து ஆடுவோம். அருந்ததியரு தெருவுல ஆடும்போது பறையரு தெருவு ஆம்பளைக, பொம்பளைக வேடிக்கை பாக்க வருவாக. அதே மாதிரி அருந்ததியர் தெருவுக்கு ஆடும்போது பறையரு தெருவுலயிருந்து வேடிக்கை பார்க்க வருவாக. ஆனா ரெண்டு தெருவுக்கும் மாறிமாறி ஆட்டம் ஆடும்போது கதைக, பாட்டுக, டிரெஸ்க, ஜோக்கு எல்லாமே கொஞ்சம் மாத்திக் காட்டி நிகழ்ச்சி பண்ணுவோம். இந்த ஊருக்குக் கிட்டத்தட்ட எட்டு வருசமா நாங்க ஆடியிருக்கோம். பெரும்பாலும் புளியங்குடி முனியசாமி, இடையங்குளம் பாலமுருகன், கழுகுமலை எம்.எஸ். முத்தையா நையாண்டி மேளம்தான் வருவாக.

இப்படித்தான் அஞ்சாவது வருசமா இந்த ஊருல பறையரு தெருவுல ஆடிட்டு ராஜபாளையம் பக்கம் தளவாய்புரத்துக்கு ஆடுறதுக்கு பஸ் ஏற பஸ் ஸ்டாண்டுக்கு வந்தோம். அப்ப காலை எட்டரை மணி இருக்கும். அப்ப ஜெய்ராம் பஸ் அருளாச்சியி லிருந்து கான்சாபுரம் வர்ற பஸ்சு அதுல ஏறினோம். அந்த பஸ்சுல சரியான கூட்டம் முண்டிக்கிட்டு ஏறிட்டோம். பஸ்சும் விஸ்வநாதப்பேரிக்கு வர்றதுக்கு முன்னாடி பிரேக் ஒடிஞ்சது னால, வண்டிய டிரைவர் கண்ட்ரோல் பண்ண அய்யோ அம்மான்னு கத்த, நாங்க தூக்கத்திலிருந்து முழிச்சுப் பார்த்தோம். பஸ்சு தாறுமாறாப் போயிக்கிட்டு இருக்கு.

பஸ்ஸோட வேகத்தைக் குறைக்கிறதுக்காக, ரோட்டை விட்டு கீழே எறக்கி ரெண்டு தூண் கல்லுல மேல போர்டு மாட்டி வச்சிருந்தாக. அதுல மோதி பழைய படியும் வேகம் கொறையாம அது பக்கத்துல இருக்கக்கூடிய கம்மாக் கரையில ஏத்தி முன் பக்கம் மண்ணுல பதிய பின்னாடி சக்கரம் கரையில

பதிஞ்ச வண்டி தலைகீழா தொங்கிச்சு. நாங்க எல்லாரும் கடைசி சீட்டுல உட்கார்ந்திருந்தோம். தலைகீழா தொங்குறோம். எங்க பெட்டி, பேக்குகளெல்லாம் டிரைவர் சீட்டுக்குப் பின்னாடி கெடக்கு. நல்லவேளை யாருக்கும் காயம் இல்ல. அந்த ஊருக் காரக பக்கத்திலிருந்த ஆளுக எங்களையெல்லாம் – பஸ்ஸில இருந்த ஆளுகளையும் – தூக்கிவிட்டு ஆறுதல் சொன்னாக. அப்புறம் என்ன தூக்கமெல்லாம் பறந்திடுச்சு. சிவகிரிக்கு வந்து செங்கோட்டையிலிருந்து மதுரை வர்ற பஸ்சுல ஏறி ராஜபாளையத்துல எறங்கி, பஸ்டாண்ட் பக்கத்துல ஊசியைப் போட்டுக்கிட்டு, அந்த ஆஸ்பத்திரி பக்கத்துல இருக்கிற பாலாஜி லாட்ஜில ரூம் எடுத்துத் தங்கினோம். அப்புறம் சாயங்காலமா பொறப்பட்டுத் தளவாய்புரம் ஆட்டத்துக்கு வந்து ஆடுனோம். பயணவெளிகள் எப்படி இருக்கு பாருங்க.

ஆயிரத்துத் தொள்ளாயிரத்து தொண்ணூத்தி ஒன்பதுல திண்டுக்கல் பக்கம் வேடசந்தூர் பக்கத்துல ஒரு கிராமத்துக்கு ஆட்டத்துக்குப் போனோம். எங்களுக்கு அட்வான்ஸ் கொடுத்தவரு பால்பண்ணைக்காரரு. அவரு பேரு ஞாபகம் வல்ல. அவரு ஒரு கண்டிசன் போட்டாரு. ஆட்டக்காரக நீங்க திண்டுக்கல்ல இறங்கி, என்னோட ஆபிஸ்ல மேக்கப் போட்டுக்கிட்டு காருல வந்து ஊருக்கு வரணும். எங்க ஊர்ல வருசா வருசம் கரகாட்டம்தான் ஆடுவாக. ஆம்பளைக, பொம்பளை வேசம் கட்டி ஆடுறதை ரசிக்க மாட்டாக. அதனால நீங்க அந்த ஊருல வந்து மேக்கப் போட்டா ஆம்பிளைன்னு தெரிஞ்சிடும்ன்னார். அதனால திண்டுக்கல்லுல மேக்கப் போட்டு காருல போயி அந்த ஊருல எறங்கினோம். இங்க ஊரு சனமே எங்களைப் பொம்பளையா நினைச்சு ஆரவாரம் பண்ணுனாக. நாங்க மகாலட்சுமி கோயிலுக்கு முன்னாடி போயி ஆடினோம். அந்த ஊருக்காரவுகளுக்கு வருச முழுக்க கரகாட்டத்தையே பார்த்த கண்ணு புதுசா எங்களைப் பார்க்குறப்போ அவுகளுக்கு ரெம்ப பிடிச்சிப்போச்சு. அப்புறம் பனிரெண்டு மணிக்கு மகாலட்சுமி கோயிலுக்குத் தலையில தேங்காய் உடைக்கிற ஆளுக நேத்திக்கடனைச் செலுத்துறதுக்காக ஒரு மணி நேரம் எங்களை ஓய்வெடுக்கச் சொன்னாரு, அட்வான்ஸ்காரரு. நாங்களும் டீக்கடையில டீ குடிச்சிட்டு இருந்தோம். மகாலட்சுமி கோயிலுக்குச் சடங்கு சார்ந்த சூழல்ல ஆடுற ஆட்டந்தான் தொன்னம வேசம். இந்தத் தொன்னம வேசக்காரக ஆடுனாக. திருநெல்வேலி பகுதிகளில் சுடலைமாடன் கோயிலுக்குக் கணியான் கூத்து ஆடுறது மாதிரி. மகாலட்சுமி கோயிலுக்குத் தொன்னம வேசம் ஆடுனாக. இந்தச் சடங்கு நடந்துக்கிட்டு இருக்கும்போது கோயிலுக்கு முன்னாடி ஆணும் பெண்ணும் தலையில தேங்காய் உடைக்கணும்ன்னு வேண்டிக்

கிட்டு இருந்த பக்தர்கள் தலையில ஒவ்வொரு தேங்காயை ஒடைச்சிக்கிட்டே போனாரு பூசாரி. தலையில தேங்காயை உடைக்கும்போது எங்களுக்கு உடம்பெல்லாம் புல்லரிச்சிருச்சு. அப்புறம் இந்தச் சடங்கு முடிஞ்சதுக்கு அப்புறமா காலையில எங்களுக்கும் தொன்னம வேசக் கலைஞருக்கும் ஒரு தொடர்பு உண்டாச்சு. தொன்னம வேசக் குழுவோடத் தலைவர் மகாலிங்க கவுண்டரு இவருடைய ஊரு திண்டுக்கல் காந்தி கிராமியப் பல்கலைக்கழகம் பக்கத்துல ஜி. ஊத்துப்பட்டின்னு ஊரு. இப்படி எங்களுக்குள்ள உறவு ஏற்பட்டதுனால இந்தத் தொன்னம வேசக் கலைஞரு ஊரான ஜி. ஊத்துப்பட்டி பொங்கலுக்கு எங்களை ஆட்டத்துக்குக் கூப்பிட்டுப் போனாரு.

இப்படித்தான் ஜி. ஊத்துப்பட்டிக்கு முதமுதல்ல இந்த ஊருக்கு ஆட்டத்துக்குப் போயிருந்தோம். அந்த ஊருல கோயிலுக்கு மேளக்காரரு இல்ல. எங்க செட்டுல இருக்கிற தவில்காரரு சித்தப்பா ஆறுமுகத்தை மட்டும் ஒரு மேளத்தை மட்டும் வச்சிக்கிட்டோம். நாங்க மேக்கப் போட்டது அந்த ஊரு நாட்டமைக்காரரோட ஊட்டு மாடியில. அப்ப நாட்டமைக் காரரு, அவரு கூட இருந்த ஆளுக

ஏப்பா மீ ஆட்டம் இவ்வட பந்ததில்லை
இவ்வட ஆட்டம் ஹொசதாகி இதே
சென்னி ஆட பேக்கு

என்று கன்னட பாசையில சொன்னாரு. ஏப்பா உங்க ஆட்டம் இங்க வந்ததில்லை இந்தப் பகுதிக்கு உங்க ஆட்டம் புதுசாயிருக்கு, அதனால நல்லா ஆடணுன்னு சொன்னாரு

நாங்க மேக்கப் போட்டுக்கிட்டுக் கோயிலுக்கு முன்னாடி ஆட வந்தோம். மேளக்காரரக இல்லாம ஆடுற எடமே வெறுச்சோடி இருந்துச்சு. அப்புறமா எங்க கிட்ட இருக்கிற ஒரு மேளத்தை வச்சு ஆட்டத்தை நடத்தினோம். ஊடுகளில படுத்திருக்கிற கூட்டம் ஈச புத்துல இருந்து வந்தது மாதிரி வந்திட்டாக. எங்களுக்கு ஆட்டம் தன்னால வந்திடுச்சு. உடம்புல வேர்வையா கொட்டிக்கிட்டு இருக்கு. அப்போ என்னைய மட்டும் கூட்டத்திலிருந்து ஒரு பொம்பளை கூப்பிட்டாங்க. நானும் ஆடிக்கிட்டே போனேன். பக்கத்துல என்னான்னு கேட்டேன். அதுக்கு அந்தப் பொம்பளை இப்படி வேர்த்து விறுவிறுத்துப் போயி விடிய விடிய ஆடிட்டு உங்க பொம்பளையாளு கூட எப்படிப் படுக்கிறீங்கன்னு கேட்டாக. நானு எதுவும் பதில் சொல்ல முடியல. வந்து சொல்றேன்ட்டு ஆடப் போயிட்டேன். அப்புறம் என்ன அந்த ஏரியாப் பக்கமே பார்க்கவே இல்லை. என்ன அர்த்தத்தில் கேட்டாங்கன்னு

தெரியலை. நான் பொம்பளைன்னு நினைச்சு கேட்டுருக்கலாம் அந்த அம்மையார்.

○○○

ரெண்டாயிரத்து எட்டு நவம்பர் மாசம் பதினொண்ணாம் தேதியில மூணாவது நா சங்கரன் கோயில் இராமலிங்காபுரம் வக்கீல் கோமாளி அண்ணன காண்டாக்ட் பண்ணி ஆய்வு விசயமா இன்னைக்கு நைட்டு உங்க ஆட்டம் இருக்கான்னு கேட்டேன். இன்னைக்கு நைட்டு தேவர்குளம் பக்கம் தட்டப் பாறைக்குப் போறோம், வாங்கன்னு சொன்னாரு. பகல்ல முன்னீர் பள்ளத்துல தங்காம திருநெல்வேலி புது பஸ்டாண்டுல ஹாஸ்டல தங்கிட்டு அங்கிருந்து தேவர்குளம் வந்தேன். இங்க வக்கீல் செட்டு ராஜாராணி ஆட்டக்காரக ரெடியா இருந்தாக. அப்படியே ஆட்டோவுல போனோம். அன்னைக்கு நைட்டு விடிய விடிய நிகழ்ச்சியை போட்டோ ரிக்கார்டிங் பண்ணினேன். காலையில மேக்கப் அவுக்கும்போது என்னைய்யப் பார்த்து அண்ணே நாங்க ஆடுறதெல்லாம் சும்மான்னே, நீங்க உங்க செட்டு ஆடுனாங்கன்னா அந்த எடமே ஜெகஜோதியா இருக்கும்னு சொன்னார். அப்படியெல்லாம் இல்லை. எல்லாருடைய மனசுலயும் திறமை இருக்குன்னு நான் சொன்னேன். அப்புறமா வக்கீல் கோமாளி கலைஞரோட ஆய்வு விசயமா விசயங்களை கலெக்ட் பண்ணினேன். சங்கரன் கோயில் பகுதியில எல்லா சாதிக்காரகவுகளும் ஆடுறாக, ஆனா ஒவ்வொரு சாதியையும் நாங்க எங்களுடைய பாசையில பேசுவோம்ன்னு சொன்னாரு. அது என்ன பாசையின்னு தெரியுமா?

1. அருந்ததியரை – சட்டமத்தி
2. பள்ளரை – கீஞ்சி
3. தேவரை – கரவெட்டி
4. வண்ணாரை – தும்பை
5. நாடாரை – பின்னமத்தி

இப்படி ஒவ்வொரு சாதிய்ய எங்க பாசையில பேசுவோம். தென் மாவட்டத்துல முறையான அமைப்பான ஸ்திரீபார்ட் கிடையாது. எல்லாமே திருநங்கைகள்தான் ராஜாராணி ஆட்டத்துல பொம்பள வேசம் போடுவாக. நாங்க ஒரு சுதியில பாடுனா அவுக ஒரு சுதியில பாடுதாகன்னு சொன்னாரு. சங்கரன்கோயில், திருநெல்வேலி பகுதிகளில் மணிக்குறவன் பாட்டு, பாலம்மாள் பாட்டு, சித்தையன் கொலைவழக்குப் பாட்டு, கட்டத்துரை தேவர் பாட்டு, சேர்மன் கருப்பசாமிப்

பாட்டு, பருவக்குடி ஆசாரிப்பாட்டு, ஒண்டிவீரன் பாட்டு, நடிகர் முத்துராமன் பாட்டு, கொல்லக்கரை தங்கய்யா பாட்டு, மதுரைவீரன் பாட்டு, சுந்தரலிங்கம் பாட்டு இப்படி வரலாற்றுப் பாடல்களைப் பாடுவோம்னு சொன்னாரு. போதுமான விசயங்களை கலெக்ட் பண்ணி வச்சிக்கிட்டு ஆட்டோவுல அவுங்ககூட ஏறி தேவர்குளம் வந்து எறங்கி டீ சாப்பிட்டு நான் ஊருக்கு வந்துட்டேன். அவுக அவங்களோட ஊருக்குப் போயிட்டாக. கலைஞனாக மட்டுமில்லாமல் ஆய்வாளராக இருந்து பார்க்கும் ஒரு வித்தியாசமான அனுபவம் கிடைச்சது.

சங்கரன்கோயிலை விட்டுச் சுரண்டை போற ரூட்ல வண்டி போகும்போது ஜிலு ஜிலுன்னு காத்து மனசுக்கு ரெம்ப இதமா இருந்துச்சு. சேர்ந்த மரம், வீரசிகாமணின்னு பல ஊர்களை கடந்து சுரண்டைக்குப் போச்சு. சுரண்டையில இறங்கி ஆட்டக் காரங்களோட டீ சாப்பிட்டோம். அங்க குற்றாலக்காத்து, லேசான சாரல் குளுகுளுன்னு இருந்தது. அந்தக் குளுகுளுப்புக்குச் சூடா டீ சாப்பிட்டுச் சுரண்டையிலிருந்து ஊத்து மலை பஸ்சுல ஏறி கீழச் சுரண்டை, மூணாவது சுரண்டை, அச்சங்குன்றம், லெட்சுமியம்மாள்புரம், மனங்கொண்டபுரம் வழியா வந்து கருவந்தா ஊருல எறங்கினோம். அப்போ ஒன்பதேகால் மணி. ஆடப் போற தெருவுக்குள்ள போனோம். தெருவுல விளையாடிக் கிட்டு இருந்த சின்னப்பசங்க ஏய் ஆட்டக்கார அண்ணாச்சி, ஏய் ஆட்டக்கார அண்ணாச்சின்னு சொல்லி அவுக விளையாட்டை விட்டுப்புட்டு எங்க கூட வந்தாக. தெருவுல இருக்கிற ஆம்பிளை, பொம்பளைக எங்களை வியப்பா பாத்தாக. அதே தெருவுல நேர்த்திக்கடன் போட்டவுக நையாண்டி மேளத்தில் வாசிக்க அதுக்குத் தக்கன ஆணும் பொண்ணும் சாமி ஆடிக்கிட்டு வந்தாக. அவுகளுக்குப் பாதையை விட்டுட்டு ஆட்டக்காரங்களுக்கு மேக்கப் போட்ட ஊட்ல பேக்குகளை வச்சிட்டு நாடார் கடைக்குச் சாப்பிடக் கூப்பிட்டுப் போனாக. அந்த ஊருல நாடாருக மெஜாரிட்டி, அங்குள்ள பொம்பளை அவ அவக ஊட்டுக்கு முன்னாடி பீடி சுருட்டிக்கிட்டு இருந்தாக. நாங்க சாப்பிட்டு மேக்கப் போட்ட ஊட்டுக்கு வந்தோம். வரும்போது அந்தத் தெருவுல இருக்கக்கூடிய ஆளுக ஏய் ஆட்டக்கார அண்ணாச்சி, ரெம்ப லேட்டாகுதுண்ணே, சீக்கிரமா மேக்கப் போட்டு ஆட வாங்கன்னு சொன்னாக. அதே மாதிரி ஆட்டக்காரர்களும் அதுல பானைத்தாளம் போடுறவரு திருவேங்கடம் தாவிது தண்ணிய்ய போட்டுக்கிட்டு சும்மா மேக்கப் பதறாமா போடுங்கன்னு சொல்ல, அதுல ராஜா வேசக்காரரு ஏய் நீங்க சும்மா இருங்க அண்ணாவின்னு சொல்லிக்கிட்டு மேக்கப் போட்டாக. நான் சுப்பையா பெண்வேடக் கலைஞருக்கிட்டே

பேட்டி எடுத்துக்கிட்டிருந்தேன். அவுக செட்டுல மொத்தம் எட்டுப் பேராம்.

1. பாண்டி – பழூன் – வயசு 60 – தேவர்
2. இராமலிங்காபுரம் – காளிமுத்து – ஸ்திரீபார்ட் – வயசு 42 – பள்ளர்
3. தென்மலை – பாண்டி – ராஜபார்ட் – 55 – தேவரு
4. சங்குபுரம் – சுப்பையா – ஸ்திரீபார்ட் – 66 – பள்ளர்
5. வீரணாபுரம் – செல்லச்சாமி – பக்க ராஜபார்ட் – 35 – பள்ளர்
6. மலைப்பட்டி – வேலுச்சாமி – பக்க ராஜபார்ட் – 55 – பள்ளர்
7. திருவேங்கடம் – தாவிது – பானைத் தாளம் – 62 – பள்ளர்
8. சம்சியாபுரம் – ஆனந்தி – அரவாணி – ஸ்திரீபார்ட் – 21 – மூப்பர்

இப்படி அவுக செட்டுக்கார உறுப்பினர்களைச் சொன்னாரு. ஏன்கிட்ட பேசிக்கிட்டு இருக்கும்போது அவரு மேக்கப் போட்டுக்கிட்டு இருந்தாரு. அப்போ ஆட்டக்கார அண்ணாச்சி, மேளக்கார அண்ணாவி உடனே கோயிலுக்கு முன்னாடி ஆட வருமாறு தாழ்மையுடன் கேட்டுக்கொள்கிறேன்னு மைக்ல சொன்னாக. பக்க ராஜபார்ட் செல்லச்சாமி என்னய்ய பாத்து அண்ணே நீங்க பத்து வருசத்துக்கு முன்னாடி எங்க ஊரு வீரணாபுரம் மேளக்காரரு உங்க சொந்தக்காரரு உங்களை ஆடக் கூப்பிட்டு வந்தாரு அப்பக் கூட உங்க ராஜபார்ட் வகுறு வலிக்குன்னு சொல்லி மொட்டை மாடியில படுத்துக்கிட்டாரு. நீங்க தானே அன்னைக்கு ஆடி சமாளிச்சீங்கன்னு சொன்னாரு. எனக்கு ஞாபகம் வல்ல. கலிங்கப்பட்டி வைக்கோ ஊரு போற ரோட்டுல எறங்கி தெக்மென்ன போகணும்ன்னு சொன்னாரு. அப்பதான் எனக்கு ஞாபகம் வந்துச்சு. ஆட்டக்காரக மேக்கப் போட்டு ஆடக்கூடிய எடத்துக்குப் போனாக. பொம்பளைக ஆடுற எடத்துப் பக்கத்துல பாயை விரிச்சிக்கிட்டு இருந்தாக. அப்போ மேளக்கார அண்ணாச்சி கரகாட்டத்துக்கு வாசிக்கிறது மாதிரி

சுச்சு டுமு சுச்சு டுமு சுச்சு டுமுன்னு வாசிச்சாக. ஆட்டக்காரக அந்தத் தாளத்துக்கேத்தவாற ஆடுனாக.

'யார் தருவார் இந்த அரியாசனம்'

'மாரியம்மா மாரியம்மா'

'ஆட்டமா – சதிராட்டமா'

'துள்ளுவதோ இளமை'

இந்தப் பாட்டுகள நையாண்டி மேளத்துல வாசிக்க அதுக்கு தக்கன ஆடுனாக. அப்புறம், ராஜபார்ட் கதாபாத்திரங்களை அறிமுகப்படுத்தினான். அப்போ என்னய்ய பத்தி சென்னை சங்கமத்துல கனிமொழி நடத்துற புரோக்கிராமுல பெரிய அதிகாரி வந்திருக்காரு. பெரிய அதிகாரி நின்னுக்கிட்டு இருக்காரு. அவருக்கு சேரு கொடுங்கன்னு மைக்குல சொன்னாரு. அவரு சொன்னதுனால என்னவோ தெரியல சேரு விடியற வரைக்கும் வரல. நானும் அத எதிர்பார்க்கல. கதை வச்சாக. அதுல பழைய, புதிய திரையிசைப் பாட்டு, தெம்மாங்குப் பாட்டு பாடுனாக. ஒண்ணேமுக்கால் மணி இருக்கும், கோமாளி மூக்காயி வேசம் போட்டுக்கிட்டு வந்தாரு. அப்போ ‘வெள்ளி வெள்ளிப் புடி அருவா, வெடலைப்புள்ள கையருவா’ன்ன பாடலை பாடுனாரு. ஆனா எங்க செட், உசிலம்பட்டி, தேனி செட்டுக்காரக, உருண்டமலை, தெரண்ட மலை, ஒய்யாரக் கழுகு மலைன்னு பாடுவாக. ஆனா நாங்க பாடுற மெட்டும், இவுக பாடுற மெட்டும் வித்தியாசமாய் இருந்துச்சு. அப்படியே நோட் பண்ணி வச்சிக்கிட்டேன்.

மாமியா, மருமக இந்தக் கொடுமையை விளக்கும் கதையா இருந்துச்சு. அப்புறம் ஆளவந்தார் பாட்டு, சித்தையன் கொலை வழக்குப் பாட்டு, ஒண்டி வீரன் பாட்டு பாடுனாக. இந்த நிகழ்ச்சி முடியவும் நல்லதங்காள் வேசம் போட்டுக்கிட்டு வந்து பாடுனாக. அதுக்கப்புறம் இவுக பாடுற மெட்டும், நாங்க பாடுற மெட்டும், எங்க பகுதியில பாடுற மெட்டும் வித்தியாசமாய் இருந்துச்சு. அப்புறமா பேயாட்டம் ஆரம்பிச்சாக. வந்து உடுக்கை வாசிச்சாக. வடகத்தி ராஜாராணி ஆட்டத்துல உடுக்கை கிடையாது. அதுக்குப் பதிலா உறுமி வச்சிக்கிட்டுப் பேயோட்டுவாக. ஆனா தெக்கத்தி ராஜாராணி ஆட்டத்துல குமார் செட்டும், வக்கீல் செட்டுல உடுக்கை வச்சுதான் பேயோட்டுறாக என்பதைக் கள ஆய்வு மூலமாத் தெரிஞ்சுக்கொள்ள முடிஞ்சுச்சு. அப்போ அஞ்சரை மணி ஆயிருச்சு. ஆட்டம் முடிஞ்சிச்சு. மங்களப்பாட்டு பாடுனாக. வேடிக்கை பாத்த ஆம்பளை, பொம்பளை சாக்கு பாய்களை எடுத்து ஊட்டுக்குப் பொறப்பட்டாக. மேக்கப் அவித்துட்டுக் கோயில பணத்தை வாங்குனாக. நானும் ஆட்டக் கலைஞர்களோட போட்டோ எடுத்துக்கிட்டேன். காலை ஆறேகாலுக்குச் சங்கரன்கோயில் பஸ் வந்திருச்சு. அதுல ஏறி கடைசி சீட்டுல கோமாளிக் கலைஞரும் நானும் உட்கார்ந்தோம். முத பஸ்சுங்கறதுங்கிறதுனால கூட்டம் இல்லாம இருந்துச்சு. பஸ்சுக்குள்ள கோமாளிக் கலைஞரோட பகுதியில எத்தனை குழு ராஜாராணி ஆட்டம் இருக்குன்னு கேட்டேன்.

குமார் சங்கரன் – சங்கரன்கோயில்

மாரியப்பன் – ஆராய்ச்சிப்பட்டி

கர்ணன் – ஆராய்ச்சிப்பட்டி

அய்யாத்துரை – ஆராய்ச்சிப்பட்டி

மணி – ஆசாரி

நீதிராஜ் – மலைப்பட்டி

வக்கீல் – இராமலிங்கபுரம்

இத்தனை செட்டு இருக்குன்னு சொன்னாரு. அப்புறம் அவரு தூங்க ஆரம்பிச்சாரு. நானும் அதோட முடிச்சிக்கிட்டேன். சங்கரன்கோயில் வந்துச்சு. ஏழு பத்து மணிக்கு பஸ் ஸ்டாண்டுல பேக்கு, பெட்டிகளை வச்சிட்டு மதுரை பஸ் ஏறி ராஜபாளையம் வந்து எறங்கி, அங்கிருந்து திருமங்கலம், செக்கானூரணி வந்து ஊருக்கு வந்துட்டேன். அப்போ மணி பதினொன்றரை இருக்கும். வடபழஞ்சியில ஹோட்டல் இல்லைன்னு சொன்னாக. நான் ரூம்ல வந்து தண்ணிய்ய குடிச்சி வகுத்த நெரப்பிக்கிட்டுப் படுத்தேன். அஞ்சு மணிக்கு மேல பசி பொறுக்க முடியல. தூக்கமும் வரல. எந்திருச்சி வெளிய போயி சாப்பிட்டேன்.

ஆயிரத்துத் தொள்ளாயிரத்து தொண்ணூத்தஞ்சு ஏப்ரல் மாசம் இருபதாம் தேதி விருதுநகர் மாவட்டம் நத்தம்பட்டி பக்கத்துல மூவரை வென்றான்னு ஊருக்கு, அருந்ததியர் தெருவுக்கு ஆடப் போயிருந்தோம். இந்த ஊரைப் பேச்சு வழக்குல முகுறகுண்டம்ன்னு சொல்லுவாக. பைப்பாஸ் எறங்கி மேற்கமன்ன போனா முகுற குண்டம்ன்னு இருக்கு. அந்த ஊருல அருந்ததியருக்கு கௌரமண்டு காலனி வீடு கட்டிக் கொடுத்திருக் காங்க. அருந்ததியர் தெருவுக்கு மேற்குட்டு பள்ளர்க ஊடு நிறையா இருக்கு. நாங்க ஆடப்போன தெருவுல நாட்டாமை ஊட்டுல மேக்கப் போட்டுக்கிட்டு இருந்தோம். அந்தத் தெருவுல இருக்கிறவக எல்லாருமே அப்பா வழியில சொந்தக்காரவுகதான்.

ஏய் ஆட்டக்காரளு ரண்டய்யா, ஓச்சி திமுகண்டய்யா
கொள்ள பொந்து அகி போயே
சீக்கிரணி ரண்டய்யா
ஆட்டக்காரங்க வாங்கய்யா, வந்து குதிங்கய்யா
ரெம்ப நேரம் ஆகிப் போச்சு
சீக்கிரமாய் வாங்கய்யா

எங்க பக்கத்தில இருக்கக் கூடிய ஆளுக சொன்னாக. நாங்களும் ரெம்ப வேகமா மேக்கப் போட்டு, ஆடுற எடத்துக்கு வந்தோம்.

அப்ப நான் ஆட்டம் பழகி ரெண்டு வருசம் ஆச்சு. எங்ககூட எங்க அப்பா வருவாரு. அவருதான் எனக்கு மேக்கப் போட்டு விடுவாரு. எங்க அண்ண மூத்தவரு மகாலிங்கம், ரெண்டாவது அண்ணன் பிலாவடி இவுகளெல்லாம் நான் ஆட்டம் பழகாததுக்கு பதிமூனு வருசத்துக்கு முன்னாடி அப்பா கிட்ட ஆட்டம் பழகி ஆடுனாக. அப்ப முகுற குண்டம் ஊருக்குதான் புதுசா மாமா ராஜபார்ட் ராமரு வந்து எங்க செட்டோட ஜாயின்ட் பண்ணினாரு. ஆட்டத்துக்குத் தவில்காரரு, குறவ வேசக்காரு, மாமா நல்லு எங்க செட்டுலதான் இருந்தாரு. அப்புறமா பத்து மணி இருக்கும். ஆடுற எடத்துக்குப் போனோம். அந்த எடம் காலனி ஊட்டுக்குக் கெழக்கே நெல் அறுவடை செஞ்ச எடத்துல ஆட்டம் வச்சிருந்தாக. ஆடக்கூடிய எடத்துல மட்டும் மம்பட்டியில செதுக்கிவச்சிருந்தாக. ரெண்டு மூணு எடத்துல ஒரு கை வேபாறது மாதிரி விருசல் நீளமா விட்டிருந்துச்சு. அதுலதான் ஆடுனோம். எங்க ஆட்டத்துக்கு ஆயர் தர்மம் மேளக்காரக வந்து வாசிச்சாக. அந்த மேளத்துக்கேத்தவாறு நாங்களும் ஆடினோம். ரெம்ப வேகமா துரித நடையில வாசிக்கும் போது ஆயர் தர்மம் தவில்காரரு ம்.... ம் .... ம் ...ன்னு முக்குவாரு. நாங்க அதப் பாத்துச் சிரிச்சிக்கிட்டே ஆடுனோம். மேளக்காரக வாசிட்டு முடிச்சதுக்கு அப்புறமா எங்க கதைய்ய தொடங்கினோம். அப்ப விரிசல் இருந்த தேளு என் காலுல கொட்டிடுச்சு. எனக்கு வலி பொறுக்க முடியல. நமநமன்னு வலி எடுத்துக்கிட்டு இருந்துச்சு. என்னால ஆட முடியல. பொங்கலுக்கு வந்தவரு ஏன் ஊருக்காரு சித்தப்பா சுப்பிரமணி வெத்தலயில சுண்ணாம்பு தடவாம மடிச்சு திண்றா ன்னாரு நானும் வாயில போட்டு மெண்டுக்கிட்டே இருந்தேன். அரைமணி நேரம் கழிச்சு வலி கொஞ்சமா குறைய ஆரம்பிச்சுச்சு. ஆம்பளை, பொம்பளை எனக்கு ஆறுதல் சொன்னாக. அந்த ஆறுதலே எனக்கு ரெம்ப சந்தோசமா இருந்துச்சு. அப்புறமா விடிய விடிய ஆடிட்டு ஊட்டுக்கு வற பஸ் ஸ்டாண்டுக்கு வந்தோம். பஸ் ஏறி டி. கல்லுப்பட்டிக்கு வந்து எறங்கி அங்கிருந்து ஊட்டுக்கு வந்திட்டோம்.

ரெண்டாயிரத்து ரெண்டுல திருநெல்வேலி மாவட்டம் ஸ்ரீவைகுண்டம் ஊருக்கு ஆட்டத்துக்குப் போயிட்டு மறுநா தேனி பக்கத்துல ஓடைப்பட்டி, ஆட்டத்துக்கு வரணும். அதனால திருநெல்வேலியிலிருந்து தேனி பஸ்ல ஏறினோம். அப்போ காலை எட்டு மணி இருக்கும். பஸ்ல கடைசி சீட்டுலதான் எங்க பெட்டிகளை வச்சு ஒட்கார வசதியா இருக்கும். அதனால கடைசி சீட்டுல ஒட்கார்ந்திட்டோம். பஸ்சும் ரெம்ப வேகமா சங்கரன்கோயில் நோக்கி வந்துக்கிட்டுயிருந்துச்சு. அப்போ

தேவர்குளத்துக்கு முன்னாடி பெரிய வளைவுல பஸ்சு திரும்பும்போது எங்களுக்கு முன்னாடி ஒட்கார்ந்திருந்தவரு யாருன்னு தெரியல. அவரு சின்ன பெட்டிய்ய மெல செல்ஃப்ல போட்டுருந்தாரு போலிருக்கு. பஸ்சு திரும்பும்போது அந்தப் பெட்டி செல்ஃப்லயிருந்து விழுந்து அதுக்குக் கீழே ஒட்கார்ந்து ஒரு பொம்பளை மேல விழுந்து காதுல மாட்டுன கம்மலும், காது கிழிஞ்சு வெறும் ரத்தமா கொட்டிடுச்சு. அப்புறம் என்ன பஸ்சுல் வெறும் ரகளைதான். தேவர்குளத்தில பஸ்ச நிப்பாட்டி பக்கத்துல இருந்த கடையில மருந்து வாங்கிட்டு பஸ்ச எடுத்தாக.

அப்புறமா பஸ்சு ஸ்ரீவில்லிபுத்தூரைத் தாண்டி நத்தம்பட்டி மூவரை வென்றான் பக்கத்துல இருக்கிற பாலத்துல பஸ்சு திரும்பும்போது என் பெட்டி பஸ்சை விட்டு கீழ விழுந்துடுச்சு. பஸ்சும் ரெம்ப வேகமாப் போனதுனால அரை கிலோ மீட்டர் போயிடுச்சு. அப்புறமா டிரைவர் கிட்ட சொல்லி ஓடியாந்து பெட்டி எடுத்துக்கிட்டு பஸ்ல ஏறினேன். பெட்டி ரெண்டா ஓடிஞ்சு போயிடுச்சு. அத பந்தா வளையம் போடுற கயித்த வயித்தில வச்சுக் கட்டி ஆடுற ஊருக்குக் கொண்டுபோனேன். அந்தப் பெட்டி விழுந்த எடம்தான் இந்தப் பாலம். நல்ல வேளை பத்து அடி தள்ளி விழுந்திருச்சுன்னா பெட்டி பாலத்துக்குக் கீழ தண்ணிக்குள்ளதான் விழுந்திருக்கும். அப்புறம் என்ன, எங்க அண்ணவுங்க என்னை வசவு பிரிச்சு மேஞ்சிட்டாக. பெட்டியைக் கீழ விடுற அளவுக்கு என்ன தூக்கம் அப்படி இப்படின்னு வஞ்சாக. நான் பேசாம தலையைக் குனிஞ்சிக்கிட்டேன். அதுலயிருந்து பஸ்ல போறப்போ பெட்டிய்ய கீழ விழ விடாம பந்தா வளையம் போடுற கயித்துல கம்பியோட கட்டிருவேன். இப்பவும் அந்தப் பாலத்தை பாக்கும்போது மூவரை வென்றான்ல ஆடும்போது தேளு கொட்டுன எடமும் என் பெட்டி விழுந்த பாலமும் என் கண்ணுல காட்சியா நிக்குது.

ஆயிரத்துத் தொள்ளாயிரத்து தொண்ணூத்தொன்பதுல உத்தப்பநாயக்கனூர் பக்கத்துல கல்லூத்துக் மட்டை வேலைக்கு போயிருந்தோம். மட்டை வேலையின்னா இறப்பு விழாவில ஆடுறதைத்தான் நாங்க ஆட்டக்காரக, மேளக்காரக மட்டை வேலைன்னு சொல்லுவோம். அந்த ஊரு சின்ன ஊரா யிருந்தாலும் மல்லிகைப் பூ, ரோசாப் பூ, கோழிப்பூ இந்த மாதிரி பூக்களோட அய்ட்டந்தாம் அங்க விவசாயம் பண்ணுவாக. கல்லூத்து, பெருமாள் பட்டி, கலியாணிப்பட்டி, விக்கிரமங்கலம், கல்புளிச்சான்பட்டி இந்தப் பகுதியெல்லாம் கள்ளர்க நிறையா இருக்காக. மட்டை வேலைக்குக் காலையிலிருந்து சாயங்காலம் வரைக்கும் அதுக்கொரு ரேட், நைட்டுல ஆடிட்டு மறுநாள் பகல்ல

தேரு தூக்கிற வரைக்கும்னா அதுக்கொரு ரேட் பேசித்தான் ஆட்டத்துக்குப் போவோம்.

கல்லூத்து மட்டை வேலைக்கு நாங்க பகல் மட்டும் பேசி அட்வான்ஸ் வாங்கியிருந்தோம். அதனால காலையில எட்டுமணிக்கு அந்த ஊருக்கு போயிட்டோம். மேளக்காரங்க காலையில ஆறு மணிக்கு எழவு வீட்டுல வாசிக்கணும். நாங்க எப்பவுமே ராஜாராணி ஆட்டத்தைத்தான் ஆடுவோம். இதுதான் ஜனங்களுக்கு ஆரவாரமாக ரெம்ப துருதுருன்னு இருக்கும். அதனால எந்தச் சூழ்நிலையிலும் நாங்க முதமுதல ராஜாராணி ஆட்டத்தைத் தவிர்த்திட்டுக் குறவன் குறத்தி வேசமோ நல்லதங்காள் வேசமோ போட்டதே கெடையாது.

அப்ப ராஜாராணி ஆட்டத்தை ரெண்டு மணி வரைக்கும் ஆடிட்டு மதிய சாப்பாடு சாப்பிடப் போயிட்டோம். அந்த ஊருல ஒரு ராஜாராணி ஆட்டக்காரரு இருக்காரு. அவரு ரெம்ப திறமையான கலைஞரு. அவரு எழவு ஊட்ல வந்திருக்கக் கூடிய ஆளுகளோட பேரைச் சொல்லி வாத்தாலை போட்டுக்கிட்டுருந்தாரு. வாத்தாலை ன்னு சொல்றது.

எரிக்கிளம் பூ ஏகமா பூத்திட்டாலும்
மரிக்கொழுந்து உண்டான வாசனை போகுமோ

அது மாதிரி யாரைச் சொல்லலாம்ன்னா எங்க அய்யா தர்மரத்தான் சொல்லலாம். இப்ப எங்களோட ஆட்டத்தைப் பாராட்டி அம்பது ரூபாய் கொடுக்கப் போறாகன்னு சொல்லி மைக்கில சொல்லுவாரு. இதுதான் வாத்தாலை.

உசிலம்பட்டி, வாலாந்தூர், கருமாத்தூர் போன்ற பகுதியில இருக்கக்கூடிய ஆட்டக் கலைஞர்க மட்டை வேலை நிகழ்ச்சி ஆடுறப்போ அவர்க்கு தெரிஞ்ச ஆளுகளை மைக்கில பேரைச் சொல்லி காசு வாங்குறது வழக்கமாவே இருக்கு. செல ஊர்கள ஆட்டக் கலைஞர் சும்மா இருந்தாலும் அந்த ஊர்ல இருக்கக் கூடிய மேச்சாதி ஆளுக காசைக் கொடுத்து

இந்தாடா ஆட்டக்காரப் பயலே
தேவர் பாட்டு பாடுற லோலி மகனே

என்று சொல்லுவாக. இந்த வசவு தாங்க முடியாமே அந்தக் கலைஞரு அவரைப் பத்தி புகழ்ந்து மைக்கில பேசுவாரு.

நாங்க மதிய சாப்பாட்டை முடிச்சிட்டு குறவன் குறத்தி வேசம் போட்டு முடிச்சிக்கிட்டு ஆடுறதுக்கு வந்தோம். அப்ப அந்த ஊரைச் சேர்ந்தவரு அந்தக் கலைஞரு குறவன் போட்டுட்டு வந்தாரு. வயசு 55 இருக்கும். அது ரெம்ப வித்தியாசமா இருந்துச்சு.

கோமணம் மட்டுந்தான் கட்டியிருந்தாரு. கோமணத்துக்கு ரெண்டு பக்கமும் பெரிய வெள்ள கலருல வட்டம் போட்டிருந்தாரு. கையில டப்பா, கழுத்துல நரிக்குறவ மாதிரி பச்சை, சிகப்பு, புளூ இந்த மாதிரியான கலர் கலரான பாசிகளக் கோர்த்து கழுத்துல போட்டுருந்தாரு. இந்த மாதிரி வேசத்தை என்னோட பதினெஞ்சு வருச அனுபவத்தில பாத்ததேயில்லை. அறுபது வருசத்துக்கு முன்னாடி குறவனுக்கு வேசம் போடுறவுக கோமணந்தா கட்டுவாகன்னு அங்ஙன இருந்த மேளக்காரங்க சொன்னாக. அப்புறம் என்ன அவரோட சேர்ந்து நான் குறத்திக்கு ஆடினேன். மறக்க முடியாத அனுபவம்தான்.

எங்க ஆட்டத்துல பெண்கள் பட்ட பிரச்சனைகள், கட்டுன புருசனுக்குக் கீழதான் இருக்கணும் என்ற நிலைய ஆணாதிக்கத்தை உடைத்தெறிய அதுக்குத் தக்கன கதைகள வச்சு நிகழ்த்துவோம்.

உடன்கட்டை ஏறும் பிரச்சனையைக் கதையில நிகழ்த்தும் போது நான் ஒரு பொம்பளை வேசம், எங்கண்ணே பாண்டி ஒரு பொம்பளை வேசம். நாங்க ரெண்டு பேரும் சேர்ந்துதான் அந்தக் கதையை நிகழ்த்துவோம். எங்கண்ணே ஏண்டி தங்கச்சி நம்மெல்லாம் பொம்பளையா பொறந்ததுக்கு வேதனைப் படணும்ன்னு சொல்வான்.

நான் – ஏண்டி அக்கா அப்படிப் பேசுற

அண்ணே – ஆமடி, வீட்டுக்காரரு இறந்துட்டாருன்னா பொம்பளைக நாமளும் தீயில விழுந்து செத்துப் போகணுமாமுல்ல.

நான் – சரி, வீட்டுக்காரரு இறந்துட்டாருன்னா அவரோட நாமளும் தீயில விழுந்து சாகணும். அப்போ பொம்பளைக எறந்துட்டா வீட்டுக்காரரு தீயில விழுந்து உடன்கட்டை ஏறுவாரான்னு ஒரு கேள்வியை முன்வைப்பேன்.

இந்த நேரம் கூட்டத்துல இருந்து சலசலப்பான பேச்சுகள் அடிபடும்.

திக்குமுக்கு அடிச்சது மாதிரி விக்கிப்போயி இருந்தாக.

இந்த நேரத்திற்கு ஒரு பாட்டு பாடுவோம். இந்தப் பாட்டுக்கும் கதைக்கும் ரிலேட்டிவ்வா இருக்கிற பாட்டைப் பாடுவோம்.

சித்திரத்தில் பெண்ணெழுதிட
சீர்படுத்தும் மாநிலமே
ஜீவன் உள்ள பெண்ணினத்தை
வாழ விட மாட்டாயா

இந்தப் பாட்டோட அர்த்தம் உயிரில்லாத சிலைக்கு காளியம்மனோ, மாரியம்மனோ, மீனாட்சியம்மனோ இது மாதிரி சிலைகளுக்கு அபிசேகம் பண்றாங்க, ஆராதனை பண்றாக, ஆனா உயிரோட இருக்கிற பெண்களுக்கு, தாய்மார்களுக்கு ஏன் ஒட்டுமொத்த சமூகத்தில் மதிப்பு கொடுப்பதில்லை. அவ ஒரு பொட்டச்சி தானே ன்னு எளக்காரமா பேசுறாங்க. உடன்கட்டை ஏறும் சம்பவத்தை உடைக்கும் சம்பவத்தையும் அதுக்கு ரிலேட்டிவ்வான இந்த மாதிரி பாடலைப் பாடும்போது அங்க இருக்கிற பார்வையாளர்கள் ரெம்ப விரும்பிக் கேட்பாக. நாங்க வேசத்தை முடிச்சிட்டு ஊருக்குப் பொறப்பட்டு வரும்போது ஊருக்காரக நல்ல கதையா இருந்துச்சு. மக்களுக்கு நல்ல கருத்துக்களைச் சொன்னீங்கன்னு படிச்சவங்க, படிக்காதவங்க நெறைய எங்களை வாழ்த்துவாங்க.

எங்க ஆட்டத்துல முதலாளிக்கும் தொழிலாளிக்கும் உள்ள பிரச்சனைகளால எப்படித் தொழிலாளிகள் பாதிக்கப் படுகிறாங்கன்னு அவுக பட்ட கஷ்டங்களைச் சொல்லி கதைய நிகழ்த்துவோம். கடைசியில முதலாளி என்ற முதலை அடங்கிப் போய்த் தொழிலாளி மனசு சந்தோசமா வாழ்றது மாதிரி கதையில நிகழ்த்துவோம். அப்படி நிகழ்த்தும்போது ஆட்டம், பாட்டம், கதை இந்தப் போக்குல நிகழ்த்துவோம்.

வரதட்சணைக் கொடுமை, பெண் சிசுக் கொலை, பாலியல் பிரச்சனைகள், இது மட்டுமல்லாமல் எய்ட்ஸ், சுற்றுப்புறச் சூழல், மழை நீர் சேகரிப்பு இந்த மாதிரியான பிரச்சனை களை உள்வாங்கிக்கிட்டு நாங்க நடத்துற கதையில இது போன்ற பிரச்சனைகளைப் பார்வையாளர்களுக்கு எடுத்துச் சொல்லுவோம்.

எங்க அப்பா பெருமாள், ஆடுற காலக்கட்டத்துல இராமநாதன் தாத்தா, வாசி தாத்தா இவுகளெல்லாம் அய்யர் வேசம் போட்டு வந்து ஆட்டத்துல நிகழ்த்துவாங்களாம்.

அய்யர் – தாழ்த்தப்பட்ட சாதியினர்கிட்ட பேசுற பேச்சு களும், அவலங்களையும் கதை வடிவத்தில சொல்லிக் காட்டு வாங்களாம்.

அய்யர் – தாழ்த்தப்பட்ட பெண்கள் கிட்ட குழந்தை வரம் இல்லையென்னு சொல்லி இவரு வந்து குழந்தை வரம் கொடுக்கிற மாதிரி.

இந்த மாதிரி அயோக்கியத்தனத்தை, பிராமணிய சூழ்ச்சியை வெளுத்துக்கட்டவே இந்த அய்யர் வேசம் போட்டு நிகழ்த்து வாங்களாம்.

எங்கண்ணா பிலாவடி முதமுதல்ல இருபத்தேழு வருசத்துக்கு முன்னாடி கோமாளி வேசம் போடுறபோது எங்க ஊரு பக்கத்துல அத்திப்பட்டி மாரியம்மன் பொங்க வருசா வருசம் நடக்கும். இந்த பொங்க சேடப்பட்டி யூனியன் அளவில் வீரபாண்டி மாரியம்மன் பொங்கலுக்கு அடுத்த பொங்க அத்திப்பட்டி மாரியம்மன் பொங்கதான்.

இந்தப் பொங்கலுக்கு பிலாவடி, மூத்த அண்ணே பொம்பளை வேசம் மகாலிங்கம், இன்னொரு அண்ணே பொம்பளை வேசம் காளியப்பன். அவரு பெரியப்பா மகன் நாங்க ஆடுறதுக்குப் பனிரெண்டு வருசத்துக்கு முன்னாடியே ஆட்டம் பழகி ஆடுனாக. அப்போ இந்த அத்திப்பட்டிப் பொங்கலுக்கு தமிழ்நாட்டுல இருக்கற கரகாட்டம், ராஜாராணி ஆட்டம், இன்னும் எத்தனையோ ஆட்டமெல்லாம் நடக்கும். அதுல அண்ணே பிலாவடி மொட்டை அடிச்சு உச்சியில மட்டும் குடுமியை வச்சு ஒரு வித்தியாசமான வடிவத்தில் கோமாளி வேசம் போட்டு நிகழ்த்துனாங்களாம். அப்போது பக்கத்துல நடக்கயிருக்கிற ஆட்டச் செட்டுல இருக்கிற கூட்டத்தையெல்லாம் இவுக செட்டுக்கு இழுத்துருவாங்களாம். அப்படித் திறமையா கதையும் பாட்டும் நடத்துவாங்களாம். அப்படின்னு என்கிட்ட அடிக்கடிச் சொல்லுவாரு.

ஆயிரத்துத் தொள்ளாயிரத்து எண்பத்து நாலுல இந்தியாவின் மிகப்பெரிய சம்பவம் நடந்தது. இதுல போபால் நகரில விஷவாயு கசிஞ்சதுனால அம்பதாயிரம் பேர் இறந்தாக. அஞ்சு இலட்சம் பேர் படுகாயம் அடைஞ்சாக. பல ஆயிரம் பேர் கண்களைப் பறி கொடுத்தாக. அதுபத்தியான பாட்டை எழுதி எங்க குழுவுக்குக் கொடுத்தேன்.

போபால் நகரினிலே
விஷவாயு கசிந்ததினால்
அரைலட்சம் பேர் இறந்தாரடி – தங்கமே
சொந்தங்களை இழந்தோமடி
ஆயிரத்தி தொள்ளாயிரத்தி
எண்பத்தி நான்காம் ஆண்டில்
போபாலில் நடந்ததடி – தங்கமே
போபாலில் நடந்ததடி **(போபால்)**

பன்னாட்டு நிறுவனமான
யூனியன் கார்பைடில்
விஷவாயு கசிந்தபடி – தங்கமே
ஆணும் பெண்ணும் இறந்தாரடி **(போபால்)**

அமெரிக்க சொந்தக்காரன்
அனைத்துயிரையும் கொன்றானடி – தங்கமே
சொந்தங்களை இழந்தோமடி (போபால்)

டிசம்பர் ரெண்டாம் தேதி
நள்ளிரவு நேரத்திலே
விஷவாயு கசிந்ததடி – தங்கமே
கொத்துக் கொத்தா இறந்தாரடி (போபால்)

அஞ்சு லட்சம் மக்களுமே
படுகாயம் அடைந்தாரடி
கண்களையும் இழந்தாரடி – தங்கமே
கண்களையும் இழந்தாரடி (போபால்)

இந்தப் பாட்டும் பட்டாசு விபத்து பத்தி பாட்டும் எழுதிப் பாடினேன்.

அன்புள்ள பெரியோர்களே
அருமையுள்ள தாய்மார்களே
பட்டாசு விபத்தைப் பற்றி பாடி வாரேன் கேளுங்களே
பத்து பேரு மடிந்தார் – இதை
அறிந்த பலரும் துடித்தார்
பட்டாசு விபத்தினிலே
பதினெட்டுப் பேர் உயிர்ச்சேதம் – இதைத்
தாங்குமா நமது இதயம்
ஓன்பதாம் தேதியிலே
ஏழாவது மாதத்தில
ரெண்டாயிரத்து ஓன்பதிலே வியாழக்கிழமையிலே
பட்டாசுகள் வெடிக்க – அங்க
ஆணும் பெண்ணும் துடிக்க
வியாழக்கிழமையிலே
சாயங்காலம் ஆறு மணிக்குத்
திடீரென்று பட்டாசு பட படன்னு வெடித்திடவே
உடல் அங்கே கருகுது – மக்கள்
கண்ணீர் வடித்து அழுகுது
விசயம் பறந்ததைய்யா
அதிகாரிகளும் விரைந்தாரய்யா
சம்பவ இடத்தினிலே சுடுகாட்டைப்போல காட்சியிருக்கு
பொழுது மறைந்ததைய்யா
பல உயிரும் பிரிந்ததைய்யா – அங்கே
வெள்ளரிப்பழம் போல
பிரேதங்களும் வெடித்து இருக்க
உற்றார் உறவினர்களும் பக்கத்தூர் கிராமங்களும்
பார்த்துக் கண்ணீர் வடிக்க – இதைப்
பலரும் அறிந்து துடிக்க
மாவட்ட ஆட்சியர் அவர்கள்
மதிவாணன் தானே விரைந்தாரய்யா

சடலங்களைப் பார்த்துவிட்டு சங்கடமாய்ச் சோர்ந்து நிற்க
மருத்துவக் காப்பீடு கொடுக்க – மக்களுக்கு
ஆறுதல் எடுத்துரைக்க
கேபினெட் அமைச்சர் அவர்கள்
மு.க. அழகிரி தானே
பலியானவர் குடும்பத்துக்கு 1 லட்சம் ரூபாய் நிதி கொடுத்தார்
சம்பவ இடத்திற்கு விரைந்தார் – அங்கே
ஆறுதல் எடுத்துரைத்தார்
தமிழ்நாடு முதலமைச்சர்
கலைஞர் கருணாநிதி
குடியரசுத் தலைவருமான பிரதீபா பாட்டில் தானே
இரங்கலையும் தெரிவிக்க – தலைவர்கள்
ஆறுதல் எடுத்துரைக்க
தத்தனேரி சுடுகாட்டினில்
தகனம் செய்தார் பிரேதங்களை
உற்றார் உறவினரும் சொந்தக்காரர்களும் வந்திருந்து
சோகத்தோடு அழுக – மனம்
தேம்பித் தேம்பி விழுக
அடிப்படை வசதியில்லாமல்
நடத்திவந்தார் பட்டாசுத் தொழிலை
லாபம் என்ற குறிக்கோளில் முதலாளி நடத்திவந்தார்
தொழிலாளர்கள் இங்கே சாக – முதலாளிகள்
ஊட்டி, கொடைக்கானலுக்குப் போக

ரெண்டாயிரத்து ஒன்பது ஜூலை மாசத்தில் மதுரை பக்கம் பட்டாசு விபத்து நடந்தது. அப்போ அன்னைக்கு மறு நா நைட்டு ராஜபாளையம் பக்கம் களங்காப்பேரி புதூருக்கு ஆடப் போனோம். அன்னைக்குக் காலையில வந்த செய்தி பேப்பர்ல தினமணி, தினத்தந்தி, தி ஹிண்டு இந்த மாதிரி பேப்பர்ல வர்ற செய்திகளை வச்சிக்கிட்டு பஸ்ல போர்றபோது பாட்டை எழுதினேன். குறவங் குறத்தி ஆட்டம் முடிச்சிட்டு நல்லதங்காள் வேசம் ஆடுறதுக்கு முன்னாடி பட்டாசு விபத்தைப் பத்திப் பாடுனேன். அங்குள்ள கிராம மக்கள் ரெம்ப சோகத்தோடு பாட்டைக் கேட்டாக.

ஆட்டத்துக்குப் போற ஊருல நடந்த பிரச்சனைகள், அந்த ஊரின் சிறப்பு, வரலாற்றுச் சம்பவங்கள், சமூகத்தில் நிகழக்கூடிய பிரச்சனைகளை அந்த ஊர் பெரிய ஆட்களிடம் விசாரித்து, அத பாட்டா எழுதி நாங்க நடத்துற கதைகள்ல நிகழ்த்துவோம். எங்க ஆளுக தெருவுக்கு ஆட்டத்துக்குப் போன அன்னைக்கு நைட்டு ஆடிட்டு மறுநா அந்த ஊரு பக்கத்துல ஆட்டத்துக்கு வரணுமின்னா நாங்க ஊருக்கு வரமாட்டோம். அங்கேயே தங்கிடுவோம். அன்னைக்கு நைட்டு ஆணும் பெண்ணும் சேர்ந்து நேத்து ஆடுன கதைகளப் பத்தி கோமாளியோட ஜோக்கைப்

பத்திச் சொல்லிச் சிரிப்பாக. நைட்டு தங்கிட்டு மறு நா சாயங் காலம் நாலு மணிக்குக் குளிச்சிட்டு பெட்டி, பேக்குகளை எடுத்துக்கிட்டு பக்கத்தூர்ல அட்வான்ஸ் வாங்கின ஊருக்கு ஆடப் போயிடுவோம். அப்ப முதநா ஆடுன ஊர்லயிருந்து எளந்தாரிக எங்க கூட வந்து ஆட்டம் பார்க்க வருவாக.

இப்படித்தான் எங்கப்பா, நல்லு மாமா, பரமன் தாத்தா இவுக ஆடுற காலக்கட்டத்தில் ராஜபாளையம் ஆலங்குளம் பக்கம் கல்லம நாயக்கன்பட்டி ஆட்டத்துக்குப் போவாங்களாம். கல்லம நாயக்கன் பட்டியிலதான் எங்கப்பா கூடப் பெறந்த தங்கச்சி பாப்பு அத்தையைக் குறிச்சி மாமாவுக்கு கட்டிக் கொடுத்தாக. அதனால அந்த ஏரியாவுல எட்டகாபட்டி, குண்டாயிருப்பு, ஆலங்குளம், சாமிநாதபுரம், பேர்நாயக்கன்பட்டி இந்த மாதிரி ஊருகளுக்கு சொந்தக்காரவுகளுக்கு ஆட்டத்துக்குப் போனாங்கன்னா எங்க அத்தை ஊட்டுக்காரரு, அவங்களோட சொந்தக்காரரு எல்லாருமே ஆட்டம் பார்க்க வருவாங்களாம். அன்னைக்கு நைட் பக்கத்து ஊருல ஆட்டத்தை முடிச்சிட்டு கல்லம் நாயக்கன்பட்டியில பாப்பு அத்தை ஊட்ல தங்குவாங்களாம். இவுக தங்கன அன்னைக்கு அந்தத் தெருவே ஆட்டமும் பாட்டமுமா இருக்குமாம். ஆட்டக்காரக எல்லார்க்குமே கறி எடுத்துச் சமையல் பண்ணி சாப்பிட விட்டுத்தான் அனுப்புவாங்களாம் எங்க அத்தை பாப்பு.

அதே மாதிரி எங்க அத்தை கூடப் பெறந்த தங்கச்சி – அத்தை பேரு வீராவு – அவுகள வத்ராப்புல கட்டிக் கொடுத்திருக்காக. வத்ராப், கூமாப்பட்டி, கவனம்பட்டி, கான்சாபுரம், புதுப்பட்டி இந்த மாதிரி ஊருகளுக்கு ஆட்டத்துக்குப் போனச் சின்ன அத்தை ஊட்லதான் தங்கிட்டுவருவாங்களாம்ன்னு எங்க அப்பா சொல்வாக. கல்லம நாயக்கன்பட்டி, வத்ராப் பக்கத்துல ஆட்டத்துக்குப் போனா எங்க அத்தை ஊட்ல தங்கிட்டு வருவோம். அதே மாதிரி எங்க சொந்தக்காரவுக ஊட்ல தங்கிட்டு ஆட்டத்துக்குப் போவோம்.

நான் கிட்டத்தட்ட பதினாறு, பதினேழு வருசமா இந்த ராஜாராணி ஆட்டத்துல பொம்பள வேசம் கட்டி ஆடிட்டு வர்றேன். அதனால என்னைய ஒரு பொம்பள – அரவாணி மாதிரி என்னய்ய எளவட்டப் பசங்க நக்கல் அடிப்பாக.

செல ஊர்களில செவ்வாய்க் கிழமை ஆட்டத்துக்குப் போனா கரகம் எடுக்க நைட்டு ரெண்டு மணிக்குப் புறப்படு வாக. அப்போ ஊரை விட்டு மேளக்காரங்களும், ஆட்டக்கார நாங்களும் கரகம் ஜோடனை பண்ற எடத்துக்கு வருவோம். அப்ப அந்த ஊரு எளந்தாரிக தண்ணியைக் குடிச்சிப்பிட்டு எங்க கூட

ஆடிக்கிட்டு வருவாக. அப்போ இடுப்பைப் பிடிச்சுக் கிள்ளுவாக. அந்த நைட்டு ஊருக்காரங்க கூட நடந்து போகும்போது மொலய்யப் பிடிச்சு நசுக்குவாக. நான் உங்க தம்பி இல்லையா, உங்க கூடப்பெறந்த தம்பின்னா இப்படிப் பண்ணுவீகளான்னு சொல்லியிருக்கேன். ஆனா இந்த எளந்தாரிப் பசங்க கேட்கவே மாட்டானுக. அப்புறமா அந்த ஊரு தலைவரு, இல்லைன்னா அட்வானஸ்காரரு அவுகளச் சத்தம் போடுவாக. இப்படித்தான் நான் பல வருசமா இந்த ஆட்டத்துல அனுபவங்களை அனுபவிச்சிருக்கேன்.

என் தாத்தா, அப்பா இப்போ நாங்க எல்லாம் கலைஞன் என்பதில் பெருமை அடைகிறோம்.பண்பாட்டுத்தளத்தில் பண்பட்டு போயிருந்தாலும் கலைஞன் சமூகத்தோடு ஒன்றியிருக்கிறான். சமூகத்தையும் கலையையும் பிரிக்க முடியாது. கலைகள் மூலமாகத்தான் சடுகத்தில் நிகழக்கூடிய அவலங்களையும், சமூகத்திற்கு ஒரு நல்ல தகவல் களஞ்சியமாக திகழ்ந்ததுன்னு சொல்லலாம். எங்க தாத்தா அப்பா காலத்தில் விடுதலை உணர்வு, விடுதலை வேட்கை தணிப்பதற்கு அவர்களின் பங்களிப்பு இருந்தது. ஏனெனில் ஒவ்வொரு கிராம மக்களுக்கும் அன்றைய நிலவரங்களை மக்களுக்கு கலைகளின் மூலமாக பார்வையாளர்களுக்கு நல்ல தகவல்களை கொடுத்துக் கொண்டிருக்கிறோம் என்று கருதுகிறோம்.

சக்கிலியப் பசங்கள கடைசி சேர்ல உட்காரச் சொல்வாரு. மூணாப்பு பாடப்புத்தகத்தில் வரலாறு பாடம் ஆதி மனிதன் சக்கரத்தைக் கண்டுபிடித்தான். மனித இனம் எப்படி போணுச்சின்னு. போர்டுல அந்தப் படத்தை வரைஞ்சு காட்டுவாரு. எனக்கு அப்ப இருந்துதான் வரலாறு பாடத்துல ஆர்வம் வந்துச்சு. பிறகு வாழ்க்கைக் கல்வி பாடம் நடத்துவாரு மூணாப்பு வாத்தியாரு. அதுல கலர் கலரா பேப்பரை ஜாயின்ட் பண்ணி சுருட்டி அத கத்திரிக்கோல் வச்சு டிசைன் வெட்டிக் காகிதப் பூ செஞ்சுக்காட்டினாரு. அப்புறம் கணக்குப் பாடத்துல நீண்ட சதுர அட்டையில, அபாக்ஸ்ல பாசிகள கோர்த்திருக்கும். அதெப் பார்த்துட்டு வந்து ஊட்ல எங்க தாத்தா பழைய செருப்புகளையெல்லாம் தைக்கிறதுக்கு வாங்கி வச்சிருப்பாரு. அதுல பழைய ரப்பர் செப்பல எடுத்து நீண்ட சதுரமாய் வெட்டி தென்னங்குச்சி வெளக்குமாறு குச்சிகளை ஒரே அளவு வெட்டி அந்தச் செருப்புல குத்தி எங்க அண்ணன் ஆட்டத்துக்கு வாங்கி வச்சிருக்கும் பழைய குண்டுமணி பாசிகள ஒவ்வொரு அபாகஸ்சிலும் ஒண்ணு ரெண்டு மூணு பாசி போட்டு வீட்ல விளையாடினேன். அத கிளாஸ்க்கும் கொண்டு வந்தேன். சார் ரெம்ப பெருமைப்பட்டார்.

சமூகக் கல்வின்னு பாடம் நடத்துவாரு, அந்தப் புத்தகத்துல ஊட்டுக்கு முன்னாடி கெணத்துத் தண்ணிய வேஸ்ட் பண்ணாம கழிவுநீரை ஊட்டுக்கு பக்கத்துல வாழைமரம், பூச்செடிகளுக்குத் தண்ணீர் பாய்ச்சனு மாதிரி இருக்கும். இந்தப் படத்தைப் பத்தி வாத்தியாரு போர்டு பக்கத்தில் எந்திரிச்சு நின்னுக்கிட்டு புக்கை வாசிச்சி அந்தப் படத்தைக் காட்டுவாரு.

நம்ம ஊட்டுக் கழிவுத்தண்ணிய வேஸ்ட் பண்ணாம வாழைமரத்துக்குத் தண்ணிய விட்டா புரோசனமா இருக்கும். நீங்களும் இப்படி பண்ணுவீங்களான்னு கேப்பாரு. அப்ப எங்க அம்மா பெரியம்மா அடிகுழாயில தண்ணிக்கு வரும்போது நாயக்கரு பொம்பளைக திட்டுனாக. ஊட்ல புழக்க வழக்கத்துக்குத் தண்ணியில்லாம எவ்வளவு கஷ்டப்படுகிறோம். சாரு சொன்னது மேச்சாதி ஆளுக வசதியா இருக்காக, ஊட்டுக்கு முன்னாடி கெணறு இருக்கு. எங்களுக்கு எந்த எடம் இருக்குன்னு மன வருத்தத்தோடு பாடத்தைக் கவனிச்சுட்டு இருந்தேன்.

வைகாசி மாசம் செவ்வாய், புதன் ரெண்டு நாள் நாடாருக பொங்க கும்பிடுவாக. அப்ப நானும் வாசி வாடனும் நாலாங் கிளாஸ் படிச்சிக்கிட்டு இருக்கோம். அப்ப நைட்டுல வீட்ல தங்குறதே கிடையாது. செவ்வாய்க்கிழமை நைட்டு முத்தாலம்மன் கோயில ஓட்டித் திரைகட்டிப் படம் ஓட்டுவாக. நானும் அவனும் படம் ஓட்டுபவருக்குப் பக்கத்துல இருந்து மிஷின்ல பிலிம் சுருள்ல மாட்டி எழுத்துக் கட்டம் ஓடும்போது அந்த மிஷின்காரர் பக்கத்தில் நின்று எப்படி இதிலிருந்து படம் தெரியுதுன்னு. மிஷினிலிருந்து போற ஒளியைப் பார்ப்போம். நாங்க நிக்கறதால எங்களுக்கு பின்னாடியிருந்த ஆளுக சின்னக் கல்லெடுத்து எறிஞ்சு டேய் உட்காருங்கடான்னு சொல்லுவாக. நாங்க திரைக்கு முன்னாடி போய்ப் படத்தை பார்க்க முடியாத காட்டிலும் மிஷினிலிருந்து வர்ற ஒளியைப் பார்ப்போம். ரெண்டு கம்பு ஊன்றி அதில ஒரு கம்புல குழாயைக் கட்டியிருப்பாக. நாங்க முன்னாடி உட்கார்ந்ததுனால காதக் கிழிச்சிக்கிட்டுருக்கும். சில நேரங்களில் அந்தக் கூட்டத்துக்குள்ள வந்து உட்காருவோம் எங்களுக்கு முன்னாடி தூங்கின ஆளுகள சின்னக் கல்லெடுத்து எறிவோம். எறிஞ்சிட்டுப் படம் பார்க்கிற மாதிரி இருப்போம். தூங்கினவ பட்டுன்னு முழிச்சுப் பார்ப்பான். நாங்க பேசாம படம் பார்க்கிற மாதிரியே இருப்போம். இப்படியே நாங்க தூங்க வரைக்கும் பண்ணுவோம். அப்புறம் அந்தப் புழுதியில தூங்கிட்டு காலையில காலு, கை புழுதியோட ஊட்டுக்கு வந்து எங்க அம்மாகிட்ட அடி வாங்கினேன்.

புதன்கிழமை காளி வேசம் போட்டுக்கிட்டு வருவாக. காளிக்கு ஒரு அடி நீளத்துல நாக்கு தொங்கும். சூலாயுதத்தைக்

கையில வச்சிக்கிட்டு ரெம்ப கோபமா அசுரனக் குத்தப்போகும். அப்ப கூடியிருந்த ஆளுக கண்ணாடியக் காட்டுவாக. அதுக்கு அப்படியே கோபமெல்லாம் போய்டும். ஆம்பளையும் பொம்பளையும் காளி வேடம் போட்டவர் கிட்ட விபூதி வாங்குவாக. நான் காளி வேசத்தைப் பார்த்துட்டு பயந்துட்டேன். அப்புறம் அன்னைக்கு நைட்டு சரியா பத்து மணிக்கு அசல் மலபார் பீடி கம்பெனி சார்பாக ஆடலும் பாடலும் போடுவாக. ஆடலும் பாடலும் பார்த்துட்டு அங்கென தூங்கிட்டுக் காலையில ஊட்டுக்கு வருவோம்.

எங்க ஊட்டிலயிருந்து எம். கல்லுப்பட்டி ஸ்கூலுக்கு ஓடப் பாதை வழியாப் போவோம். தோட்டங்கள்ல வேலை பார்க்கிற பொம்பளைக பாதி தூரம் வருவாக. நெறிஞ்சி முள்ளு வழியாத்தான் போகனும். கொஞ்சம் தள்ளிப்போனவுடனே கம்மாய்க்குள்ளதான் பாதை. கரையில கருவேலமரம்தான் இருக்கும். அதைத் தாண்டி தியேட்டரைக் கடந்து போனா எங்க ஸ்கூல் வரும். அந்த ஸ்கூலை மஞ்ச கரட்டு ஸ்கூல்ன்னு சொல்லுவாக. கரட்டுலதான் அந்த ஸ்கூல் இருக்கு. ஆறு, ஏழு ரெண்டு வகுப்புகள் மட்டும் கரட்டுல இருக்கு. அப்புறம் எட்டு, ஒன்பது, பத்து வகுப்புகள் ஊருக்குள்ளால இருக்கும். மழை சீசன்ல கரட்டுல ஒரு பக்கம் ஆடுக மேஞ்சிக்கிட்டு இருக்கும். காலை நேரத்துல பல பூச்சிக கிர்ன்னு சௌண்டைக் கொடுத்துட்டு இருக்கும். கரட்டுக்கு மேக்குப் பக்கமா கருப்பசாமிக் கோயில் இருக்கு. அங்க பெரிய ஆலமரம் இருக்கு. கோடைக் காலத்துல எங்க வான்மதி, தனலட்சுமி டீச்சர்க ஆலமரத்துல உட்கார்ந்து பாடம் நடத்துவாக. அந்தப் பசுமையான இயற்கைக்கும் ஆலமர நிழலுக்கும் மதியச் சாப்பாட்டைச் சாப்பிட்டு உட்கார்ந்து பாடத்தைக் கவனிக்காம தூங்கச் செய்வோம்.

மஞ்ச கரட்டு ஸ்கூலுக்கு வடக்கெ அரை கிலோ மீட்டர் தூரமா மள்ளப்புரம் இருக்கு. மள்ளப்புரத்துல தெலுங்குச் செட்டியார் அதிகம். பள்ளர்க, அருந்ததியர் இருக்காக. இந்தக் கீழ்ச்சாதிக ஊருக்கு மேக்குட்டு இருக்கிற மேக்கு மலைத் தொடர்ச்சியில வெறகு பெறக்கி வித்துச் சம்பாதிப்பாக. அந்த ஊரிலயிருந்துதான் செட்டியார் பொம்பிள்ளைக, ஆம்பிளைக நெறைய வரும். மள்ளப்புரத்துக்கு மேக்குட்டு புதூர், அய்யம்பட்டியிலிருந்து பிள்ளைக வருவாக. டி. கிருஷ்ணாபுரம், பாறைப்பட்டி, துள்ளுக்குட்டி நாயக்கனூர், உலைப்பட்டி, சீல்நாயக்கன் பட்டி, குன்னுவார்ப்பட்டி இப்படிப் பல ஊர்களிலிருந்து பிள்ளைக வருவாக. இந்த ஸ்கூல நான் ஆயிரத்துத் தொள்ளாயிரத்து தொண்ணீத்திரண்டுல படிக்கும்போதே பத்தாம் வகுப்பு வரைக்கும்தான் இருந்துச்சு. பதினொன்று, பன்னிரெண்டு படிக்கணுமின்னா எழுமலையில் வந்து படிக்கணும்.

மழைக்காலத்துல ஓடை வழியா ஸ்கூலுக்குப் போக முடியாது. ரோட்டு வழித்தான் வரும். ரோட்டுல ரெண்டு பக்கமும் செங்கற் சூள்ளை போட்டிருப்பாக. மழைக்கு நனையாம இருக்க செங்கல நீளமா அடுக்கித் தார்ப்பாயை போட்டு மூடி வச்சிருப்பாக.

மழை சீசன்ல மதியம் எங்க தெரு பொம்பளைக பெருமாள் கரட்டுப் பக்கம் மயில் கீரை பிடிங்கிட்டு அத நைட்டு கொழம்பு வப்பாக. அவ்வளவு டேஸ்டா இருக்கும். நானும் சில நாள்ல அம்மா கூடக் கீரை புடுங்கப் போயிருக்கேன். ஒரு நா மயில் கீரன்னு தெரியாம மாடு திங்கிற கீரையைப் புடுங்கி வச்சிருந்தேன். அம்மா திட்டுனாக.

ஒரு தடவை அப்படித்தான். ஆறாம் வகுப்புல படிக்கும்போது அறிவியல் பாடம் எடுக்கிற டீச்சர் வகுப்பறையில மாணவர்களைப் பார்த்து ஏ பிள்ளைகளா உங்க ஏரியாவுலதான் கீரை நெறைய வெளையுமே, உங்கள்ல யாராவது நாளைக்குக் கீரை புடிங்கிட்டு கொண்டுவாங்கன்னு சொன்னாக. டீச்சர் நான் இப்பவே கீரயப் புடிங்கிட்டு வாரேன்னு. டீச்சர்கிட்ட மஞ்ச பைய வாங்கிட்டு கரட்டுக்குள சக்கிலிய ஊடு காலனி இருக்கு. அந்த காலனி கெழக்கு வழியாத்தான் எங்க ஊரிலிருந்து மஞ்ச கரட்டு ஸ்கூலுக்கு வரணும். அந்தப்பக்கம் மயில் கீரை பெரிசு பெரிசா உச்சியில வெள்ளையா கலர் பூப் பூத்துக் காத்தில ஆடிக்கிட்டு இருக்கும். அதைப் பார்த்த ஞாபகம்தான். டீச்சருக்கு அந்த கீரயத்தான் கொண்டுபோக பைய்ய வாங்கிட்டு நானும், இன்னொரு பையன் தவமணியும் காலனிக்கு வந்து பார்த்தோம். அந்த மயில் கீரை செடிக பெரிசு பெரிசா வளர்ந்திருந்தது. மயில் கீரை சின்னச் செடியா இருக்கும். கீரக் கொழம்பு நல்லா இருக்கும். இது பெரிசா இருக்கு, மாடுக வேற மேஞ்சிக்கிட்டு இருக்கு. இதப் பிடிங்கிட்டு டீச்சர்கிட்ட கொடுத்தா கண்டிப்பாக நாம அடிவாங்குவோம்ன்னு தவமணி சொன்னான். கீரய இல்ல மாடு மேஞ்சிருச்சுன்னு சொல்லிட்டுக் கூட அடி வாங்கினாக் கூட தப்பில்லைன்னு சொன்னேன். அப்புறம் என்ன டீச்சர் கிட்ட அதே மாதிரி சொல்லிட்டோம். டீச்சர் கண்டிசன் போட்டாக. எப்படியிருந்தாலும் நீங்க கீர கொண்டுவரணும்ன்னு சொன்னாக. ஆனா இன்னமும் கீர கொடுக்கல.

அப்ப சிவகிரி பக்கம் நெற்கட்டும் செவல் – பக்கத்து ஊருக்கு வெள்ளிக்கிழமை கோயில் கொடை விழாவுக்கு ஆட்டத்தை முடிச்சிட்டு என்னுடைய குறவன், குறத்தி வேசம் முடிஞ்ச எனக்கு அடுத்து வேலை இல்லை. குறவன், குறத்தி ஆட்டம் கரெக்டா மூணு, நாலு மணிக்குள்ள முடிஞ்சிறும்.

மேக்கப்பை அவித்துட்டு அந்தத் தெரு நாட்டாமைக்கிட்ட நான் செமினார் கிளாஸ்சுக்குப் போகனும், எனக்கு உதவி பண்ணுங்க. கடையநல்லூர்ல என்னைய வந்து வண்டியில விட்டுடுங்கன்னு சொன்னேன். அதே மாதிரி அவரும் நானும் டூவீலர்ல வந்தோம். வெறும் பனங்காடா இருந்துச்சு. எனக்கு ரெம்ப பயமா ஆயிடுச்சு. சிவகிரி வந்த பிறகு ஏன் மனசுக்கு சந்தோஷமாக இருந்தது. அவரும் நானும் டீ குடிச்சிட்டு என்னை மதுரை வண்டியில அனுப்பி வச்சாரு. அன்னைக்குப் பகல்ல ரெஸ்ட் எடுத்துட்டு பக்கத்து ஊருக்கு முதுகுடி ஆட்டத்துக்குப் போனோம்.

ஞாயிற்றுக்கிழமை நைட்டு வத்ராப் – கூமாப்பட்டி பக்கம் கொடிக்குளம் ஊருல பள்ளர்க தெருவுல காளியம்மன் கோயில்ல ஆடினேன். அப்ப அந்தப் பகுதியில் திடீரென பள்ளருக்கும் தேவமாருக்கும் சாதிச் சண்டை வந்திருச்சு. இந்த நிலையில் நைட்டுல என்னுடைய குறவன் குறத்தி ஆட்டம் மூணு மணிக்கு முடிஞ்சிச்சு. கோயில் கமிட்டிகிட்ட சொல்லி டூவீலர் ஏற்பாடு பண்ணி நானும் அவரும் வத்ராப்புக்கு வந்தோம். எனக்கு ஒரே பயம். சாதிச் சண்டையில நம்மளையும் போட்டுத் தள்ளிருவாங்களோன்னு பயந்துகிட்டே இருந்தேன். ஏன்னா அவங்களுக்கு எத்தனை பேரை வெட்டினோம் என்கிற கணக்குதான். வத்ராப்ல மதுரைக்குப் போற ஜெயவிலாஸ் பஸ்ல ஏறினதுக்கு அப்புறம்தான் மனசுக்குப் திருப்தி ஆச்சு. இந்தத் படபடப்புல பரீட்சைக்கு படிச்சதெல்லாம் ஞாபகம் இல்லாம போச்சு. மதுரைக்கு ஒன்பது மணிக்கு வந்து ஆர்.சி. ஸ்கூலுக்குப் போயி பரீட்சை எழுதினேன். பரீட்சை எழுதி முடிச்சிட்டு, எங்க செட்டுக்காரக ஸ்ரீவில்லிபுத்தூரில் சுபம் லாட்ஜ்ல தங்கியிருந்தாக. எனக்கு பரீட்சை ஒரு மணிக்கு முடிஞ்சது. மதுரையில ஸ்ரீவில்லிபுத்தூருக்கு நாலரைக்கு போனேன். சுபம் லாட்ஜ்ல தூங்கிட்டு ஏழு மணிக்கு எழுப்பி விட்டாக. எந்திரிச்சுக் குளிச்சிட்டுப் புளியங்குடியில ரோட்டு மேல இருக்கிற மாடசாமி கோயில் கொடை விழாவுக்கு ஆட்டத்துக்குப் போனோம்.

இப்படியே எக்ஸாம் நேரத்துல நைட்டுல ஆட்டத்துக்குப் போவேன். சீசன்ல பொம்பள வேசத்துக்கு ஆள் கெடைக்காது. தொழில விட்டா எங்களுக்கு வேற வருமானம் கெடையாது. அதனால எங்கண்ணா மகாலிங்கம் ஏன் மேல கோபப்படுவாரு. சத்தம் போடுவாரு. அது நியாயமானதுதான். ஒரு தடவை எங்க தெருவாளுக கூட என்னைய சத்தம் போட்டாக. படிச்சு என்ன கிழிக்கவா போற, பேசாம படிப்பெல்லாம் விட்டுட்டு ஆட்டம்தான் உனக்குன்னு வஞ்சாக. எனக்குக் கண்ணீர் வந்திடுச்சு. வேறு வழியில்லாம நாடார் ஸ்கூல பிச்சை வாத்தியார்கிட்ட

சொல்வேன். அவரு எங்கண்ணாவப் பாத்து நான் இல்லாதபோது கல்வி அழியாத சொத்து படிக்கட்டும்னு சொல்வாரு. நான் படிச்சது எங்க ஊட்ல யாருக்குமே புடிக்கல. ஏன்னா எங்க ஊட்ல வருமானமே இந்தத் தொழில்தான். நான் வெலகிப் போயிட்டா இன்னொரு பொம்பள வேசம் கெடைக்கிறது சிரமம். ஊட்டுக்கு மூலதனமே இந்தத் தொழில்தான்; அதனால என் மேல அண்ணவுக கோபப்படுவாக.

எங்கப்பா இருக்கும்போது ஒரு ஆளு ஆடி சம்பாரிச்சு எங்கள காப்பாத்துனாரு. அதுல நான் நாலாவது படிக்கும்போது காலுல எலும்பு நோய் வந்து ஆப்பரேசன் பண்ணுனாக. மூத்த அண்ணன் பொம்பள வேசம் கட்டி ஆடும்போது ரெம்ப வேகமா ஆடுனதுனால கால் எலும்பு முறிஞ்சிருச்சு. (அந்தத் தழும்பு காலுல இருக்கு) காலுல எலும்பு முறிவு ஆனதுனால அஞ்சு வருசம் வேலைக்கு வரல. வெளிய வரணும்னா கம்பை ஊண்டி மதினிதான் கூப்பிட்டு வருவாக. ரெண்டாவது அண்ணே பிலாவடிக்குக் கழுத்துல கட்டி புறப்பட்டு ஆப்பரேசன் பண்ணினாக. அந்தத் தழும்பு கழுத்துல இருக்கு.

எங்க ஊட்ல மூத்த அண்ணன்தான் குடும்பத்த கவனிச்சிக் கிட்டு வந்தாரு. நான் ஆட்டமே வேணாமின்னு போயிடுவேன்னு அவருக்கு பயம். இதுக்கெல்லாம் காரணம் பொருளாதாரம் இல்லாத குழப்பம்தான். அதனால காசு கொடுக்க மாட்டாரு. அத சேத்து வச்சு நா ஆடும்போது என்னுடைய ஜாக்கெட்டுல பத்து இருபதுன்னு ஆட்டத்தப் பாராட்டி குத்துவாக அதயும் இதயும் சேத்து படிப்புச் செலவுக்கு வச்சுக்குவேன்.

என்னுடைய ஆடக்கூடிய பெட்டிய வச்சிட்டு மார்க் ஸ்டேட்மெண்ட் சான்றிதழை வாங்கப் போனேன். அந்த வேலையை முடிச்சிட்டுத் தூத்துக்குடி, எட்டையபுரம் பக்கத்துல ஆட்டத்துக்குப் போகணும். சான்றிதழை வாங்கிட்டுச் செக்கானூரணியிலிருந்து திருமங்கலத்துக்குப் போனேன். திருமங்கலத்திலிருந்து கோவில்பட்டி பஸ்சு ஏறினேன். கடைசி சீட்டுல உட்கார்ந்தேன். பெட்டிய டாப்புல போட்டுட்டேன். பஸ்சும் நகருற மாதிரி தெரிஞ்சது. அதுக்கு முன்னாடி ஒரு பஸ்சு, கோவில்பட்டி போற பஸ்சு பொறப்பட்டுக்கிட்டு இருந்துச்சு. திடீரென இறங்கி மொத போற பஸ்ல ஏறி உட்கார்ந்தேன். அப்போ மதியம் ரெண்டு முப்பதஞ்சு. பஸ்சும் பஸ் ஸ்டாண்டைக் கடந்து தியேட்டர் ஸ்டாப்புல நிண்டுச்சு. அப்பதான் எனக்கு ஞாபகம் வந்துச்சு, என் பெட்டிய அந்த பஸ்ல விட்டுட்டோ மேன்னு உடனே எறங்கி டைம் கீப்பர் கிட்டதான் உட்கார்ந்த பஸ் நம்பர், புறப்பட்ட டைம் எல்லாத்தையும் சொன்னேன்.

அந்த பஸ்ல என்னுடைய சர்டிபிகேட் இருக்க நான் ஒரு ஆட்டக்கலைஞர், அந்த டிரெஸ் இல்லையன்னா என்னால இன்னைக்கு ஆட முடியாதுன்னு சொன்னேன். உடனே போலீஸ் ஸ்டேசன்ல கம்ப்ளெண்ட் கொடுங்கன்னு சொன்னாரு. அது மாதிரி போலீஸ் ஸ்டேசன்ல கம்ப்ளெண்ட் கொடுத்தேன். இங்கு நடந்த விசயத்தை எங்க அண்ணனுக்கு போன் மூலம் தெரியப்படுத்தினேன். எல்லாருமே என்னைச் சத்தம் போட்டாக. போலீஸ்காரர் விருதுநகர் டிப்போக்கு போன் பண்ணிச் சொன்னாரு. இந்த நம்பர் பஸ்சு விருதுநகரை கடந்து போயிடுச்சு. அப்புறமா சாத்தூர் கோயில்பட்டி டிப்போக்கு போன் பண்ணிச் சொன்னாரு. எனக்கு டைம் ஆச்சு, அதனால விருதுநகர் போயிட்டேன். எங்க செட்டுக்காரக அண்ணனுங்க வந்துட்டாக. நடந்த விசயத்தைச் சொன்னேன். அப்புறமா அங்க ஆடக்கூடியவர் கிட்ட டிரெஸ்சை வாங்கி அன்னைக்கு நைட்டு எட்டையபுரம் பக்கத்துல ஒரு ஊருல ஆடினேன். என் மனசு என்கிட்ட இல்ல. நைட்டு ஆட்டம் முடிச்சிட்டு அருப்புக்கோட்டையில பஸ் ஏறும்போது திருமங்கலம் போலீஸ் ஸ்டேசனிலிருந்து உங்க பெட்டி திருநெல்வேலி பக்கம் தாழையூத்து போலீஸ் ஸ்டேசன்ல இருக்கு போயி வாங்கிக்கீங்கன்னு சொன்னாரு. எங்க செட்டுக்காரவுகள அனுப்பிவச்சிட்டு விருதுநகர், சாத்தூர், கோயில்பட்டி வந்து கோயில்பட்டியிலிருந்து தாழையூத்துல எறங்கி அதுல இருந்து ஒரு சிட்டி பஸ்ல ஏறி போலீஸ் ஸ்டேசனுக்கு வந்தேன். எஸ்.ஐ.யைப் பார்த்தேன். நடந்த சம்பவங்களைச் சொன்னேன். ஒரு கம்ப்ளைண்ட் கொடுங்க, உங்க பெட்டியில என்ன என்ன இருந்துச்சுன்னு. ஒரு லிஸ்ட் கொடுங்கன்னு சொன்னாக. நானும் எழுதிக் கொடுத்தேன். உங்க பெட்டியில என்னென்ன இருக்குன்னு கேட்டாக. நான் பாவாடை, ஜாக்கெட், கால்ல கட்டுற மணிக்கச்சம், பந்தாவளை நான் படிச்ச சர்டிபிகேட்ன்னு சொன்னேன். அதே மாதிரி வேற போலீஸ் திறந்து பார்த்தாக. நான் சொன்ன பொருளெல்லாம் அப்படியே இருந்துச்சு. என்கிட்ட கையெழுத்து வாங்கிட்டு அந்தப் பெட்டியக் கொடுத்தாக. பெட்டிய வாங்கினதுக்கு அப்புறமா மனசு திருப்தியா அடுத்த ஊரு ஆட்டத்துக்குப் போனேன். எனக்கு வேற என்ன சொத்து? இதுதான் சொத்து.

சீசன் நேரத்துல ராஜபாளையம் பக்கம் நைட்டுல ஆடிட்டு நாலு மணிக்கு ஹாஸ்டலுக்கு வருவேன். அப்போ மெயின்லேயே எறக்கி விட்டுருவாக. நான் மெயின் ரோட்டிலிருந்து ஹாஸ்டலுக்கு நடந்துபோகும்போது கொண்டைக்கு வச்ச பூவுக்கும் பவுடர் வாசனைக்கும் பேய் பிடிக்கும். அதனால எத்தனையோ பெண் வேசக்காரக பேய் அடிச்சு எறந்திருக்காகன்னு அப்பா அடிக்கடிச்

சொல்லுவாரு. அப்ப எனக்கு இந்த ஞாபகம் வரும். கை, கால்களெல்லாம் வேர்த்துப் போகும். குதிரைக்குக் கடிவாளம் கட்டுன மாதிரி ஒரே பார்வையில பார்த்து சைடுல பாக்காம வேகமா நடந்து போயி ரூம்ல போயி படுத்துக்கிருவேன். ஏன்னா எங்கப்பா மெட்ராஸ்ல ஆடப் போகும்போது பேய்ப் பிடிச்சு பத்துநா சுய நினைவு இல்லாம தூங்கிட்டு வந்தாங்களாம். இந்த ஞாபகம் எல்லாம் அடிக்கடி வந்துச்சு.

மேச்சாதி ஆளுக ஊருக்கு ஆட்டத்துக்குப் போனா கையில தான் தண்ணிய்ய ஊத்துவாக. அதுல தண்ணிய்ய குடிப்போம். செல நேரங்கள்ல தண்ணிய்ய குடிக்காம இருப்போம். இப்படி எல்லாம் குனிஞ்சிக்கிட்டு தண்ணி வாங்கி குடிக்கணுமான்னு நினைப்பேன். ஆடும்போது தண்ணி தாகம் எடுக்கும். அதனால தண்ணி வாங்கி குடிச்சுத்தான் ஆகனும். செல ஊர்ல மரக்கா, நாளியில தண்ணி கொடுப்பாக. ஹோட்டல் கடைகள்ல மேச்சாதி ஆளுக பலகையில ஒட்காந்து சாப்பிடுவாக. ஆனா ஆட்டக்காரக, மேளக்காரக கீழ ஒட்காந்துதான் சாப்பிடணும்.

ஆம்பளை பொம்பளை வேசங்கட்டி ஆடுறதுக்கு இளவட்டங்க அசிங்கமாவும் சில்மிசம் பண்ணுவாங்க. ஆனா பொம்பளையே ஆடுனா சொல்ல வேண்டியதில்லை.

அம்மா இல்லா குறைக்கு எங்க மூணு மதினிமார்களும் எனக்கு ஆறுதலும் கொடுத்தாக. தான் பெத்த பிள்ளை மாதிரி என்னைக் கவனிச்சிட்டாங்க. அம்மா இறந்த துக்கத்தை நினைச்சுப் பயணம் செய்யறப்போ, இங்கே படிக்கிறப்போ அத நினைச்சு அழுவேன்.

ரெண்டாயிரத்து ஒன்பது சனவரி மாசம் பதினாறாம் தேதி சென்னை சங்கமத்துக்கு எங்க குரூப் வேற எடத்துக்கு ஆட்டத்துக்கு அட்வான்ஸ் வாங்கிட்டாங்க. அதனால நான் ஏன் ஊரு பக்கத்து ஊருல இருக்கக்கூடிய ராஜாராணி ஆட்டக்காரவுகளச் சங்கமத்துக்குக் கூப்பிட்டுப் போனேன்.

பங்குனி, சித்திரை, வைகாசியின்னு இப்படி சீசன் வர்றதுக்கு முன்னாடி ஆட்டத்துக்குண்டான டிரெஸ்களைத் தைக்கப் போடுவோம். கழுத்துக்கு, காது மாட்டலுக்கு சிகினாப் பொட்டு வச்சுத் தப்போம். காலுக்குப் புது மணிகளை வாங்கி கயித்துல மாட்டுவோம். இதுல வாழைக்காய் மணியின்னா சவுண்டு நல்லா கலகலன்னு கேட்கும். இந்த வாழைக்காய் மணியெல்லாம் பேரையூரு பக்கத்துல சிலைமலைப்பட்டியில ஆர்டர் கொடுத்து வாங்குவோம். ஆனா இப்பயெல்லாம் அந்தக் கடை இல்ல. இப்படி எங்க அப்பா பொம்பள வேசம் போட்ட காலத்திலிருந்து இப்ப நாங்க பொம்பள வேசம் போட்டு ஆடுற காலம் வரைக்கும்

சுமார் அறுபது, எழுபது வருசம் ஆட்ட டிரெஸ்சும் எங்க ஊட்ல பொதிகட்டி வச்சிருக்கோம்.

எங்க பெரியப்பா மகன் அண்ணே காளியப்பன்தான் எனக்குப் பதிலா பொம்பள வேசம் கட்டி ஆடுறாரு. இவரை உயிருள்ளவரை மறக்க மாட்டேன். இவரு எங்கண்ணே மூத்தவரு மகாலிங்கம் இவுகயெல்லாம் ஒரு டைத்துல ஆட்டம் பழகி ஆடுனவுக.

உசிலம்பட்டி ஸ்டேட் பாங்கில கல்விக்கடன் கேட்டுப் போனேன். பேங்க் மேனேஜர் டாக்டர், இஞ்சினியர் படிக்கிறவங் களுக்குத்தான் எஜுகேசன் லோன், மத்தவுங்களுக்குக் கொடுக்க மாட்டோம்னு சொன்னாக. எனக்கு மனசு ரெம்ப கஷ்டமாயிருச்சு. நானும் நாயா பேயா அலைஞ்சேன். லோன் கெடைக்கிறது மாதிரி தெரியல. அதனால அப்போ மதுரை (சி.பி.எம். கட்சி) மோகன் எம்.பி.யாக இருந்தாரு. அவரைப் போயி கட்சி ஆபிசில பார்க்கப் போனேன். அன்னைக்கு அவரு இல்ல. அதனால நான் எஜுகேசன் லோன் வேணுமின்னு மனு கொடுத்துட்டு வந்தேன். மூணு நா கழிச்சு கட்சி ஆபிசுக்கு போனேன். தோழர் அரவிந்தன் இதுக்கு உதவி பண்ணுனாரு. எம்.பி.யும் எனக்கு பரிந்துரை லெட்டர் கொடுத்தாரு. அத கொண்டு போயி லீகல் பேங்க்ல கொடுத்து டிரான்ஸ்பர் ஆகி உசிலம்பட்டி ஸ்டேட் பேங்க்குக்குப் போயிடுச்சு. அப்போ பேங்க் மேனேஜர், பீல்டு ஆபிசரையும் சந்திச்சேன். பீல்டு ஆபிசர் உங்க ரிஜிஸ்டர் கிட்ட மொத்த செலவுத் தொகைக்கான சான்றிதழும் அட்டெஸ்டேஷனும் வாங்கிட்டு வான்னு சொன்னாரு. நானும் அப்படியே போய்க் கொடுத்தேன். அதுக்கப்புறமா எனக்கு எஜுகேசன் லோன் கெடைச்சது. அந்தப் பணத்துல கொஞ்சம் ஊட்டுச் செலவுக்கு கொடுத்தேன். மீதியுள்ள பணத்தை ஆய்வுக்குத் தேவையான பொருள் வாங்கினேன். அத வச்சுதான் என்னுடைய ஆய்வுப் பணியைச் செஞ்சிக்கிட்டு வாரேன். உண்மையிலேயே எனக்கு மோகன் எம்.பி. இந்த லோன் கொடுக்கலையின்னா என்னால படிச்சிருக்க முடியுமான்னு சந்தேகமா இருக்குன்னு பொம்பள வேஷம் போட்டவரு அவுக பையன பத்தி சொன்னாங்க.

இருபத்தி நாலாம் தேதி மதுரை கீழ அண்ணாத்தோப்புல முனியாண்டி சாமி கோயிலுக்கு எங்க ஆட்டக்காரங்க ஆட வந்தாங்க. நிகழ்ச்சியைப் பாக்க பாதர் பேசில் வந்திருந்தாரு. நிகழ்ச்சியைப் பாத்துட்டு ரெம்ப சிறப்பா இருந்துச்சுன்னு சொன்னாரு.

ரெண்டாயிரத்து ஒன்பதுல மூணாவது மாசம் இருபதாம் தேதி எனக்குக் கோடை எப்.எம்.ல நாட்டுபுறக் கலைகளின்

இன்றைய நிலை என்ற தலைப்பில நாப்பது நிமிசம் பேச வாயப்புக் கிடைச்சது. ஆனா அதே நாள்ல மேக்கப் பயிற்சியில கலந்துக்கிட்டேன். அதனால எப்.எம்ல பேசக்கூடிய சூழ்நிலை இல்லாமப் போச்சு.

ராஜாராணி ஆட்டக் கலைஞருக்கு அதோட நாட்டுப்புற ஆட்டக் கலைஞர்க்கு வாழ்க்கையில் அடித்தட்டத்திலிருந்து மேலே கொண்டு வரணும்மின்னா தமிழ்நாட்டுல பள்ளிக்கூடத்திலிருந்து பல்கலைக்கழகம் வரை நாட்டுப்புற ஆட்டங்கள் எத்தனை வகை உண்டோ அத்தனை வகை கலைஞர்கள், மரபு சார்ந்த கலைஞர்களை ஆட்டம் சொல்லித்தரணும். நாட்டுப்புற ஆட்டங் களைப் பத்தி ஒரு பாடத்திட்டம் கொண்டு வரணும். அந்தப் பாடத்தை ஆடிப்பாடி காட்டுறது எல்லாமே அந்த மரபுக் கலைஞராத்தான் இருக்கணும். அந்தப் பாடத்துல வரக்கூடிய ஆய்வு முறைகளைப் பட்டம் பெற்ற வாத்தியார் சொல்லித்தரணும்.

கலைப்பண்பாட்டு மையம், அரசு இசைக்கல்லூரிகள்ல நாட்டுப்புற ஆட்டங்களுக்கு முன்னுரிமை கொடுக்கணும். பரதநாட்டியத்திற்குக் கொடுக்கிற மரியாதையைக் காட்டிலும் கலைப்பண்பாட்டு மையம், இசைக்கல்லூரிகளிலே நாட்டுப்புற ஆட்டக்கலைஞர்களை இயக்குநர் பதவிக்குக் கொண்டு வரணும். இல்லையென்னா கலைப்பண்பாட்டு மையத்தை ரெண்டா பிரிச்சு ஒண்ணு நாட்டுப்புற ஆட்டங்களாவும், இன்னொண்ணு செவ்வியல் கலைகளுக்காவும் தனித்தனியே இருக்கணும்.

இப்படி இருந்துச்சுன்னா நாட்டுப்புற ஆட்டக்கலைஞர்களுக்கு வேணுமிங்கிற விருதுகளையும் பென்சன்களையும் வாங்க முடியும்.

நாட்டுப்புற ஆட்டக்காரவுக வேலைக்குப் போகும்போது – வெளியூர்களுக்கு நிகழ்த்தப் போனாங்கன்னா, பஸ்சுகளிலும் டிரெயின்லயும் பாஸ் கொடுக்கணும். கிராமியக் கலைஞர்களுக்கு வீட்டுமனைப்பட்டா, வீட்டுவசதி கொடுக்கணும். சினிமா கலைஞர்களுக்கு வீட்டுவசதி கொடுத்தது மாதிரி இவுகளுக்கும் அந்த வசதி கொடுக்கணும்.

கிராமியக் கலைஞர்களின் வாரிசுகளைப் பள்ளிக்கூடம், பல்கலைக்கழகம், இன்னும் உயர்கல்வி படிப்பு ஐ.ஐ.டியில வெளிநாடுகள்ல படிக்க வைக்க கௌரமண்டு சலுகை கொடுக்கணும். இந்த படிப்புக்குண்டான செலவு எல்லாமே கௌரமண்டு எடுத்துக்கிறணும். தமிழ்நாட்டிலிருந்து கிராமியக் கலைஞர்களை ஆய்வு செஞ்சு அத உலக நாடு மேடைகள்ள பல பெரிய ஆய்வாளர்கள் கலந்துகொள்ளும் கருத்தரங்கங்களில் பேசக்கூடிய தன்மையை அரசு அவனுக்குப் பல வகையில வழி

காட்டணும். வருசா வருசம் நாப்பது பேரை உலக நாடுகளின் மேடைகள்ல நம்ம நாட்டு நாட்டுப்புற கலைகளையும் கலைஞர் களையும் கொண்டு போகனும். பரத நாட்டியம் செவ்வியல் கலை இதுல அடங்கக்கூடாது.

இந்த ஆட்டத்தை மட்டுமே நம்பியிருக்கும் மரபு சார்ந்த ஆட்டக்கலைஞர்களின் வாழ்க்கையில ஒளிமயமான எதிர்காலம் கொடுக்கணுமின்னா கவர்மெண்டும் தொண்டு நிறுவனங்களும் இவுகளைக் கணக்கெடுத்து பல சலுகைகளையும் கல்வியும் கொடுத்து மேலே கொண்டுவரணும்.

நாட்டுப்புறக் கலைகளும் கலைஞர்களும் மேன்மை பெற வேண்டும். வளர்ச்சிப் பெற வேண்டும். கல்வித் தளத்திற்கென்று பாடசாலைகள் அமைத்துக் கல்வி தருவது போல, மாநில அரசு மாவட்ட அளவில் ஒவ்வொரு நாட்டுப்புறக் கலைகளையும் கணக்கிட்டு இளம் கலைஞர்களை உருவாக்கப் பயிற்சிப் பட்டறை, தளம் அமைத்தல் வேண்டும். அதனை அந்த அந்தக் கிராமியக் கலைஞரே கற்றுத்தரல் வேண்டும். அவருக்கு மாதாமாதம் ஊதியம் வழங்க வேண்டும். அது இன்றைய விலைவாசிக்கேற்றவாறு இருத்தல் வேண்டும். பிறதுறைககளில் வளர்ச்சிப்பணியினை திட்டமிடல்போல், கலைப்பண்பாட்டுத் துறையை வலுப்படுத்த வேண்டும். அது சம்மந்தமாக தீர்மானங்கள், கருத்தரங்கம், ஆவணப்படம் மற்றும் எழுத்து இலக்கியங்கள கொண்டு வருவதற்கு அரசு முன்வர வேண்டும். அதற்கு முழுக் கவனம் செலுத்த வேண்டும். வெறுமனே தீர்மானம், கூட்டம் போடுவத விட்டுவிட்டு அதனைச் செயல்முறைப்படுத்த வேண்டும். இவ்வாறு இல்லையெனில் ஒரு சமூக மேதை சொன்னதுபோல. “ஒரு நாட்டின் மக்களை அழிக்க தேவையில்லை. பண்பாடு, கலாச்சாரம் போன்றவற்றை அழித்தாலே மக்களை அடையாளம் இல்லாமல் அழித்ததற்குச் சமம்” என்ற வாசகம்தான் நினைவுக்கு வருகிறது.

சமூகத் தளத்தில்...

சாயங்காலம் ஆறு மணியானா ஊரு அடங்கும் சாமத்துல எல்லா ஊருகளிலும் சந்தோசம் இருக்கும். ஆனா எங்க ஊருல அதுக்கு ஏறுக்குமாறா இருந்தது. அப்ப நான் நாலாவது படிச்சிக்கிட்டு இருந்தேன்னு நெனைக்கிறேன். ஊட்ல சிலேட்டுல வீட்டுப்பாடம் எழுதிக்கிட்டு இருந்தேன். அப்ப ஆணும் பெண்ணும் "ஒரே அம்மா கோடி பிள்ளவாரு ஓச்சாடம்மா ன்னு எல்லாரும் தாகி கண்டா..." ஐய்யோ ஆதிக்க சாதியினர் குடிபோதையில வர்றான். எல்லாரும் ஒளிஞ்சிக்கிங்கன்னு அந்தப் பதட்டத்தில சொல்ல ஏன் காதில கேட்டுடுச்சி. தெனமும் சாயங்காலம் சாராயத்தைக் குடிச்சிப்புட்டு வாய்க்கு வந்தபடி சூனா மானான்னு பேசிக்கிட்டு தெருவுல கோழிக் குஞ்சுகளை நைட்டுல களவாண்டு போவாரு. வயசுகள எளையது மூத்தது பார்க்க மாட்டாரு. ஆணும் பெண்ணும் பார்க்க மாட்டாரு. வந்து கண்டமேனிக்கு அடிப்பாரு. நடந்த விசயத்தைப் பத்தி ஊருக்குள்ள சொன்னமன்னா உங்களுக்கு வேலை மசுரு இல்ல. அவதான் தண்ணிய அடிச்சுப்புட்டுப் பேசுறான், கண்டுக்காம இருங்கன்னு மேச்சாதி ஆளுக தட்டிக் கழிச்சு விட்டுருவாங்க.

இப்படித்தான் ஒரு நாள் அவரு புல்லா அடிச்சிப் புட்டுப் பொண்டு பிள்ளைக கையை பிடிச்சு இழுக்க வந்தான். ஏன்னா சக்கிலியன்னா செத்த பாம்பு கூடக் கொத்த வருமாம். அப்ப சித்தப்பா ஒருத்தரு அவரு ஊட்டுக்கு முன்னாடி முள்ளு வெட்டிக்கிட்டு இருந்தாரு. அப்ப குடிபோதையில வந்தவரு வாய்க்கு வந்தபடி அசிங்க அசிங்கமாய்ப் பேசினான். சித்தப்பாவும் எவ்வளவோ சொல்லிப்பார்த்தாரு.

அவ கேட்டுக்கிறமாரி தெரியல. கையில வச்சிருந்த அரிவாளை வச்சி ஒரே வெட்டு வெட்டிட்டாரு. இன்னமும் அந்தக் கையில் தழும்பு இருக்கு. இந்த வெசயம் கேள்விப்பட்டு மேச்சாதி ஆளுக எங்களையெல்லாம் அடிக்க வந்தாக. எங்க சித்தப்பா அப்ப ஊரை விட்டுப் போனவருதான் இனியும் இந்த ஊருக்குச் சரியா வர்றதில்ல.

வருசா வருசம் ஊருல ஊர்த் திருவிழா புரட்டாசி மாசம் கடைசி செவ்வாய், புதன்கிழமை நடக்கும். அந்தப் பொங்கலுக்கு ஒரு வாரத்துக்கு முன்னாடியே வீடுகளுக்கு வெள்ளை அடிக்கிறது, வெளியூர்ல இருக்கிற சொந்தக்காரங்களுக்குப் பொங்க சொல்லப் போறது, புதுத்துணிகளை வாங்குறது இப்படி அப்படின்னு ரொம்ப தட புடலா இருக்கும். திங்கக்கிழமையில ரேடியோ செட் கட்டுவாக. எல்லா ஊடுகளிலயும் இட்லி தோசை போட்டனைக்கு நான் சரியா தூங்க மாட்டேன். வெள்ளென அஞ்சு மணிக்கெல்லாம் எந்திரிச்சிக்கிருவேன். வருசத்துல ஒரு நாள்தான் இட்லி, தோசையைக் கண்ணால பார்க்க முடியும். தெருவுகள்ல லைட் வசதி இருக்காது. சைக்கிள் டயர்ல தீ வச்சிக் கொளுத்தி அந்த வெளிச்சத்துல ஒரல்ல மாவு ஆட்டுவாக. அப்பெல்லாம் மாவு ஆட்டுறதுக்கு ஒரல் கிடைக்காது. எல்லா ஊடுகளிலயும் இட்லி, தோசை போடுவாங்க.

இதே மாதிரி பொங்கலுக்கு ஊடு தவறாம தோரணம் கட்டச் சாவடிக்குப் போகணும். அப்ப எங்க அப்பா கொட்டுக்குப் போயிட்டாரு. மூத்த அண்ணன், இளைய அண்ணன் எல்லாம் ஆட்டத்துக்குப் போயிட்டாங்க. நானும் எனக்கு மூத்த அண்ணன் மட்டும்தான் ஊட்டுல இருந்தோம். அம்மா என்னய தோரணம் கட்ட ஆளுகளோடு சேர்ந்து அனுப்பிட்டாங்க. நான் எங்க ஆளுகளோடு தோரணம் கட்டச் சாவடிக்குப் போயிருந்தேன். நசநசன்னு மழையும் பேஞ்சுக்கிட்டு இருந்தது. அந்தச் சாவடியில உள்ளே போகமுடியாது. அது புனித இடமாம். அதனால உள்ளே விடல. அந்த மழையில பாதி நனைஞ்சிக்கிட்டுத் தோரணம் கட்டினோம். மேச்சாதி பசங்க மேலு நோகாம படுத்துக்கிறாங்க. இது மாதிரி நம்ம ஆளுக சாமி கும்பிடுக்கு தோரணம் கட்ட மேச்சாதி ஆளுகளக் கூப்பிட்டா வருவாங்களான்னு மனசுல ஒரு எண்ணம் வந்துச்சு. மணி ரெண்டு மணியிருக்கும், பாதி தூக்கத்தோடு தூக்கமா தோரணம் கட்டிக்கிட்டிருந்தேன். மேச்சாதி ஆளுக சத்தம் போட்டாக. கட்டின தோரணத்தை எல்லாத் தெருவுகள்லயும் கட்டணும். ஒரு தோரணம் ஊட்டுக்கு முன்னாடி ஏணியப் போட்டுக் கட்டிக்கிட்டு இருந்தேன். இன்னொரு பக்கத்து ஊட்டுக்காரரு ஊட்டுக்கு வெளிய வந்து சப்புன்னு கன்னத்தில அடிச்சாரு. எனக்கும் நைட்டு

தூக்கம் கெட்டதுனால கிறுகிறுன்னு வந்த மாதிரி இருந்துச்சு. அதிகாலை நேரத்தில அடிச்ச அடி கன்னம் சிவப்பாகிப் போச்சு. அவரு ஊட்டுக்கு முன்னாடி தோரணம் கட்டலையாம். தோரணமெல்லாம் கட்டி முடிச்சிட்டுக் காலையில ஏழு மணிக்கு ஊட்டுக்கு வந்தேன். அம்மாகிட்ட சொன்னேன். “சாமிவுரு மொத்தித்த ஏமி, எக்கட கேள்வி அடுகக் கூடாது”ன்னாக சாமிக அடிச்சாகன்னா ஏன் எதுக்குக்கு கேள்வி கேட்கக் கூடாதுன்னு பேசிக்கிட்டே கன்னத்தில் எண்ணெய்ய தடவிவிட்டாக. அப்ப ரேடியாவுல, வெற்றி வேண்டுமா போட்டுப் பாருடான்னு பாட்டு ஓடிக்கிட்டிருந்தது. கண்ணைக் கசக்கிட்டுப் பசங்களோட சேர்ந்து வெளையாட வந்துட்டேன்.

பொங்கல் முடிஞ்சு வியாழக்கிழமை காலைல கண்மாய்குள்ள அம்மாவும் நானும் முள் பெறிக்கப் போயிட்டோம். அப்ப காஞ்ச முள்ளுக பெறிக்கிட்டு மதியம் ஒரு மணிக்கு ஊட்டுக்கு வந்திட்டோம். முள்ளு தீர்ந்த பிறகு மூணு நாளைக்கு ஒருவாட்டி முள்ளுப் பெறக்க போவோம்.

நாடாரு தோட்டத்துக்கு அக்கா கூடச் சேர்ந்து பள்ளிக்கூட லீவ்ல களையெடுக்கப் போவோம். இப்படித்தான் எங்க அக்கா என்கிட்ட தொரண்டியைக் கொடுத்துச்சு. நான் ரெம்ப வேகமாகக் களைகளை வெட்டிக்கிட்டிருந்தேன். அப்ப பருத்திப் பயிர்கள் சில பயிர் புல்லோடு புல்லாக இருந்ததனால தெரியல. பருத்திப் பயிரயும் சேர்த்து வெட்டிட்டேன். எங்க அக்கா சுந்தரம்மா தோட்டத்து முதலாளிக்குத் தெரியாம மண்ணை வச்சி மூடிட்டாக. எங்க அக்கா கூட சேர்ந்த பொம்பளைக அசிங்கமா பேசிக்கிட்டு ஜாலியா களையெடுக்க அலுப்பு தெரியாமலிருப்பதற்காக அசிங்கமா பேசுவாங்க. சின்னப் பையனா இருந்தனால கண்டுக்கிறல போலிருக்கு, அதை இப்ப நினைச்சாலும் சிரிப்பாத்தான் இருக்கு.

விட்ட கட்டி நாடார் ஊட்டுல எங்க வள்ளி அக்கா கூடச் சேர்ந்து கடலை உடைக்கப் போனேன். ஒரு நாளைக்கு இருபத்தைஞ்சு பைசா. ரொம்ப வேகமாக ஒடைப்பாக. ரெண்டு கையிலயும் வாயில கல்லையைப் போட்டு ஒடைப்பாக. நான் ஒவ்வொரு கல்லையா யெடுத்து ஒடைப்பேன். சில சமயத்துல முதலாளிக்குத் தெரியாம கல்லையைச் சாப்பிடுவேன். கல்லைய ரெண்டு கீறாம ஒடைக்கணும். அந்தக் கல்லைக விதைப்புக்குப் போறதானதால கீறாம ஒடைக்கணும். சில சமயத்துல ரெண்டா கீறினா கல்லைய பார்த்து முதலாளிக வஞ்சாக.

அப்ப எங்க ஊட்ல டி.வி. ரேடியோன்னா என்னான்னு தெரியாது. அந்த அளவுக்கு வசதியும் கிடையாது. நான்

சின்னப்பிள்ளையா இருக்கும்போது மண்ணெண்ணை விளக்கு தான். அப்புறம் நாலாவது, அஞ்சாவது படிக்கும்போதுதான் குடிசை லைட்டு வந்துச்சு. அப்ப வெள்ளிக்கிழமை ஆறு மணிக்கு தூர்தர்சன் சேனல்ல ஒளியும் ஒலியும் போடுவாக. அதைப் பார்க்க எங்க தெருப் பிள்ளைகளோடு சேர்ந்து விட்ட கட்டி நாடார் ஊட்டுக்குப் போவோம். எங்க பிள்ளைகள ஊட்டுக்குள்ள விடமாட்டாக. ஊட்டுக் கம்பி கேட்டுக்கு முன்னாடி நின்னுக் கிட்டுப் பார்ப்போம். அப்ப ஒளியும் ஒலியும் போடுறதுக்கு முன்னாடி எதிரொலி புரோகிராம் போடுவாங்க. நல்ல பல விசயங்களைச் சொல்லுவாங்க. அப்ப அந்த நிகழ்ச்சியைப் பாக்கும்போது ரெம்ப கடுப்பா இருந்தது. இப்பதான் அதனுடைய தன்மை ரெம்ப தேவையின்னு தெரியுது.

சிலநாள்ல தோட்டத்துல விளைச்ச தக்காளிப்பழத்தை எங்கத் தெரு, பள்ளர் தெருவுல வித்துட்டு வரணும். இல்லைண்ணா இந்த நாடார் ஊட்டுக்காரம்மா டி.வி. பாக்க விடமாட்டாக.

எங்க ஊட்டுல சாப்பாடுக்கு ரெம்ப கஷ்டமாயிருந்தது. சில நாள்ல மதிய சாப்பாடு இல்லாம முதியோர் சாப்பாடு போடுவாக. எங்க பாட்டிக்குப் போடுற சாப்பாடை வாங்கி வீட்ல இருக்கிற மசால் பொடியைப் போட்டுச் சாப்பிட்டு பசியைத் தீர்த்துக்குவேன்.

நான் அஞ்சாவது படிக்கும்போது நடராஜ் வாத்தியாரு இருந்தாரு. அவரு நாயக்கரு. பக்கத்து நாயக்கரு ஊட்லயிருந்து தண்ணி வாங்கிக் குடிப்பாரு. அவரு மதிய சாப்பாடு டிபன் பாக்ஸ்ல தயிர்சாதம் கொண்டுவருவாரு. நான் ஒரு சில நாள்ல அவரு சாப்பிடும்போது ரூம்குள்ள போவேன். அப்ப அந்தத் தயிர்சாதம் கமகமன்னு இருக்கும். மேச்சாதி ஆளுக சாப்பிடும்போது இவ்வளவு வசதியா இருக்கும்னு அப்பத்தான் தெரிஞ்சுக்கிட்டேன். ஒருசில நாள்ல அஞ்சாப்பு வாத்தியாரு சேடப்பட்டிக்குப் பணம் எடுக்கும் சம்மந்தமாப் போயிருவாரு. அப்ப அந்த மதிய சாப்பாடு யாருக்கு வேணும்னு நாலாப்பு வாத்தியாரு கேப்பாரு. அப்ப எனக்கு அந்தக் கம கமன்னு வாசனை நினைவுக்கு வரும். எங்க ஊட்ல இந்த மாதிரி சாப்பாடெல்லாம் கிடையாது. அதனால நான் கையத் தூக்குவேன். அப்ப நாலாப்பு வாத்தியாரு உங்க வீட்ல பாத்திர எடுத்து வான்னு சொல்லுவாரு. நான் வேகமா ஓடிப்போய் ஊட்லபோயி கும்பாவை எடுத்துட்டு வந்து அந்தத் தயிர்சாப்பாட்டை வாங்கிட்டுப் போவேன். இப்படிச் சிலநாள்ல அஞ்சாப்பு வாத்தியாரு வராம இருக்கணும்னு நினைப்பேன். நாக்குக்கு ருசியா சாப்பிடலாம்னு இப்படிப் பல நாளுல வாங்கி சாப்பிடதுனால என்னைய கிளாஸ்ல தயிர்சோறுன்னு கூப்பிடுவாங்க.

எனக்கு மூத்த அண்ணனோட பாண்டியும் தெருவுப் பசங்களோடு சேர்ந்து மேக்கே மலைக்கு வெறகுக்குப் போவோம். இப்படித்தான் ஒருநாள் காலையில வெள்ளன விடிஞ்சும் விடியறதுக்கு முன்னாடி எங்க அம்மா வெறகு பெறக்க போகச் சொன்னாக. நான் நல்லா தூங்கிட்டு இருந்தேன். என்னைத் தட்டி அடிச்சு உசுப்புனாக. தூக்குச்சட்டியில கூழ ஊத்திக் கிட்டு மலைக்குப் போனோம். குண்டும் குழியுமாய், புதருமாய் இருந்திச்சு. மலையில கொஞ்ச தூரம் மேல ஏறினோம். அங்கிருந்து கீழ பார்த்தோம். இயற்கைக் காட்சி அவ்வளவு அருமையா இருந்துச்சு. நீண்ட தொலைதூரப் பார்வையால பார்க்கும்போது நீல கலரும் வானமும் ஒண்ணு சேர்ந்திருப்பதைக் காண முடிந்தது. அந்தப் புதரல ஆளுக்கொரு பக்கமாய்ப் பிரிஞ்சு காய்ஞ்ச வெறகுகளப் பெறக்கினோம். கருப்பசாமி கோயில் பக்கத்துல ஊத்துத் தண்ணியில தண்ணிய மோந்து கூழக் கரச்சிக்கிட்டு சாப்பிட்டோம். ஊத்துத் தண்ணி ரெம்ப தித்திப்பா இருந்துச்சு. நேரம் ஆக ஆக வேகமாக விறகைக் கட்டிக்கிட்டு மலையை விட்டு ஊட்டுக்கு வந்துசேர்ந்தோம்.

மேச்சாதிக்காரங்க தோட்டத்தல நெல் அறுவடை முடிஞ்ச நேரத்துல ஒண்ணு ரெண்டு நெல் கதிரு கிடக்கும். அத எங்க தெருவுப் பசங்களோட சேந்து பெறிக்கிக் கொண்டு வீட்டுக்கு வந்து கசக்கி எங்க பாட்டிக்கிட்ட கொடுத்துப் பெடைக்கச் சொல்லி நெல்லைப் போயிக் கடையில போட்டுப் பொரிகடலை, சேவு வாங்கிச் சாப்பிடுவேன். ஒருசில நாள்ல சுப்பிரமணி சித்தப்பா கூட மம்பட்டி எடுத்துக்கிட்டு எலி பொந்துகளை வெட்டி எலி சுட்டுச் சாப்பிடுவோம்.

அழிஞ்ச பருத்திக் காட்டுல பருத்தி பொறக்குவோம். எடுத்து வந்த பருத்தியில நாடாரு கடையில எடைக்கு எடை சேவு கொடுப்பாக. அதச் சாப்பிட்டே ஊட்டுக்கு வருவேன்.

வேப்பங்கொட்டை பெறக்கப் போவோம். வேப்பமரம் எங்கல்லாம் கண்ணுக்குத் தெரியுதோ அங்கெல்லாம் போயி காய்களை, தனிப் பழங்கள பெறக்குவோம். காய்களைப் பெறக்கி ஊட்டுக்குக் கொண்டாந்து ஊட்டுக்கு முன்னாடி குழி தோண்டிச் சாம்பலைப் போட்டு பழுக்க வச்சுப் பெறகு அதைக் கடையில போட்டு மிச்சர் வாங்கிச் சாப்பிடுவோம். விட்டகட்டி நாடார் தோட்டத்துல அப்பெல்லாம் சீனிக்கிழங்கு போடுவாக. சீனிக்கிழங்கு முடிச்ச நேரத்தில செல கிழங்கு மண்ணுக்குள்ளே இருக்கும். அது மழையில லேசா முளைச்சிருக்கும். அத கம்பெடுத்துத் தோண்டி கெழங்குகளை எடுத்து ஊட்ல வந்து கழுவி அவிச்சுச் சாப்பிடுவோம்.

எங்க ஊருல நாடாருகதான் பலசரக்குக் கடை வச்சிருக்காக. இந்தக் கடைக்காரக உசிலம்பட்டி, எழுமலையிலிருந்து கடைச் சரக்கு வாங்கிட்டு உலைப்பட்டியில் வந்து இறங்குவாக. மதிய வெயிலு சுர்ருங்கும். ஊருக்கும் உலைப்பட்டிக்கும் அரை கிலோ மீட்டர் இருக்கும். பஸ் வர்ற கணக்கப் பாத்து நானும் சென்றாயனும் பஸ் ஸ்டாப் போயி கடைச்சரக்கைச் சொமந்து கடையில வச்சா இருபத்தைந்து பைசா கொடுப்பாக. அது மட்டுமில்லாம அழுகின வாழைப்பழமும் கொடுப்பாக.

எங்க ஊடு மொட்ட மச்சி ஊடுதான் (மொட்டைமச்சி வீடுன்னா நாலுபக்கமும் சுவர் எழுப்பி அதுல விட்டம் வச்சு அதுக்கு மேல விராலிக் கொழைகளைப் போட்டு சுண்ணாம்பு மண்ணையும் கறம்ப மண்ணையும் சேர்த்து அந்தக் கொளைகளுக்கு மேல அப்பி வச்சிருவாங்க. இதைத்தான் மொட்டைமச்சி வீடுன்னு சொல்வாக) எங்க ஊட்ல எல்லாம் ஒண்ணுமண்ணாத்தான் படுத்திருப்போம். இப்படித்தான் ஒரு நாள் சரியான மழை. சாயங்காலம் பிடிச்ச மழை காலையில விடிய வரைக்கும் விடல, அப்படி மழை. அப்ப மழைக் காலத்துல குடிசை லைட்டும் கட்டாயிருச்சு. தாங்க முடியாம நான் இருந்தப்ப எங்கம்மா கோணிச் சாக்கைப் போத்திவுட்டாக. எங்க ஊட்டுக் கதவடைக்கிற எடத்துல கதவப் பூட்ட திறக்க பள்ளமா இருக்கும். தெருவுல போன மழைத்தண்ணி எங்க ஊட்டுத் தலைவாசல்ல நிரம்பிடுச்சு. எங்க அம்மா அந்தத் தண்ணியை மோந்து மோந்து வெளியே ஊத்துச்சு. மொட்டை மச்சியிலருந்து ஒழுகிற எடத்துல எங்க அப்பா தட்டெடுத்து வச்சாரு. மழை நிக்கிறது மாதிரி தெரியல. மொட்டை மச்சியிலிருந்து தண்ணி ஒழுகிறதும் நிக்கல. நாங்க நிம்மதியா தூங்க முடியல. அப்ப எங்க அப்பா தலையில கோணி சாக்கைப் போட்டுக்கிட்டு மொட்டை மச்சியில போயி அந்த ஓட்டையை மிதிச்சு அடைச்சாரு. அதுக்கப்புறமா ஓரளவுக்கு ஒழுகிற தண்ணி நின்டுச்சு.

எங்க தெருவு கிழக்கு பக்கமா இருக்கிறதால ஊட்ல இருக்கிற எல்லாத் தெருவுத் தண்ணியும் எங்க தெருவுக்குள்ளதான் ஊரணி மாதிரி தேங்கிக் கிடக்கும். செகதி கிகதியுமா கொசுக்கடியிலதான் தூங்குவோம்.

மழை இல்லாத காலத்துல தண்ணிக்கு ரெம்ப பஞ்சமா இருந்துச்சு. நாடார் ஸ்கூல் ஒட்டிதான் அந்த அடிகுழாய் இருக்குது அதுல எங்க பெரியம்மா தண்ணிய எடுக்கப் போயிருக்காக. அந்தக் குழாயில வழக்கமா நாயக்கமாரு பொம்பளைக தண்ணி பிடிப்பாக. அப்ப அந்த நேரத்தில நாயக்கமாரு பொம்பளைக எங்க சின்னத்தாயி பெரியம்மாவைப் பார்த்து மாதிய குக்னாக எவ்வளவு திமிரு உண்டித்த இந்து. ஒச்ச நீலுபெட்டு.

சக்கிலிய நாய்க்கு எவ்வளவு திமிரு இருந்தா இங்க வந்து தண்ணி பிடிக்கும்ன்னு நாயக்கமாரு பொம்பளை கேட்டுச்சு. அப்ப எங்க பெரியம்மா ஏ சாமி எழவு செப்பே தாணிகி. தேரு கட்ட தானிகி. செப்வாறு குட்டி தானிக மாமு காவல. இத்தனை பணி மாமு சூடவாலா ஆனா நீலு பெட்டக் கூட்டமாது செப்பறே. இது நியாயமா. மாமு எந்து போத்துமு.

ஏ சாமி எழவு சொல்றதுக்கு, தேரு கட்டுறதுக்கு, செருப்பு தைக்கிறதுக்கு நாங்க வேணும். இத்தனை வேலை நாங்க பாக்கணும். ஆனா இங்க வந்து தண்ணி பிடிக்கக்கூடாதுன்னு சொன்னா நாங்க எங்க போய் தண்ணி பிடிப்போம்ன்னு பெரியம்மா கேட்டுச்சு. அப்ப ஸ்கூல்ல ஒண்ணுக்கு விட்டிருந்தாங்க. அங்க நாயக்கமாரு பொம்பளைக எங்க பெரியம்மாவை வாய்க்கு வந்தபடிய பேசினாக. எனக்கு ரெம்ப வருத்தமாப் போச்சு. மணியடிக்கவுமே நான் ஸ்கூலுக்குப் போயிட்டேன். எங்க பெரியம்மா வெறும் குடத்தை எடுத்துக்கிட்டு ஊட்டுக்குப் போயிட்டாக.

ஒரு நாள் எங்க மூத்த அக்கா சுந்தரம்மாவும், இளைய அக்கா வள்ளியும் ரெண்டாவது அண்ணன் பிலாவடியும் நானும் சேர்ந்து குடத்தைக் கொண்டுக்கிட்டு நல்ல தண்ணி எடுக்க போனோம். எங்க ஊட்லயிருந்து அரை கிலோமீட்டர் தூரமா ஊருக்குத் தெக்கு பக்கமாத்தான் நாயக்கரு, தேவருமாரு தோட்டம் இருக்கு. அங்கதான் நல்ல தண்ணி இருக்கும். மத்த கெணத்துல சவரு தண்ணி, வாயில வக்க முடியாது. மேச்சாதி ஆளுக தோட்டத்துல கெணத்துப் பக்கம் போகக் கூடாது. அதனால அந்த நாயக்கரு தண்ணிய எறைச்சு ஊத்துவாரு, அப்பத்தான் பிடிக்கணும். தோட்டத்துக்காரரு வரலையன்னா காத்துக்கிட்டே இருக்கணும். அதனால நாடாரு,தேவமாரு பொம்பளைக போன பெறவு அவுக எங்க குடத்துல தண்ணிய ஊத்துவாக. நாங்க தண்ணிய எடுத்துக்கிட்டு வீட்டுக்கு வந்தோம். எங்க தெரு ஆளுக நாயக்கரு தோட்டத்துல தண்ணி எடுப்பாக. இதை அறிஞ்ச அந்தத் தோட்டத்துக்காரரு சாரப்பாம்பை அடிச்சுக் கெணத்துல போட்டாரு. அப்புறம் நாங்க வெறும் குடத்தைத் தூக்கிட்டு வேறு கெணத்துக்குப் போனோம். அங்க, தோட்டத்துக்காரரும் மத்த சாதி பொம்பளைகளும் தண்ணி பிடிக்க வரல. அதனால வெறும் குடத்தை தூக்கிக்கிட்டு எங்க தெருவுக்கு வந்து தெருக் கெணத்துல உப்புத் தண்ணியக் குடிச்சோம்.

நானும் எங்க அப்பாவும் நாயக்கமாரு மோட்டார் தோட்டத்துல குளிக்கப் போனோம். பம்பு செட்டுல தண்ணி விழுறே எடத்துல தலையக் கொடுத்துக் குளிக்கக் கூடாது.

தண்ணி தெறிச்சுக் கெணத்துக்குள்ள விழுந்திருமாம். மத்த சாதி கெணத்திலேயும் இதே மாதிரிதான். அதனால எங்க அப்பாவையும் என்னையையும் வாய்க்கா தண்ணியில குளிக்கச் சொன்னாரு நாயக்கரு. வேறு வழியில்லாம வாய்க்கா தண்ணியில குளிச்சிட்டு வந்தோம்.

எங்க ஊருல இந்து நாடார் உறவின் முறைக்குப் பாத்தியப் பட்ட ஸ்கூல்லதான் நான் அஞ்சு வரைக்கும் படிச்சேன். அங்க மூணாப்பு படிக்கும்போது நான் சரியா ஸ்கூலுக்கு வரமாட்டேன். என்னுடைய கால்ல எலும்பு நோய் வந்து பெரிய புண்ணாகிப் போச்சு. எங்க அம்மாதான் என்னைய தூக்கிவச்சிக்கிட்டு இருப்பாக. அதனால நான் சரியா ஸ்கூல வர முடியவில்லை. அந்த வகுப்புல சின்னச் சின்ன சேர் போட்டிருப்பாக. மூனாப்பிலயிருந்து சேர்ல உட்கார்ந்து படிக்கிறது ஸ்டாட் ஆகுது. அதனால ஒண்ணாவது, ரெண்டாவது படிக்கும்போது நம்மளும் இந்த சேர்ல உட்கார்ந்து படிக்கணும்ன்னு எண்ணம் வந்துக்கிட்டே இருந்தது. இந்த கிளாஸ்ல நாயக்கரு. தேவரு பய்யங்கள வாத்தியாருக்கு முன்னாடி ஒட்கார வச்சிருவாரு.

ஆடி மாசத்துல எங்க ஏரியாப் பக்கம் ரெம்ப பரபரப்பா இருக்கும். ஆடி அமாவாசை சுந்தர மகாலிங்க கோயில் திருவிழா வர்றதுனால எழுமல, எம். கல்லுப்பட்டி, டி. கிருஷ்ணாபுரம், வண்டப்புலி, சாப்டூர், பேரையூர் இந்த ஊர்களிலிருந்து கோயிலுக்குப் போறவுக வாழைத்தோப்பு வழியா போய் மலை ஏறணும். மலைக்கு வடக்கு பக்கமா இருக்கிற ஊருக்கு வாழைத் தோப்பு வழியாத்தான் போகணும்.

பேரையூர் தெக்கிட்டுக் கீழப்பட்டி, மேலப்பட்டி, லெட்சுமி புரம், வளையங்குளம், சுரைக்காப்பட்டி, கோட்டூர், மகாராஜபுரம், தம்பிபட்டி, வத்ராப், அழகாபுரி, டி. கல்லுப்பட்டி, திருமங்கலம், மதுரை, கிருஷ்ணன் கோயில், ராஜபாளையம், சங்கரன் கோயில், தென்காசி போன்ற ஊர்களிலிருந்து லாரி, பஸ், வேன்ல வருவாக. பக்கத்து ஊருக்காரவுக மாட்டுவண்டியில வத்ராப் வந்து தாணிப்பாறையில வண்டிகளப் போட்டு மலை ஏறுவாக. தாணிப்பாறை மலை வழியா ஒரு கிலோ மீட்டர் கிழடு கட்டைக, குழந்தைக, பெண்டு, பிள்ளைக சௌரியமா மேல மலைக்குப் போயிட்டு வரலாம். ஆனா மலைக்கு வடக்கு இருக்கிற எழுமலை, உசிலம்பட்டி, தேனி, ஆண்டிப்பட்டி, பெரியகுளம், சோழவந்தான், வாடிப்பட்டி, திண்டுக்கல் இந்த ஊரிலிருந்து வர்ற ஆளுக எங்க ஊர் வழியா வாழைத்தோப்பில வண்டிய நிப்பாட்டி மேல மலைக்குப் போவாக. இந்தப் பாதை ரெம்ப கஷ்டமா இருக்கும். இந்தப் பாதை வழியா போனா விட்டத்தள்ளி பாறைன்னு ஒரு

எடம் இருக்கு. இது ரெம்ப மோசமான இடமாம். நட்டுக்குத்தல பாறை இருக்கு. அதுல ஆளுக உட்கார்ந்து போவாக. அப்புறம் அதத் தாண்டி குளிராட்டி பாறைன்னு ஒரு எடம் இருக்கு. அந்தப் பாறையில எந்த நேரத்திலயும் குளிரடிச்சுக்கிட்டு இருக்குமாம். அங்க குளிச்சிட்டு கோயிலுக்குப் போவாக. பாதை ரெம்ப கஷ்டமா இருக்கும். நாலு கிலோ மீட்டர்தான் இருக்கும். அந்த மலையில காசியிலிருந்து செல முனிவர்க குடிசை போட்டு தங்கியிருக்காங்களாம். இந்த மலையிலதான் சிவன் லிங்கம் பூமியிலிருந்து மொளைச்சு வந்துச்சாம். அந்தக் கோயில்ல லிங்கம் ஒரு பக்கம் சாய்ஞ்சுக்கிட்டு இருக்கும். பதினெட்டு சித்தர்களும் வாழ்ந்த எடமாம். அதனாலதான் பல எடங்களி லிருந்து காசியிலிருந்து முனிவர்க வந்து தவம் பண்ணிட்டுப் போவாங்களாம்.

எங்க ஊட்லயிருந்து டிராக்டர்ல மாந்தோப்புல கெடா வெட்டப் போனோம். அப்போ சமையலுக்கு எம்.கல்லுப்பட்டி நாடாரைக் கூப்பிட்டுப் போனோம். நல்ல சமையல்காரரு. எடத்தைத் தேர்ந்தெடுத்து டிராக்டர்லயிருந்து சமையல் பாத்திரத்தை எடுத்துவச்சுட்டு சமையல்வேலையத் தொடங்குனாரு சமையல்காரரு. பொம்பளைக பக்கத்துல மோட்டார் தோட்டத்துல குடங்கள்ல தண்ணி எடுத்து டிரம்ல ஊத்துனாக. டிராக்டர், வேன், லாரி, பஸ், கட்டவண்டி இப்படி ஏகப்பட்ட வண்டிக ஜனக்காடுக மாந்தோப்புல வந்து குமஞ்சாக. நாங்க கொண்டுபோன கெடாவை வெட்டுறதுக்குத் கயிறை அறுத்து மஞ்ச தண்ணிய ஊத்துனாரு சித்தப்பா. அது ஒரு ஓடையை நோக்கி ஓடிச்சி. அத அந்த வெயில வெரட்டி புடிச்சுக் கொண்டுவந்து முக்காமணி நேரம் லேட் ஆயிடுச்சு. வயசுல பெரியவுக அந்த மகாலிங்க தேவுரு. மாமு ஏதாவது தப்பு சேசிண்டித்த மன்னிச்சிய. கடவுளே சுந்தர மகாலிங்க கடவுளே நாங்க ஏதாவது தப்பு செஞ்சிருந்தா மன்னிச்சுக்க கடவுளேன்னு சாமி கும்பிட்டாக. வெயிலுக்குக் காரசாரமாக் கறிக்கொழம்பு வச்சிருந்தாரு சமையல்காரரு பந்தியில. ஒக்கார்ந்து சாப்பிட்டோம். அப்ப ஆடி மாசம் காத்து விர்விர்னுன்னு அடிச்சிச்சு. சாப்பாடே சாப்பிட முடியல. வெறும் தூசி, மணல் சாப்பாட்டுல விழுகுது. ரெம்ப நேரம் பசியில அதையும் பொருட் படுத்தாம சாப்பிட்டோம். கோயிலுக்கு வந்தவுகளும் வந்து சாப்பிட்டாக. எல்லாம் சாப்பிட்டு முடிச்சதுக்கு அப்புறம் எல்லாத்தையும் கழுவி வண்டியில ஏத்திக்கிட்டுப் புறப்படும் போது சூரியன் மேற்கே அந்த மலையிடுக்கில லேசா மறைஞ்சிச்சு.

கிருஷ்ணாபுரம், துள்ளுக்குட்டி நாயக்கனூர் இருக்கிற எங்காளுக ஆம்பளை, பொம்பளைக தோட்டங்களக் கெடா

வெட்டருவுக கிட்ட குண்டாச் சட்டியில சாப்பாட்டை எடுத்துக்கிட்டுச் சட்டி காணாம வேட்டி, இலையனா துண்டை தண்ணியில நனைச்சு சாப்பாட்டையும் கறிக்கொழம்பையும் துணியில போட்டுக் கட்டி தலையில சொமந்துக்கிட்டு வந்தாக. அதைப் பார்த்துட்டு எனக்குப் பட்டுக்கோட்டை பாட்டான

உழைப்பவன் வாழ்வன் வீதியில
உறங்குவதே நடைபாதையில
இரக்கம் காட்டத் தான் நாதியில

ஞாபகம் வந்துச்சு. வண்டி மேடு, பள்ளத்தில் காட்டு வழியா போகும்போது ரெண்டு பக்கம் அசைஞ்சு அசைஞ்சு போச்சு. அதோடு இந்தக் காட்சியும் அசர வச்சிருச்சு. பாசி ஊசி விக்க வந்த நரிக் கொறவக. தோட்டங்கள்ல கெடா வெட்டின கோஷ்டிக எல்லாமே ஊட்டுக்குத் திரும்பினாக. ஊட்டுக்கு வந்துசேர சாயங்காலம் ஆறு மணியாச்சு. அப்ப உள்ளவக ரெம்ப தூரத்திலிருந்து கட்ட வண்டியில வருவாக. விளக்கப் பொருத்திக்கிட்டு அந்த வெளிச்சத்துலதான் போவாங்களாம்.

அப்பாக்கிட்ட ஆறு மாசமா ஆட்டம், பாட்டுன்னு கத்துக் கிட்டோம். அரங்கேற்றம் பண்ணனும்னு அப்பா சொன்னாரு. அதுக்கு நல்ல நாளா வேணும்ன்னு தாத்தா இராமநாதன் சொன்னாரு. அப்ப குப்பாயி இறந்து கருமாதி வைச்சாக. *1993*–ல அன்னைக்கு நைட்டு எங்க ஊட்ல முதன் முதல்ல வேசம் போட்டு அரங்கேற்றம் பண்றோம். எனக்கு அப்பா பொம்பள வேசம் போட்டு விடுறாரு. பாண்டி அண்ணனுக்குப் பெரியண்ணே மகாலிங்கம் ரெண்டு பேருமே எங்க ரெண்டு பேத்துக்கும் பொம்பள வேசம் போட்டு விடுறாக.

பல வருசமா வேலையில்லாமக் கெடந்தோம். அப்ப நெல் அறுக்கிற சீசன்ல வக்க சுமக்கப் போவோம். களத்துமேட்டுல கதிரடிச்சு வக்கில தூக்கிக்கிட்டுப் படப்பு போடுற எடத்துக்கு தூக்கிட்டு வரணும். இந்த வேலைக்கு முப்பது – நாப்பது ன்னு சம்பளம் கொடுப்பாக. இப்படித்தான் எங்க ஊருல இருக்கிற கம்மாயிக்குக் கீழே தேவரு தோட்டத்துக்கு வக்க சொமக்கப் போனேன். காலையில வேலை செய்யுறதுக்கு நல்லா இருந்தது. நைட்டே டிராக்டரை விட்டு கதிர் அடிச்சிருவாக. காலையில அஞ்சு மணிக்கு எந்திரிச்சுத் தோட்டத்துக்குப் போக மணி ஆறு ஆகியிடும். அந்த வக்கல எடுக்கும்போது அதிலிருந்து சூடா வெக்கை அடிச்ச மாதிரி இருந்துச்சு. காலை பத்து மணி வரைக்கும் வேலை பார்க்குறதுக்கு நல்லா இருந்தது. தோட்டத்துக் காரர் ரெம்ப சாதி வித்தியாசம் பார்ப்பாரு. தொட்டியில தண்ணீர் குடிக்க விட மாட்டாரு. கப்பில தண்ணிய மோந்து

கையில ஊத்துவாரு. நான் குனிஞ்சு கையை நீட்டித்தான் குடிச்சேன். செல தோட்டத்துல மோட்டாரை எடுத்துவிட்டு வாய்க்காத் தண்ணியில தண்ணியக் குடிக்க விடுவாக. ஆடு, மாடுகளை மாதிரி எங்களையெல்லாம் வச்சிருப்பாக. வக்க கெட்டைத் தூக்கிட்டு வந்து படப்பை போடுவோம். அதுல ஏறி தவ்வி விளையாண்டு வருவேன். வேலை கஷ்டம் தெரியாம இருக்குறதுக்கு எங்காளுக விருப்பமா ஏய் ஆட்டக்காரா ஒரு பாட்டு பாடுன்னு சொல்வாக. அப்ப

மணப்பாறை மாடு கட்டி மாயவரம் ஏரு பூட்டி
வயக்காட்டை உழுது போடு செல்லக்கண்ணு

இந்தப் பாட்டை பாடிக்கிட்டே வேலை செய்வோம். கஷ்டம் தெரியல. வெயில் ஏற ஏற உடம்பெல்லாம் அரிக்க ஆரம்பிச்சு. சாயங்காலம் ஏழு மணிக்கு வேலை முடிஞ்சு நாலு மரக்கா நெல் வாங்கிட்டு வந்தோம். அரங்கேற்றம் பண்ணியதிலிருந்து ஊட்ல சும்மாதான் இருந்தோம். அப்புறம் உள்ளூர் எழவு, பக்கத்து ஊர் எழவுக்குத்தான் கூப்பிடுவாக. கொஞ்சம் கொஞ்சமா விளம்பரம் ஆச்சு. மூணு நாலு வருசம் கழிச்சுப் பக்கத்து ஊர்களில்ல பொங்கலுக்குக் கூப்பிட்டாக. வருசா வருசம் புது ஆட்ட டிரஸ்களை வாங்கிப் புதுப் படப் பாடல்களைப் பாடுவோம். எங்களைப் பார்த்துட்டு அட்வான்ஸ் போடுறவுக இந்த பச்ச மண்ணுகளா ஆடப் போகுது ஆட்டமே வேணாம்னு சொல்லி பொறப்பட்டுறுவாக. அதனால எங்கப்பா எங்கள மறஞ் சுக்கங்கன்னு சொல்வாரு. வெளியூர் ஆட்டத்துக்குப் போகும் போது எனக்கு வேட்டிகூடக் கட்டத் தெரியாது. அண்ணன் தான் கட்டிவிடுவாக. தலையில முடியை மறைக்க கொண்டைய போட்டு வெள்ளைத் துண்டை நாலு மூணு மடக்கி, நீள வாக்கில் கொண்டய மறச்சுக் கட்டுவோம். இதையெல்லாம் அண்ணன்தான் கட்டிவிடுவாரு

ஊட்ல வேலையில்லாதபோது எங்க ஊட்டுக்குப் பின்னாடி பானை, சட்டி செய்யுற செட்டியார் இருக்காக. பானை செய்யுவாக. சக்கரத்தைச் சுத்தி விட்டு அதுக்கு மேல மண்ணைப்போட்டு சுத்துற மண்ணுல கையை வச்சிப் பானைக செய்யுவாக. எனக்கு அந்த சக்கரத்தைப் பார்த்து ஆதி மனிதன் சக்கரத்தைக் கண்டுபிடித்தான். அதுக்கு அப்புறம் ஓரிடத்தி லிருந்து மற்றொரு இடத்திற்குச் செல்ல முடிந்ததுன்னு மூணாப்பு வாத்தியாரு சொன்னது ஞாபகம் வந்துச்சு. செட்டியார் ஊட்டுக்கு முன்னாடி அடுப்பு. உண்டியல், பானை வெயிலுக்குக் காய வச்சிருப்பாக. சக்கரம் இல்லாம உண்டியல் செய்ய செட்டியார் சொல்லிக் கொடுத்தாரு. குழப்பி வச்ச கறம்ப மண்ணைக் கையில

கொழக்கட்டைக்குப் பிடிக்கிற மாதிரி பிடிச்சு நீளமாக வச்சிக் கிட்டு கீழ குருமணலைப் போட்டு அதுக்கு மேல கையில வச்ச மண்ணை வட்டமா வச்சி அமுக்கினா மாதிரி மேல் வரும். இது மாதிரி எவ்வளவு பெரிய உண்டியல் வேணுமோ அதுக்குத் தக்கன மண்ணை மேல அமுக்கணும். மேல ஓட்டை இல்லாம மூடிறணும். கால்ரூபா துட்டை வச்சு காச போடுறதுக்கு ஓட்டை போடணும்ன்னு சொன்னாரு. இத நான் ஆர்வமா பாத்துட்டு கம்மாயில போயி கறம்ப மண்ண, குரு மணல அள்ளி ஊட்டுக்கு வந்து அதப் பதப்படுத்தி நெல் கருக்கையைப் போட்டு நைட்டுல ஊற வச்சிட்டுக் காலையில அடுப்பு, உண்டியல் செஞ்சேன்.

செட்டியார் ஊட்டுக்கு முன்னாடி இருந்த மாதிரியே எங்க ஊட்டுக்கு முன்னாடி அடுப்பு, உண்டியல் வெயிலுக்குக் காய்ஞ்சது. அப்ப எங்க சித்தப்பா சுப்பிரமணி எங்க தெருவுக்குக் கெழக்கே கருப்பாயி ஆத்தா தோட்டத்தைப் பாத்துட்டு வந்தாரு. இந்த உண்டியல், அடுப்பு நல்லா காய்ஞ்சதுக்கு அப்புறம் காட்டுப் பக்கமா போயி செம்மண்ணை எடுத்துட்டுவந்து தண்ணியில ஊற வச்சு, பழைய துணிய வச்சு ரெண்டு நாளுக்கு அப்புறம் அத சுள்ள ஏத்துறக்கு முள்ளுகளச் சேகரிச்சு, கொஞ்சமா குழிவெட்டி அதுக்குள்ள இந்த முள்ளுகளப் போட்டு செஞ்சு வச்சு உண்டியல், அடுப்புகள் மேல வச்சு, கம்ப பொட்டுகள மேல போட்டு மண்ணைக் கொழச்சுப் பூசி தீயி வச்சிட்டு சாயங்காலம் ஆறு மணிக்கு மேல அன்னைக்கு எட்டு மணிக்கு லேசா சாரல் பேய ஆரம்பிச்சுச்சு. நான் சாமியக் கும்பிட்டேன். இன்னைக்கு மழ வரக்கூடாதுன்னு. நல்லவேளை மழ வரல. கொஞ்ச நேரம் கழிச்சு சித்தப்பாவும் நானும் அந்த சுள்ளயப் பாத்தோம். வெறும் கங்கா இருந்துச்சு. நைட்டெல்லாம் தூக்கமே வரல. அதயே நினைச்சுக்கிட்டே இருந்தேன். காலையில வெள்ளன போயி பார்த்தேன். நல்லா வெந்து ஒரு பக்கம் கருப்பு அடிச்சு இருந்துச்சு. அத ஒவ்வொண்ணா தூக்கி வெளியே வச்சு சூடு ஆறனதுக்கு அப்புறம் வீட்டுக்குக் கொண்டுவந்து பயன்படுத்திக்கிட்டோம். அவரு மண்பானை, அடுப்பு, குலுதாடி செஞ்சு சுள்ள போடுவாரு. அத பாத்துட்டு ஸ்கூலுக்குப் போகவே மாட்டேன். அரைமணி நேரம் கழிச்சுதான் போவேன். அத உன்னிப்பா கவனிச்சிக்கிட்டு இருந்தேன். இந்த உணர்வுதான் நான் அடுப்பு, உண்டியல் செய்ய தூண்டிச்சு.

ஒரு ஆட்டக்கலைஞரு சொன்னாரு, எங்க ஊர்ல ஆதிக்க சதியினர் ஆளுக நெறைய இருக்காக. அதுல அவுக சொந்தக்காரரு செத்ததுக்கு நாங்க ஆட்டத்துக்குப் போகல. அதுக்கு அந்த ஆதிக்க சாதியினர் அருவாளை வச்சுக்கிட்டு எங்கள வெட்ட வந்தாரு. ஏண்டா சக்கிலிய கூதிக நாரு நாரா கிழிச்சிடுவேன்டான்னு

கோபத்துல அருவாளைச் செவத்துல வெட்டுனாரு. எங்களை எங்க தெருப் பெரியாளுக 'வாடு கொயிலு வாடு. வானிக மனிசி சப்போட்டு உண்டேரு மிஸ்கான உண்டண்ட' அவரு. ஆளுக சப்போட்டு இருக்கு. பேசாம இருங்கன்னு எங்கள பெரியாளுக ஊட்டுக்குள்ள வச்சுப் பூட்டிட்டாக. அவரு அசிங்கமாகப் பேசினாரு. செவத்துல அச்சு வெட்டுன சவுண்டெல்லாம் காதுல கேட்டுச்சு. எங்க தெரு பெரியாளுக அந்தத் தேவருகிட்டச் சொல்லி காலுல விழுகாத குத்தத்துக்கு அவரை அனுப்பி வச்சாக. நாங்க ஆட்டத்துக்கு வர முடியல சொன்னது தப்பா. அதுவே வேறாட்டம் ஆடக் கூடியவரை, நாயக்கரை இப்படி அருவாளை எடுத்து வெட்டப் போவாரா? பரத நாட்டியம் ஆடுறவுகள, எங்க நிகழ்ச்சிக்கு வரலன்னு வெட்டப் போவாரா? இளிச்சவாயன் யாரு?

சென்னை சங்கமத்தில்...

நாட்டுல எத்தனையோ ஆட்சிகள் வந்து போச்சு. ஆனா கனிமொழி *MP* எடுத்த சென்னை சங்கமம், தமிழ்நாட்டுல மட்டுமல்ல உலக நாடுகளையும் மிரள வச்சிருந்துச்சு. நகர்ப்புற மக்களுக்குக் கிராமியப் பண்பாடு, கலைகள்ன்னா என்னான்னு தெரியாது, ஆனா இதையெல்லாம் ஒருங்கிணைந்த கலைகள் போல அனைத்துக் கலைஞர்களையும் ஓரிடத்தில் கொண்டுவந்ததை மனதார வரவேற்கிறேன்.

ரெண்டாயிரத்து ஏழு, எட்டு, ஒன்பதுல எங்க செட்டோட சென்னை சங்கமத்து நிகழ்ச்சியில கலந்துகிட்டோம். நானும், அண்ணே மகாலிங்கம், அண்ணே பிலாவடி, அண்ணே பாண்டி, சித்தப்பா பாக்கியராஜ், சித்தப்பா ஆறுமுகம், தவில்காரர் சித்தப்பா பெத்தணன் (கொறவ வேசம்), மாமா ராமர்னு ஒன்பது பேரு மதுரையிலிருந்து ரெயில்வே ஜங்ஷனுக்கு வந்தோம். மதுரயில இருந்து ஏகப்பட்ட கலைஞர்க சென்னை சங்கமத்துக்கு வர இருந்தாக. நைட்டு ஒன்பதரை வைகை எக்ஸ்பிரஸ்ல ஏறினோம். செல பேரு ஒக்கார எடம் இல்லாம பாத்ரூம் பக்கத்துல துண்டு விரிச்சுப் படுத்திருந்தாக. பக்கத்துல கொண்டுவந்த இசைக்கருவிகளை வச்சிருந்தாக.

நானும் நண்பரும் எத்தனைக் கலைஞர்கள் வந்திருக்காகன்னு கணக்கெடுத்தோம். அன்னைக்கு நைட்டு தூங்கவே இல்லை. ஒவ்வொரு பெட்டியிலயும் போயி கலைஞர்களக் கணக்கெடுத்தோம். மறு நாள் காலையில எக்மோர் போயி சேந்தோம். அங்கிருந்து எம்.எல்.ஏ. ஹாஸ்டலுக்குப் போக

பஸ்சை அனுப்பியிருந்தாக. அங்க அடிச்சுப் புடிச்சு ஏறினோம். செல கலைஞர்கள் கொண்டுவந்த பொருளைக் கொண்டு வர செரமப்பட்டு அடுத்த பஸ்சுக்கு வந்தாக. எப்படியோ ஹாஸ்டலுக்கு வந்துசேர்ந்தோம்.

மொத நாள் நிகழ்ச்சிக்குக் காலையில ஏழு மணிக்கு மேக்கப் போட்டு எட்டு எட்டரைக்குச் சாப்பிட்டு எந்த ஏரியாவுக்குப் போகனுமோ அந்த பஸ் நம்பரைக் கொடுத்தாங்க. அதுல ஏறி ஒட்காந்தோம். ரெண்டாயிரத்து ஒன்பது சனவரி மாசம் பதினொன்னாம் தேதில வடபழனி பஸ்டாண்டுல ராஜா ராணி, வில்லுப்பாட்டு, நையாண்டி மேளம், பறையாட்டம், கிழவன், கிழவியாட்டம், மாட்டாட்டம், ஒயிலாட்டம், கொம்பிசை, பாஸ்கரா நடனம் இப்படி நெறைய ஆட்டம் நடத்தினோம். அன்னைக்குச் சாயங்காலம் ஆறுமணிக்கு அண்ணாநகர் பார்க்கில் ஆடினோம். ஏழு மணியிலிருந்து ஒன்பது மணி வரைக்கும் கர்நாடக வாய்ப்பாட்டு குரலிசை நடக்கும்.

பனிரெண்டாம் தேதில ஒய்.ஜி.ஏ. இங்கிலீஸ் மீடியம் ஸ்கூல ஆடினோம். பறையாட்டத்துக்கு அந்தச் சின்னஞ்சிறு பிள்ளைக துள்ளிக் குதிச்சு ஆடினாக. அன்னைக்குச் சாயங்காலம் திருவான்மியூர்ல மேடையில ஆடிட்டுக் கீழ இறங்கி வரும்போது உடம்பெல்லாம் வேர்த்து விறுவிறுத்துப் போய் இருந்தப்போ வேடிக்கை பாக்கவந்த டாக்டர் என்னை வந்து கட்டிப் பிடிச்சாக. அப்புறம் வீட்டுக்காரரையும், மகளையும் அறிமுகப்படுத்திவச்சாக. எங்களோட சேந்து செல்லுல போட்டோ எடுத்துக்கிட்டாக. இப்படித்தான் திருநகர்ல ஆடுறபோது கொறவன் கொறத்தி ஆட்டத்தைப் பாராட்டி எனக்கு காஜாமைதீன் ஆயிரம் ரூவாய் கொடுத்தாரு. அவருடைய வீட்டுக்கார அம்மாவையும் மகளையும் அறிமுகப்படுத்தி வச்சாரு. அவரு கொடுத்த பணத்தில ஹைப்பாடு வாங்கிட்டேன்.

பதிமூணாம் தேதில பாரத மாதா கல்லூரியில ராஜா ராணி ஆட்டம், குறவன் குறத்தி ஆட்டம் ரெண்டுக்கும் சேர்த்துப் பத்து நிமிசம் ஆட வாய்ப்பு கொடுத்தாக. அன்னைக்குச் சாயங்காலம் ஆறு மணிக்கு நடேசன் பார்க்ல ஆடினோம்.

அங்க வந்த ராஜா ராணி ஆட்டங்கள்ல எங்க செட் ரெம்ப பேமஸ் ஆச்சு. நாட்டுப்புறக் கலைகளைப் பத்தி கலைஞர் டி. வி.யிலே பேசினேன். அது ரெண்டாயிரத்து ஒன்பதுல சனவரி மாசம் பனிரெண்டாம் தேதியில ஒளிபரப்பாச்சு. பாராளுமன்ற உறுப்பினர் கனிமொழி பாராட்டுச் சான்றிதழ் கொடுத்தாக. அவுங்க கூட நாங்க போட்டோ எடுத்துக்கிட்டோம்.

கவிஞர் கனிமொழியின் நோக்கம், இலக்கு நாட்டுப்புறக் கலைகளை வளர்க்கணும் என்ற எண்ணம் இதுபோன்ற மனப்பான்மை யாருக்கு வரும்? உண்மையிலே பெருமைப்படக் கூடிய விஷயம்தான். நாட்டுப்புறக் கலைகளும் ஒளி வீசிய காலம் அது.

ரெண்டாயிரத்து எட்டுல தமிழ்ப் பல்கலைக்கழகத்துல நாடகத்துறை பேராசிரியர் மு. இராமசாமியோட தோழர்கள் நாடகத்துல நடிச்சேன். என்னோட கும்பகோணம், திருச்சி இந்த ஊர்களிலிருந்து பசங்க வந்து நாடகத்துல நடிச்சாக. அப்ப மழை சீசன். காலையில நாலு மணிக்கெல்லாம் உசுப்பி விட்டுருவாக. நாங்க ஆடவர் விடுதியில் தங்கியிருந்தோம். நைட்டுல மழை பேஞ்சா அதுக்கும் ரோட்டு வழியா வரும்போது பூச்சிக கிர்ன்னு கத்தும். ஆறு மணிக்குத் தமிழ்ப் பல்கலைக்கழகத்துல நாடக அரங்கத்துல மொத நா தோழர்கள் ஸ்கிரிப்ட் கொடுத்து வாசிக்கச் சொன்னாரு. அப்புறம் ஒவ்வொருத்தருக்கும் கதாபாத்திரங்கள் பிரிச்சு அது மாதிரி மூணு நாளா நாடகத்துல பயிற்சி எடுத்தோம். நான் அதுல கட்டபொம்மனா வருவேன்.

என் மீது குற்றத்தை சுமத்தியதே நீ
உன்னிடம் எனக்கென்ன நியாயம் கிடைக்கும்

ஆனாலும் மனசாட்சி அற்றவனைப் போல்
நானும் மௌனமாக இருக்க முடியாது.

ஆம் கம்பெனிக்கு எதிராக பாளையங்களைத் திரட்டினேன்.
எதையும் நான் மறுக்கப் போவதில்லை.
எந்தத் தண்டனைக்கும் நான் தயார்.

அப்படியின்னு பேசணும். ஒருசெல நாள்ல மதிய வெயில்ல நாடக ஒத்திகை பார்ப்போம். அதுல ஒரு சீன் ஆண்டான், அடிமை தோழர்களைக் கீழ் தஞ்சையில நடக்கிற கொடுமைகளை உப்பு மேல முட்டி போட்டு வாயில சாணிய கரச்சு ஊத்துறது மாதிரி கதாபாத்திரத்தில வரும். நானும் என்னோட நண்பர்களும் அந்தக் காட்சியில நடிச்சோம். உண்மையில அந்த எடம் பொடிப் பொடி கல்லாயிருந்துச்சு. மொட்டி போடவும் கால்லெல்லாம் வலி எடுக்க ஆரம்பிடுச்சு.

இந்தப் பாட்டு முடியறவரைக்கும் மொட்டி போடணும். எங்களால வெயிலுக்கும் கீழ இருந்த பொடிக் கல்லுக்கும் வலி தாங்க முடியல எங்கள ஆண்டான் அடிமைக எட்டி உதைச்சிரு வாக நாங்க கீழ கெடந்து வாந்தி எடுக்கிற மாதிரி சீன் வரும். இதுல நானும் எல்லோரும் நடிச்சோம். மூணு நாளுக்கு அப்புறம் நாடகத்தை அரங்கேற்றம் பண்ணினோம். அதுக்குத் தமிழ் பல்கலைக்கழகத் துணைவேந்தர் வந்திருந்தாரு. இந்த நாடகத்தை

பாக்க கீழ் தஞ்சையில இருக்கிற தோழர்க வந்திருந்தாக. அப்போ அந்தப் பல்கலைக்கழகத்துல பத்து நா தமிழ் பயிற்சிக்கு மலேசியா விலிருந்து தமிழ்ப் பேராசிரியர்கள் வந்திருந்தாக. அவுகளும் நாடகத்தைப் பாக்க வந்தாக. செல சமயங்கள்ல காலையில சாயங்காலம் நாடக ஒத்திகை பாக்கும்போது மலேசியா தமிழ் பேராசிரியர்க வந்து பார்ப்பாக. அப்ப அப்ப மழ பேயும் அப்போ நாடக அரங்கத்துக்குள்ளே போயி ஒத்திகை பார்ப்போம். நாடகம் நடிச்சவங்களுக்குத் தமிழ்ப் பல்கலைக்கழகத் துணைவேந்தர் ஒவ்வொருத்தருக்கும் சீல்டு கொடுத்தாரு.

இதே நாடகத்தை ரெண்டாவது பிளே கீழ்த் தஞ்சை பக்கத்துல ஒரு கிறிஸ்டீன் ஸ்கூல கலை இலக்கியப் பெருமன்றத் தினர் சார்பாகப் போட்டோம். அப்போ கந்தசாமி, திரைப்பட ஒளிப்பதிவாளர் நாடகத்துல நடிச்ச எல்லோர்க்கும் துண்டுப் போட்டு கௌரவப்படுத்தினார். மறக்க முடியாத அனுபவம்தான்.

ஊடு ஆறு மாசம், காடு ஆறு மாசம்தான் எங்க ஆட்டத் தொழில். இத வச்சி குடும்பம் குட்டிய பொழப்பு நடத்த முடியாது. இப்படித்தான் தேனி அல்லி நகரத்துல ஒரு தவிலுபாட்டுக்காரரு மிகச் சிறந்த பாட்டுக்காரரு. அவரு கடன் தொல்லையால தற்கொலை செஞ்சுக்கிட்டாரு.

ரெண்டாயிரத்துப்பத்து மார்ச் மாதம் ஆறாம் தேதி தலித் கலைவிழாவில தோழர் வேதமுத்து எனக்குக் குரலிசையில அம்பேத்கர் பாட்டு, நாட்டுப்புறப் பாட்டு பாட வாய்ப்பு கொடுத்தாரு. பாட்டு கரெக்டா ஒன்பது நாற்பதுக்கு மேடையில என்னை அறிமுகப்படுத்திக்கிட்டேன். என்னுடைய குடும்பம் மூணு தலைமுறையா நடத்திவரும் ராஜாராணி ஆட்டக் கலையில பெண் வேடமிட்டுச் சுமார் பதினைஞ்சு வருசமா ஆடிக்கிட்டு இருக்கேன். எங்கண்ணே மகாலிங்கம், பிலாவடி, பாண்டி இவுக சேர்ந்து நான் ஆடிக்கிட்டுயிருக்கேன்னு. என்னை அறிமுகப்படுத்தி முடிச்சிட்டு இந்தியாவின் சட்ட மாமேதை அம்பேத்காரைப் பத்திப் பாட போனேன். அப்புறம் தலித் மைய டைரக்டர் வந்து தோழர்களே இது நம்ம புரோகிராம். யாரும் கரைச்சல் பண்ணக்கூடாது. உயிரோட இருக்கிற தலைவர் பத்திப் பாடக்கூடாது. பாடவும் அனுமதி கெடையாது. அதனால எல்லாரும் அமைதியா இருந்து நிகழ்ச்சியக் கேட்டு ரசிங்க இப்ப தம்பி பாடுவாருன்னு சொன்னாரு. அதுக்கப்புறமா பாடினேன். பாடி முடிச்சிட்டுக் கீழ வரும்போது மக்களிட்ட ரெம்ப பரபரப்பா இருந்துச்சு. என்னுடைய பாட்டைப் பாராட்டி சால்வை போட்டாக. அத வாங்கிட்டு மேடைய விட்டுக் கீழ

வரும்போது நெறைய பேரு கை கொடுத்து வாழ்த்துகளைத் தெரிவிச்சாக. அப்ப என்னுடைய மனசுல எனக்கு முன்னாடி நெறைய பேரு பாடுனாக, அவுக பாடுறபோதெல்லாம் யாரும் கட்சிக் கொடிகளக் காட்டல, எங்க தலைவர் பத்தி பாடுங்கன்னு சொல்லல. ஆனா நான் ஒரு சக்கிலியன் மேடை ஏறிப் பாட்டு பாடும்போது அந்தப் பசங்க கொடிகள காட்டி ஆரவாரம் பண்ணுனாக, தலைவர பத்தி பாடுன்னு சொல்ல வேண்டிய காரணமென்னன்னு தோணுச்சு. ஆனா எது நடந்தாலும் யாருடைய வளர்ச்சியையும் தடை போட முடியாது. இது இயற்கையின் இயல்புன்னு நினைச்சுக்கிட்டு ஐயா எழில் இளங்கோவன், அண்ணே சீனிவாசராகவன், ரவி, பாலு அவுக கூட சேர்ந்து நின்னு பேசினோம். அப்புறம் நைட்டு ரெண்டு மணிப் போல ஐயா எழில் இளங்கோவனுக்கு விடுதலை வேர்கள்னு விருது கொடுத்தாக. அவரு தலித் கலைவிழா பத்திக் கருத்தியல் ரீதியாகப் பேசினாரு. ஜனங்க கை தட்டுனாக. அவருடைய பேச்சும் மக்களை ரெம்ப கவர்ந்திச்சு. எங்களையும் கவர்ந்திருச்சு.

போன வருசம் சென்னை சங்கமத்துக்கு ஆட்டத்துக்குப் போயிருந்தோம். சங்கம வேலை முடிச்சிட்டுக் கோடம்பாக்கம் கருஞ்சட்டை தமிழர் ஆபிசுக்கு வந்து ஐயா எழில் இளங்கோவன் அவர்களைச் சந்திச்சுப் பேசினேன். அவர் என்னைப் பேரா. சுப. வீரபாண்டியன் கிட்ட அறிமுகப்படுத்திவச்சாரு. அப்புறம் என்னைய்யப் பத்தி ஏன் குடும்பத்தைப் பத்தி நிறையச் சொன்னாரு. இந்த வருசம் சென்னை சங்கமத்துல நடந்த சம்பவங்கள் பத்திக் கட்டுரை எழுத சொன்னாரு எழில் இளங்கோவன். நான் நுங்கம்பாக்கம் நார்த் இண்டியன் ஹாஸ்டல்ல தங்கியிருந்தேன். நைட்டோட நைட்டா கட்டுரை எழுதி முடிச்சு எழில் இளங்கோவன் ஐயாகிட்ட கொடுத்துட்டு வந்தேன். அப்புறமா மறுவாரம் ஒரு கூத்துக் கலைஞனின் குரல் என்ற தலைப்பில் கட்டுரை வந்துச்சு. அதுக்கு அடுத்த வாரம் ரெண்டாயிரத்துப் பத்து சனவரி மாசம் இருபத்தொம்பதாம் தேதி பேரா. சுப. வீரபாண்டியன் கலைஞர் தொலைக்காட்சியில ஒன்றே சொல், நன்றே செய் நிகழ்ச்சியில் என்னைய்யப் பத்தி, அவரு பேரு பெருமாள் மூன்று தலைமுறையாக ராஜாராணி ஆட்டத்தை ஆடிக்கிட்டுவருகிறார்கள், அவர் இந்த வருட சென்னை சங்கமத்துல நடந்த அனுபவங்களையும் சொல்லியிருந்தார். அந்த விசயத்தை இந்த நிகழ்ச்சியின் மூலமாகக் கூறியுள்ளேன் என்று அஞ்சு நிமிசமா என்னைப் பத்தி, என்னுடைய குடும்பத்தைப் பத்தி, எங்க கலைகளப் பத்திச் சொன்னாரு. இந்த நிகழ்ச்சியைப்

பார்த்தவுக நாங்க ஆட்டத்துக்குப் போன ஊர்களிலிருந்து எங்களுக்குப் போன் மூலமாகவும் லெட்டர் மூலமாகவும் வாழ்த்துக்களைத் தெரிவிச்சாக.

தேனி, போடி பக்கம் எழவு வீட்ல ஆடிட்டு உசிலம்பட்டியில கடைசி பஸ்சைப் பிடிக்க அவசரமா வருவோம். ஒருசில நாள்ல கடைசி பஸ்சு போயிடுச்சுன்னா பஸ்டாண்டுலதான், அந்தக் கொசுக்கடியிலதான் தூங்கனும். போலீசுக சந்தேக கேசுல விசாரிப்பாக. கலைய சமூக மக்களுக்கு முன்னால நிகழ்த்திக் காட்டுகின்ற நிகழ்த்துக் கலைஞனுக்கு உள்ள நிலைய பாருங்க.

சமூக தளத்தில் ஒரு ஆட்டக்காரனின் குடும்பம், சமூகம் கொடுக்கும் மரியாதை, கலைஞன் எதிர்பார்த்த மரியாதை, இதெல்லாம் எல்லா இடங்களிலும் ஒரே மாதிரியானதா இல்ல. ஒருசில நல்ல மனிதர்கள், சாதியைத் தூக்கியெறிந்தவர்கள், மனிதநேய சிந்தனையாளர்கள் சமூகப் புரிதல் உள்ளவர்கள் எங்களை அன்போடு வரவேற்றார்கள். ஆட்டக் கலைஞர்கள் ஒரு *Mass Media* போன்றவர்கள். சமூக அவலங்களையெல்லாம் சீர்ப்படுத்திச் சுட்டிக்காட்டுபவனே கலைஞன் ஆவான். ஆனால் அவனுக்குச் சாதியும், சாதி சார்ந்த கலைகளும் ஆதிக்க சாதிகள் வெறுப்பாகவே பார்ப்பாங்க. ஆனா, ஒரு ஜான் வகுத்த கழுவ அவன், அவனது தன்மானத்தையும் வார்த்தை ஜாலங்களையும், அவலங்களையும் பெறுகிறான் என்பதே வேதனைக்குரிய ஒன்று தான்.

●●●

படங்கள்

ராஜா ராணி ஆட்டத்தைப் பற்றி விளம்பரப்படுத்துதல்

ராஜா ராணி ஆட்டத்தைப் பற்றி விளம்பரப்படுத்துதல்

நூலாசிரியர் குறத்தி வேடத்தில்

நூலாசிரியரின் சகோதரர்

நூலாசிரியரும் அவரது சகோதரரும் கோமாளி வேடத்தில்

தெருவோரத் திருவிழாவில் நூலாசிரியர் – குறத்தி வேடத்தில்

நூலாசிரியர் குறத்தி வேடத்தில்

குறவன் வேடம்

நூலாசிரியரின் சகோதரர் நல்லதங்காள் வேடத்தில்

நையாண்டி மேளம் இறப்பு வீட்டில்

பேயாட்டம் நூலாசிரியரின் குழுவினருடன்

ராஜா வேடம்

நூலாசிரியரும் அவரது சகோதரரும் ராணி வேடத்தில்

www.ingramcontent.com/pod-product-compliance
Lightning Source LLC
LaVergne TN
LVHW100832051026
849519LV00006B/2268
* 9 7 8 9 3 8 9 8 2 0 2 3 2 *